AF764877

INSIGHT PUBLICA®

INSIGHT PUBLICA®
Nadakkave, Kozhikode, Kerala
www.insightpublica.com
e-mail: insightpublica@gmail.com
Asante Leela Lakoffinte Vayana
(Malayalam)
Dr. AC Suhasini
First Edition: March 2018
Second Edition: November 2021

ISBN 978-93-87398-00-9

ആശാന്റെ ലീല
ലക്കോഫിന്റെ വായന

ഡോ. എ.സി. സുഹാസിനി

INSIGHT PUBLICA ®

പുളിയാളിൽ അപ്പനായരുടെയും അമ്പാളി ചോലയിൽ ഉല്ലലാക്ഷി യമ്മയുടെയും മകളായി മലപ്പുറം ജില്ലയിലെ പുളിക്കലിൽ ജനനം. പുളിക്കൽ എ.എം.എം. ഹൈസ്കൂൾ, കോഴിക്കോട് ആർട്സ് ആന്റ് സയൻസ് കോളേജ്, പട്ടാമ്പി ശ്രീ നീലകണ്ഠ ഗവ: സംസ്കൃത കോളേജ്, മദ്രാസ് സർവ്വകലാശാല മലയാള വിഭാഗം എന്നിവിട ങ്ങളിൽ വിദ്യാഭ്യാസം. ഭാഷാശാസ്ത്രത്തിൽ ഡോക്ടറേറ്റ്. മദിരാശി കേരളസമാജത്തിന്റെ നേതൃത്വത്തിൽ പ്രവർത്തിക്കുന്ന കേരളവിദ്യാ ലയം ഹയർസെക്കന്ററി സ്കൂളിൽ അധ്യാപിക.

ഭർത്താവ് : ഡോ. കെ.ജെ. അജയകുമാർ

മകൾ : ആതിര

വിലാസം : G3 'ഗയ' ഹാപ്പിഹോംസ്
നമ്പർ: 18 കാമരാജ് സ്ട്രീറ്റ്
ചക്രവർത്തി നഗർ
അയനാവരം
ചെന്നൈ - 600 023

ഫോൺ : 09176526066

ഇ.മെയിൽ : suhasinicholayil@gmail.com

ഡോ. എ.സി. സുഹാസിനി

പ്രസ്താവന

ധൈഷണികശാസ്ത്രജ്ഞനും ഭാഷാശാസ്ത്രജ്ഞനുമായ ജോർജ് ലക്കോഫ് വികസിപ്പിച്ചെടുത്ത മെറ്റഫർ തിയറിയുടെ അടിസ്ഥാനത്തിൽ ആശാന്റെ ലീലയിലെ സങ്കൽപനലക്ഷകങ്ങ(conceptual Metaphors)ളെക്കുറിച്ചുള്ള പഠനമാണ് 'ആശാന്റെ ലീല ലക്കോഫിന്റെ വായന' എന്ന പുസ്തകം. ജോർജ് ലക്കോഫും മാർക്ക് ജോൺസനും ചേർന്നെഴുതിയ Metaphors we live by എന്ന പുസ്തകത്തിന്റെ വായന ചിന്തയുടെ ഊർജ്ജമാർഗത്തിലേക്കാണ് നയിച്ചത്. വിജ്ഞാനതത്പരരായ മലയാളികൾ വായിക്കേണ്ട പുസ്തകം എന്ന തോന്നൽ, ആ കൃതിയുടെ വിവർത്തനത്തിലേക്ക് എന്നെ നയിച്ചു. ആ വിവർത്തനം നൽകിയ ആത്മവിശ്വാസം ധൈഷണിക ഭാഷാശാസ്ത്രത്തിന്റെ ഉൾവഴികളിലേക്ക് സഞ്ചരിക്കാൻ പ്രേരിപ്പിച്ചു. അത് ആശാൻ കവിതകളുടെയും പുതുകവിതകളുടെയും പഠനത്തിനുള്ള പുതുരീതികൾ പറഞ്ഞുതന്നു. അതിന്റെ ഫലമാണ് ഈ പുസ്തകം.

മദിരാശി സർവ്വകലാശാല മലയാള വിഭാഗം മുൻ അധ്യക്ഷൻ ഡോ. സി.ജി. രാജേന്ദ്രബാബു, കവിയും വിവർത്തകനും മദിരാശി കേരളസമാജം പ്രസിഡന്റുമായ ശ്രീ. പി.കെ.എൻ പണിക്കർ എന്നിവരോടുള്ള കടപ്പാട് കുറിക്കുന്നു. പുസ്തകത്തിന് പ്രൗഢമായ അവതാരികയെഴുതിയ ഡോ. പി.എം. ഗിരീഷിന് ഹൃദയപൂർവ്വം നന്ദി രേഖപ്പെടുത്തുന്നു. കൂടാതെ എന്റെ കുടുംബാംഗങ്ങൾ, സുഹൃത്തുക്കൾ, സഹപ്രവർത്തകർ, പുസ്തകത്തിന്റെ പ്രസാധനം നിർവഹിച്ച കോഴിക്കോട് ഇൻസൈറ്റ് പബ്ലിക്ക തുടങ്ങി എല്ലാവർക്കും നന്ദി.

എ.സി. സുഹാസിനി

ആമുഖം

കുമാരനാശാന്റെ കൃതികളെക്കുറിച്ച് ധാരാളം പഠനങ്ങൾ ഉണ്ടായിട്ടുണ്ട്. സാമൂഹികശാസ്ത്രാധിഷ്ഠിതമായ അന്വേഷണങ്ങളാണ് കവിയെക്കുറിച്ച് നടന്നിട്ടുള്ള മുഖ്യനിരൂപണങ്ങളുടെ സ്വഭാവം. ആശാന്റെ കാവ്യങ്ങൾക്ക് കേരളീയനവോത്ഥാനത്തിന്റെ ചാലകശക്തിയായി വർത്തിക്കാനായിട്ടുണ്ടെന്ന് കവിയെ പഠിക്കാൻ ശ്രമിച്ച പല നിരൂപകരും കണ്ടെത്തിയതാണ്. അത്തരം വിലയിരുത്തലുകളാണ് കുമാരനാശാൻ ഒരു വിപ്ലവകാരിയായിരുന്നുവെന്ന നിഗമനത്തിലേക്ക് നിരൂപകരെ കൊണ്ടുചെന്നെത്തിച്ചത്. കേരളീയ നവോത്ഥാനനായകരിലൊരാളായ ശ്രീനാരായണഗുരുവുമായുള്ള ബന്ധവും അദ്ദേഹത്തിന്റെ പ്രസ്ഥാനത്തിന്റെ നേതൃസ്ഥാനത്ത് പ്രവർത്തിച്ചതും ആശാൻകവിതകൾക്ക് ഉത്തേജനമായിത്തീർന്നുവെന്നും അനാചാരങ്ങളിലും അന്ധവിശ്വാസങ്ങളിലും ബന്ധിതമായിരുന്ന സമൂഹത്തെ നവോത്ഥാനത്തിലേക്ക് നയിക്കാനുള്ള പ്രേരണ നൽകാൻ തന്റെ കാവ്യങ്ങളിലൂടെ ആശാന് കഴിഞ്ഞുവെന്നും വിലയിരുത്തപ്പെട്ടിട്ടുണ്ട്. മനുഷ്യമനസ്സിന്റെ ആന്തരികാവസ്ഥകളെ സൂക്ഷ്മവിശകലനത്തിന് വിധേയമാക്കുന്ന കവികർമത്തെയും മനുഷ്യബന്ധങ്ങളെക്കുറിച്ചുള്ള കവിയുടെ വിപ്ലവ സമീപനത്തെയും അപഗ്രഥിച്ചുകൊണ്ടുള്ള പഠനങ്ങളും ഉണ്ടായിട്ടുണ്ട്. ക്ലാസിക്കൽ സമ്പ്രദായങ്ങളിൽനിന്ന് റൊമാന്റിക് സമ്പ്രദായങ്ങളിലേക്കുള്ള പരിവർത്തനം എപ്രകാരമാണ് ആശാന്റെ കാവ്യാവിഷ്കാരത്തിലും അവതരണത്തിലും വെളിപ്പെടുന്നതെന്നും പഠിക്കപ്പെട്ടിട്ടുണ്ട്. മലയാളത്തിൽ വികസിച്ചുവന്നിട്ടുള്ള ആധുനികവും ആധുനികാനന്തരവുമായ പഠനപദ്ധതികൾക്കും ആശാന്റെ കാവ്യങ്ങൾ വിധേയമായിട്ടുണ്ട്. ഇപ്രകാരം വൈവിധ്യമാർന്ന തലങ്ങളിലുള്ള നിരൂപണങ്ങളും

വ്യാഖ്യാനങ്ങളും പഠനങ്ങളും ആശാൻകൃതികൾക്ക് ഉണ്ടായിട്ടുണ്ട്.

കേരളീയ സമൂഹത്തിന്റെ ആധുനീകരണ പ്രക്രിയയെ അടയാളപ്പെടുത്തിയ കാവ്യലോകമാണ് മഹാകവി കുമാരനാശാന്റേത്. നൂറ്റാണ്ടുകളോളം നിലനിന്നിരുന്ന ഫ്യൂഡൽ സാമൂഹികാവസ്ഥ വെച്ചുപുലർത്തിയിരുന്ന ജീവിതസമീപനങ്ങൾ അട്ടിമറിച്ച് ആധുനികത(Modernity)യുടെ ലക്ഷണങ്ങളായ മനുഷ്യാവസ്ഥയുടെ സ്വതന്ത്ര വ്യവഹാരങ്ങളെ തന്റെ എഴുത്തിലൂടെ മുന്നോട്ടുവെയ്ക്കാൻ സാധിച്ചതുകൊണ്ടാണ് ആശാൻ കവിതയെ നാം ആധുനികതയുടെ സ്വഭാവത്തെ വെളിപ്പെടുത്തുന്ന കവിതകളെന്ന് വിലയിരുത്തിപ്പോന്നത്. സ്വാതന്ത്ര്യത്തിനോ മാനുഷികതയുടേതായ വൈകാരികാവേഗങ്ങൾക്കോ ഇടമില്ലാതിരുന്നിരുന്ന മൂല്യവ്യവസ്ഥയോട് കലഹിച്ചുകൊണ്ടാണ് കുമാരനാശാൻ മനുഷ്യാവസ്ഥയെ അതിന്റെ സകല വൈകാരിക സംഘർഷങ്ങളോടെയും ഏറ്റെടുത്തത്. ഇതിന് അദ്ദേഹത്തെ പ്രചോദിപ്പിച്ചതാകട്ടെ ശ്രീനാരായണഗുരുവിൽനിന്ന് പ്രചോദനമുൾക്കൊണ്ടുകൊണ്ടും ഗുരുവിന്റെ കല്പനയനുസരിച്ചുകൊണ്ടുമുള്ള യാത്രകളായിരുന്നു. മറ്റൊരുതരത്തിൽ പറഞ്ഞാൽ നിലനിന്നിരുന്ന ജീവിതമൂല്യങ്ങൾക്കപ്പുറത്തേക്ക് ചില ഉൾക്കാഴ്ചകൾ ആ യാത്രകൾ ആശാന് നൽകിയിരുന്നു എന്നു വേണം കരുതാൻ.

ആത്മീയാന്വേഷണങ്ങളുടെയും അനുഷ്ഠാനങ്ങളുടെയും വേലിക്കെട്ടുകൾക്കുള്ളിൽ തളയ്ക്കപ്പെട്ടിരുന്ന ജീവിതത്തെയും അത് നിലനിർത്തിയിരുന്ന ഭാവുകത്വത്തെയും വളർന്നുവരുന്ന പുതിയൊരു ജീവിതത്തിന്റെ മൂല്യസങ്കല്പങ്ങളോട് ഇണക്കിച്ചേർത്ത് വിശകലനം ചെയ്യാനും പുതുക്കിപ്പണിയാനും കവിക്ക് പുതിയ യാത്രകൾ സഹായകമായിരുന്നു. അങ്ങനെ ലഭിച്ച കാഴ്ചകളുടെ ഉപലബ്ധികളായിരുന്നു ആശാന്റെ കാവ്യങ്ങൾ.

ആ കാവ്യങ്ങൾ മുന്നോട്ടു വെച്ച പ്രമേയതലങ്ങളെ ഇങ്ങനെ സംഗ്രഹിക്കാം.

1. അതിരുകൾ കല്പിക്കാനാവാത്ത സ്വാതന്ത്ര്യബോധം
2. ആത്മീയമോ ലൗകികമോ ആയ വേർതിരിവുകളിൽ തളച്ചിടാനാവാത്ത പ്രണയചോദന
3. മനുഷ്യന്റെ സ്വതന്ത്ര വ്യവഹാരങ്ങൾക്കെതിർ നിൽക്കുന്ന മൂല്യവ്യവസ്ഥയോടുള്ള ഇടച്ചിൽ

മേൽപ്പറഞ്ഞ തലങ്ങളാണ് ആശാൻകവിതയുടെ അടിസ്ഥാനശിലകൾ. അതുകൊണ്ടാണ് ഇരുപതാം നൂറ്റാണ്ട് പിന്നിട്ടിട്ടും മഹാകവി കുമാരനാശാൻ പഠനവിധേയമാകുന്നത്. ജീവിതം ആഴത്തിൽ

കോറിയിട്ട സർഗപ്രതിഭ മനുഷ്യന്റെ മുന്നോട്ടുള്ള യാത്രയിൽ പുതിയ മട്ടിൽ വിശകലനവിധേയമാകും എന്നതിനെയാണ് ആശാൻ കവിതയുടെ പുതിയ കാലത്തുണ്ടാകുന്ന വ്യത്യസ്തവഴിയിലുള്ള എല്ലാ പഠനങ്ങളും സൂചിപ്പിക്കുന്നത്.

മഹാകവി കുമാരനാശാന്റെ പ്രിയപ്പെട്ട മേഖല മനുഷ്യന്റെ വികാരങ്ങളും അതിന്റെ സംഘർഷങ്ങളും സ്വാതന്ത്ര്യബോധവും ഒക്കെയായിരുന്നല്ലോ. അതുകൊണ്ടുതന്നെ ധൈഷണികമായ സങ്കൽപനങ്ങളെക്കുറിച്ചുള്ള സൈദ്ധാന്തികമായ അന്വേഷണങ്ങളും തദ്ഫലമുണ്ടായിട്ടുള്ള നിഗമനങ്ങളും ആശാൻ കവിതയുടെ പഠനത്തിന് ഉപയുക്തമാക്കുന്നതിൽ പ്രസക്തിയുണ്ടെന്ന തോന്നലാണ് ഈ ഗ്രന്ഥത്തിന് കാരണം.

"കരുതുവതിഹചെയ്യുവയ്യ, ചെയ്യാൻ
വരുതി ലഭിച്ചതിൽ നിന്നിടാ വിചാരം
പരമഹിതമറിഞ്ഞുകൂട;യായു-
സ്ഥിരതയുമി-ല്ലതിനിന്ദ്യമീനരത്വം!"

മനുഷ്യാവസ്ഥയുടെ ഇത്തരം തീവ്രസംഘർഷങ്ങളെയാണ് ആശാൻ ആവിഷ്കരിക്കാൻ ശ്രമിച്ചത്. വ്യവസ്ഥാപിതമായ മൂല്യസങ്കല്പങ്ങളെ അട്ടിമറിക്കാൻപോലും കവി മുതിർന്നിരുന്നു. അതിനെ പ്രത്യക്ഷീകരിക്കുന്ന കാവ്യമാണ് ലീല. ലീലയിൽ പ്രണയം സ്വാതന്ത്ര്യത്തിന്റെ കൊടിയടയാളമാണ്. മഹാകവിയുടെ സ്വാതന്ത്ര്യബോധവും മൂല്യവ്യവസ്ഥയോടുള്ള ഇടച്ചിലും പ്രണയസങ്കല്പവുമെല്ലാം തന്നെ ലീലയിൽ ചേർത്തുവെയ്ക്കപ്പെട്ടിട്ടുണ്ട്. ചോദനകളുടെ ഉത്സവത്തെ മലയാളത്തിന്റെ പ്രിയപ്പെട്ട മഹാകവി സൂക്ഷ്മമായി അടയാളപ്പെടുത്തിയ ഒരു കാവ്യം എന്ന നിലയിലാണ് ലീലാകാവ്യം പ്രസക്തമാകുന്നത്. അതുകൊണ്ടുതന്നെയാണ് കുമാരനാശാന്റെ സങ്കല്പനലക്ഷകങ്ങളെക്കുറിച്ചുള്ള പഠനത്തിന് ലീലാകാവ്യം തെരഞ്ഞെടുത്തത്.

●

ഉള്ളടക്കം

കാവ്യവിമർശനത്തിനൊരു നവീനവഴി

ഡോ. പി.എം. ഗിരീഷ്

'Metaphor is a tool so ordinary that we use it unconsciously and automatically, with so little effort that we hardly notice it. It is omnipresent: metaphor suffuses our thoughts, no matter what we are thinking about. It is accessible to everyone: as children, we automatically, as a matter of course, acquire a mastery of everyday metaphor. It is conventional: metaphor is an integral part of our ordinary everyday thought and language'.

'വിശപ്പിന്നു വിഭവങ്ങൾ വെറുപ്പോളമശിച്ചാലും/ വിശിഷ്ടഭോജ്യങ്ങൾ കാൺകിൽ കൊതിയാമാർക്കും' - 'കരുണ' എന്ന കാവ്യത്തിലെ വാസവദത്തയുടെ വാക്കുകൾ. ധാരാളം അർഥങ്ങളുടെ അടരുകൾ അടുക്കിവെച്ച പാത്രമാണ് വിശപ്പ്. കെ.ജി. എസിന്റെ ഭാഷയിൽ പറഞ്ഞാൽ 'താനെ തുറന്ന് അടയുന്ന കണ്ണുകൾപോലുള്ള വാക്ക്'. ഈ വരികളിലാണ് വായനയുടെ തത്ത്വശാസ്ത്രം ആശാൻ ഒളിപ്പിച്ചുവെച്ചിട്ടുള്ളത്. വിശപ്പും ഭക്ഷണവും തമ്മിലൊരു ചോദന-പ്രതികരണ ബന്ധംമാത്രമല്ല. ധൈഷണികമായ തന്മീയഭാവം അവിടെ സംഭവിക്കുന്നുണ്ട്. ഭക്ഷണവും രതിയും വിശപ്പിന്റെയും ആസ്വാദനത്തിന്റെയും പ്രത്യക്ഷീകരണങ്ങളാണ്. രണ്ടിനോടും ആർത്തി മനുഷ്യസഹജമാണ്. പക്ഷേ രണ്ടിനുമുണ്ട് സാമൂഹികനിയന്ത്രണം.

ആശാൻകൃതികളുടെ ആസ്വാദനപക്ഷത്തുനിൽക്കുമ്പോൾ വായനക്കാർ പലപ്പോഴും വാസവദത്തയായി മാറിയിട്ടുണ്ടാകാം. നാം പലതരത്തിലുള്ള കൃതികൾ വായിച്ചു കഴിഞ്ഞാലും പല ഭാഷകളിലുള്ള കൃതികൾ വായിച്ചു കഴിഞ്ഞാലും ആശാൻ കൃതികൾ കാണുമ്പോൾ കൊതി തോന്നും. നിയന്ത്രണങ്ങൾ ഒഴിവാക്കി വീണ്ടും അവ വായിക്കുമ്പോൾ അർഥത്തിന്റ പുതുതരുവല്ലികൾ ആഴങ്ങൾ തേടുന്നതായി കാണാം. അതുകൊണ്ടുതന്നെയാണ് ആശാൻ കൃതികൾക്ക് വായനകൾ പലതുണ്ടാകുന്നത്.

ജോർജ് ലക്കോഫിന്റെ മെറ്റഫർതിയറിയുടെ അടിസ്ഥാനത്തിൽ നിരൂപക ഡോ. എ.സി. സുഹാസിനി കുമാരനാശന്റെ 'ലീല'യെ വായിക്കുന്നത് മലയാളവിമർശനത്തിന് പുത്തനുണർവ് പകർന്നുകൊണ്ടാണ്. പി. പവിത്രന്റെ ആശാൻപഠനത്തിനുശേഷം കുമാരനാശനെക്കുറിച്ചുള്ള ഗരിമയാർന്ന പഠനമാണിത്.

മലയാളികൾക്ക് അത്ര പരിചിതനല്ല ജോർജ് ലക്കോഫ്. ആഗോളതലത്തിൽ, നോം ചോംസ്കിയോളം, തലപൊക്കിനിൽക്കുന്ന ധൈഷണികശാസ്ത്രജ്ഞനും ഭാഷാശാസ്ത്രജ്ഞനുമാണ് ചോംസ്കിയുടെ ആദ്യകാല ശിഷ്യരിൽ പ്രമുഖനായ ജോർജ് ലക്കോഫ്.

ചോംസ്കിയുടെ രചനാന്തരണപ്രജനകവ്യാകരണത്തിലായിരുന്നു ആദ്യകാലത്ത് ലക്കോഫ് ശ്രദ്ധിച്ചിരുന്നത്. ഭാഷാഘടന അർഥത്തിൽനിന്ന് വ്യത്യസ്തമാണെന്നായിരുന്നു ചോംസ്കി വിശ്വസിച്ചിരുന്നത്. ചോംസ്കിയുടെ വാദത്തെ തള്ളിക്കളയാൻപറ്റുന്ന ധാരാളം ഉദാഹരണങ്ങൾ ലക്കോഫ് മുന്നോട്ടുവെച്ചു. അർഥത്തിന് വ്യാകരണത്തിൽ വലിയ പ്രാധാന്യമുണ്ടെന്ന് ലക്കോഫ് മനസ്സിലാക്കി.

അർഥത്തിൽനിന്ന് ഭാഷ സ്വതന്ത്രമാണെന്ന ചോംസ്കിയൻ വാദത്തിന് എതിർ തെളിവുകൾവെച്ചുകൊണ്ടാണ് ലക്കോഫ് അറുപത്തിമൂന്നിൽ ഭാഷാപഠനത്തിന് തുടക്കം കുറിച്ചത്. വ്യാകരണത്തിൽ അർഥത്തിനു വളരെ പ്രാധാന്യമുണ്ടെന്നാണ് ലക്കോഫിന്റെ വാദം. തുടർന്ന് പ്രജനകാർഥവിജ്ഞാനത്തിൽ ലക്കോഫ് വ്യാപരിച്ചു. 1975ലാണ് ലക്കോഫ് കൊഗ്നിറ്റിവ് ലിംഗ്വിസ്റ്റിക്സിലേക്ക് ശ്രദ്ധ തിരിച്ചുവിട്ടത്. ഭാഷയെ മനുഷ്യന്റെ ധൈഷണികവിശേഷമായി തിരിച്ചറിയുകയും സിദ്ധാന്തവത്കരിക്കുകയും ചെയ്യുന്ന നൂതന ഭാഷാസമീപനമാണ് ഇംഗ്ലീഷിൽ 'കൊഗ്നിറ്റിവ് ലിംഗ്വിസ്റ്റിക്സ്' എന്നറിയപ്പെടുന്നത്. മലയാളത്തിൽ ഇതിനെ ധൈഷണികഭാഷാശാസ്ത്രം എന്ന് വിളിക്കാം.

നമ്മുടെ ചിന്തയെ ശക്തമായി ആവിഷ്കരിക്കുന്ന മെറ്റഫറുകളെ

കുറിച്ചുള്ള പഠനമാണ് സമകാലിക മസ്തിഷ്ക ഗവേഷണത്തിന്റെ പ്രധാന മേഖലകളിലൊന്ന്. മെറ്റഫർ പഠനത്തിന്റെ പുതുരീതികൾ തുറന്നിടുന്നതിൽ വ്യാപൃതനാണ് ലക്കോഫ്.

മാർക്ക് ജോൺസണുമായി ചേർന്ന് ജോർജ് ലക്കോഫ് എഴുതിയ മെറ്റഫർസ് വീ ലീവ് ബൈ (1980/2003)സങ്കല്പനലക്ഷകസിദ്ധാന്തത്തിന്റെ ആധികാരികഗ്രന്ഥമാണ്.

ആദ്യവായനയിൽതന്നെ വായനക്കാരെ സ്വാധീനിക്കുന്ന പുസ്തകം. ചിന്തയിലും നിത്യവ്യവഹാരഭാഷയിലും നിറഞ്ഞുനിൽക്കുന്നതും എന്നാൽ നമ്മൾ അത്രയൊന്നും ഗൗനിക്കാത്തതുമായ വിഷയമാണ് മെറ്റഫർ (ലക്ഷകം). മെറ്റഫറിനെക്കുറിച്ചുള്ള ഈ ആധികാരികഗ്രന്ഥം ആദ്യമായി പ്രസിദ്ധപ്പെടുത്തിയത് 1980 ലാണ്. ആദ്യപതിപ്പിൽ പറഞ്ഞ പല കാര്യങ്ങളും 2003ൽ പുറത്തിറങ്ങിയ പതിപ്പിലെ പിന്നുരയിൽ അവർ മാറ്റിപ്പറയുന്നുണ്ട്. അതിനാൽ പിന്നുരയിൽ പറയുന്ന കാര്യങ്ങളാണ് ലക്ഷകചർച്ചയിൽ പ്രധാനമായും സുഹാസിനി ആശ്രയിക്കുന്നത്. എങ്കിലും ലക്ഷകാത്മകചിന്തയുടെ ഘടനാപഗ്രഥനത്തിന് മുഖ്യകൃതിയെയും പ്രയോജനപ്പെടുത്തിയിട്ടുണ്ട്. പുസ്തകത്തിലും പുസ്തകത്തിനെഴുതിയ പിന്നുരയിലും കാണുന്ന പ്രധാനവ്യത്യാസം ഗ്രന്ഥത്തിൽ ലക്ഷകങ്ങളെ ഘടനാത്മകം, സത്താപരം, സ്ഥലപരം എന്നിങ്ങനെ വിഭജിക്കുന്നു. പിന്നുരയിൽ അത് ശരിയല്ലെന്ന് കണ്ട് തിരുത്തുന്നുണ്ട്. എല്ലാ ലക്ഷകങ്ങളും ഘടനാത്മകമാണെന്നും കൂടാതെ അവ സത്താപരവുമാണെന്നും പറയുന്നു, കൂടുതൽ ലക്ഷകങ്ങളും സ്ഥലപരമാണെന്നും കണ്ടെത്തുന്നു.

മെറ്റഫർ എന്നാൽ രൂപകാലങ്കാരംമാത്രമാണെന്ന ധാരണ തിരുത്തി അതു നമ്മുടെ ചിന്തതന്നെയാണെന്ന ബോധം പകർന്നു തരുന്ന പുസ്തകമാണ്, മെറ്റഫർസ് വീ ലീവ് ബൈ. ഈ പുസ്തകത്തിനു മുമ്പും പിമ്പും ലക്കോഫ് പല പുസ്തകങ്ങളും എഴുതിയിട്ടുണ്ട്. എങ്കിലും അവയുടെയെല്ലാം കേന്ദ്രമായി നിൽക്കുന്നത് ഈ പുസ്തകമാണ്. ലോകവായനക്കാരിൽ ഏറ്റവുംകൂടുതൽ ചലനമുണ്ടാക്കിയ മറ്റൊരു പുസ്തകമാണ് വിമൻ ഫയർ ഡെയ്ഞ്ചറസ് തിങ്സ് (നാരികൾ നാരികൾ വിശ്വവിപത്തിന്റെ നാരായവേരുകൾ, നാരകീയാഗ്നികൾ എന്ന് ചങ്ങമ്പുഴ പറഞ്ഞ കാര്യം ഇവിടെ ഓർക്കാവുന്നതാണ്). ഈ പുസ്തകത്തിന്റെ തലക്കെട്ട് സ്ത്രീവാദികളെ ചൊടിപ്പിച്ചതിനാൽ വിവാദമാകുകയും ചെയ്തു. ഇതുകൂടാതെ സാഹിത്യകൃതികളിലെ മെറ്റഫറിനെക്കുറിച്ച് മാർക് ടർണറുമായി മോർ ദാൻ കൂൾ റീസൺ എന്ന പേരിൽ മറ്റൊരു പുസ്തകവും ലക്കോഫ്, രചിക്കുകയുണ്ടായി. മെറ്റഫർതിയറിയെ വിശദമായി പരിചയപ്പെടുത്തുന്നുണ്ട് ഈ

പുസ്തകത്തിൽ. ലളിതവും ഗഹനവുമായ ഭാഷയിൽ ഉദാഹരണസഹിതം ലക്കോഫിന്റെ സങ്കല്പനലക്ഷകത്തെ അവതരിപ്പിക്കുവാൻ ഡോ. സുഹാസിനിക്ക് കഴിഞ്ഞിട്ടുണ്ട്.

വ്യക്തിയേയും സംസ്കാരത്തേയും ആഴത്തിൽ മനസ്സിലാക്കാൻ ലക്ഷകപഠനത്തിന് കഴിയും. ആശാന്റെ ലീലയിലെ നിരൂഢലക്ഷകങ്ങളെയാണ് സുഹാസിനി പഠനവിധേയമാക്കുന്നത്. ഭാഷയിൽ ഉറച്ചുപോയ പാരമ്പര്യലക്ഷകങ്ങളാണിവ. ആശാന്റെ കവിതയിൽ ധാരാളം അലങ്കാരങ്ങൾ കാണാൻ കഴിയും. അലങ്കാരമായ രൂപകത്തിൽനിന്ന് വ്യത്യസ്തമാണ് ലക്ഷകം. ഇക്കാര്യം പുസ്തകത്തിൽ ചൂണ്ടിക്കാണിക്കുന്നുണ്ട്. അലങ്കാരങ്ങളെ ബിംബലക്ഷകങ്ങളായാണ് പരിഗണിക്കുന്നത്. 'മോർ ദാൻ കൂൾ റീസൺ' എന്ന പുസ്തകത്തിൽ അപ്രകാരമാണ് ലക്കോഫ് ചെയ്യുന്നത്. ഗ്രന്ഥകാരി ഈ പുസ്തകത്തെ കൂടി പരിഗണിക്കുകയായിരുന്നെങ്കിൽ പുസ്തകത്തിന് സമഗ്രസ്വഭാവം കൈവരുമായിരുന്നു.

ആശാന്റെ വീണപൂവ് എന്ന കാവ്യത്തെ ജോർജ് ലക്കോഫിന്റെ സങ്കല്പനലക്ഷകത്തെ ആസ്പദമാക്കി പഠിച്ചപ്പോൾ തോന്നിയ കാര്യം ഇവിടെ കുറിക്കുന്നത് ഉചിതമായിരിക്കുമെന്ന് തോന്നുന്നു. ഒരേ കവിയുടെ വ്യത്യസ്ത കാവ്യങ്ങൾ ഒരേ രീതിശാസ്ത്രം ഉപയോഗിച്ച് പഠിക്കുമ്പോൾ സംഭവിക്കുന്നതെന്തെന്ന കാര്യം മനസ്സിലാക്കാൻ ഇത് ഉപകരിക്കും 'മനുഷ്യകേന്ദ്രീകൃതമായ നവോത്ഥാന പ്രകൃതി സങ്കല്പനത്തെയാണ് ആശാന്റെ ചിന്താലോകം പ്രതിനിധീകരിക്കുന്നതെന്ന് ലക്ഷകങ്ങൾ പരിശോധിക്കുമ്പോൾ മനസ്സിലാകുന്നു. ജാതി-മത-ലിംഗ വിവേചനങ്ങൾക്ക് അതീതമായുള്ള മനുഷ്യസങ്കല്പത്തെ ഒരുക്കിയെടുക്കുന്നതിന്റെ ഭാഗമായാണ് മനുഷ്യലോകം സ്രോതസ്ഥലവും സസ്യലോകം ലക്ഷ്യതലവുമായുള്ള ലക്ഷകങ്ങൾ ആശാൻ ഉപയോഗിക്കുന്നത്. സാമൂഹികപരിണാമത്തിന് പ്രകൃതിക്കും ഭൗതികസാഹചര്യത്തിനുമുള്ള പ്രാധാന്യം വീണപൂവിലെ ലക്ഷകങ്ങൾ അപഗ്രഥിക്കുമ്പോൾ തെളിഞ്ഞുവരുന്നു. മനുഷ്യപരിണാമത്തിനൊപ്പം നിൽക്കുന്ന യാഥാർത്ഥ്യമാണ് ആശാന് പ്രകൃതി. പ്രകൃതിയുടെ പശ്ചാത്തലത്തിൽവെച്ചാണ് പതനത്തെയും പരിണാമത്തെയും ആശാൻ സങ്കല്പനം ചെയ്യുന്നത്.'

ഒരേപോലെ യാഥാർഥ്യത്തെയും കല്പനയെയും ആശ്രയിച്ചുകൊണ്ടെഴുതിയ കവിയാണ് ആശാൻ. What therefore is truth? A mobile army of metaphors, metonymies, anthropomorphism: in, short a sum of human relations which become poetically and rhetorically intensified metamorphosed, adorned, and after long usage seem to a nation fixed, canonic and binding; truth are illusions of which one has forgotten that they are illusions; worn-out metaphors which have become powerless to affect the senses". പലരും പൊതുവെ ഉദ്ധരിക്കാറുള്ള നീഷേയുടെ ഈ വാചകങ്ങൾ ചേർത്തുവായിക്കുമ്പോൾ ആശാൻ പഠനത്തിലെ ലക്ഷകങ്ങളിലെ ആഴം മനസ്സിലാക്കാൻ കഴിയും. ആശാന്റെ ചിന്തയെ അപഗ്രഥനം ചെയ്യുമ്പോൾ ഗ്രന്ഥകാരി ഇക്കാര്യം വ്യക്തമാക്കുന്നുണ്ട്.

ആശാൻ കവിതയിലെ ലക്ഷകവിഭജനത്തെ ഗ്രന്ഥകാരി ഇപ്രകാരം സംഗ്രഹിക്കുന്നു: 'കുമാരനാശാന്റ ലീലാകാവ്യത്തിൽ ലക്ഷ്യലക്ഷകം, വികാരലക്ഷകം, മനുഷ്യലക്ഷകം, ഹരിതലക്ഷകം, ലോഹലക്ഷകം, ആവർത്തിതപദരൂപലക്ഷകം, വ്യാക്ഷേപകലക്ഷകം എന്നിങ്ങനെ ഏഴുതരം ലക്ഷകങ്ങളുണ്ട്.' ഗ്രന്ഥകാരിയുടെ അപഗ്രഥനപാടവത്തിന് ഉദാഹരണമാണിത്. ഇതോടൊപ്പം അവയിലെ സാമൂഹികസ്വഭാവത്തെയും അനുഭവപരിസരത്തെയും വ്യക്തമാക്കാൻ അവർ ശ്രമിക്കുന്നുണ്ട്. ഉദാഹരണത്തിന് ആശാന്റെ വികാരലക്ഷകങ്ങളെക്കുറിച്ച് അവർ പറയുന്ന കാര്യം ശ്രദ്ധിക്കുക- 'ലീലാകാവ്യത്തിലെ വൈകാരികാവസ്ഥകളുടെ ഉച്ചനീചത്വവും സങ്കീർണതയുമാണ് വികാരലക്ഷകത്തിലൂടെ ആവിഷ്കരിക്കുന്നത്. സ്ഥലകാലദൂരസങ്കൽപനങ്ങളെ ആവിഷ്കരിക്കുന്ന ലക്ഷ്യലക്ഷകവുമായി വികാരലക്ഷകം അടുപ്പം പുലർത്തുന്നുണ്ട്. അതേസമയം, മനോവ്യാപാരങ്ങളുമായി ബന്ധപ്പെട്ടുകിടക്കുന്ന ലക്ഷ്യലക്ഷകങ്ങളും കാവ്യത്തിൽ വ്യത്യസ്തപദവികളിൽ പ്രത്യക്ഷപ്പെടുകയും ചെയ്യുന്നു. സ്രോതസ്സ്ഥലത്തിൽ മനുഷ്യനോ അവന്റെ ചെയ്തികളോ വരുന്ന മനുഷ്യലക്ഷകങ്ങളും സ്രോതസ്സ്ഥലത്തിൽ പ്രകൃതിയും ലക്ഷ്യതലത്തിൽ മനുഷ്യനും വരുന്ന ഹരിതലക്ഷകങ്ങളും ലീലയിലുണ്ട്''. ഈ ലക്ഷകങ്ങളിൽനിന്ന് ഭിന്നമായ അലങ്കാരങ്ങളെയും ഗ്രന്ഥകാരി അപഗ്രഥിക്കുന്നുണ്ട്. അവയുടെ സ്വഭാവം ലക്ഷകത്തിൽനിന്ന് വ്യത്യസ്തമാണെന്ന് പറയുന്നുമുണ്ട്. 'വ്യവസ്ഥാപിതാർത്ഥത്തിലുള്ള രൂപകാലങ്കാരങ്ങളായ ബിംബലക്ഷകങ്ങൾ ലീലാകാവ്യത്തിൽ കാണുന്നുണ്ട്. ഭാഷയിൽ ഉറച്ചുപോയ ലക്ഷകങ്ങളാണിവ. ബിംബലക്ഷകം ഭാഷാപരവും സങ്കൽപനലക്ഷകം സങ്കൽപനപരവുമാണ്. പ്രണയമെന്ന ആശയത്തെ ആവിഷ്കരിക്കാൻ ആശാൻ തന്റെ ലോകാനുഭവങ്ങളിൽനിന്ന് രൂപപ്പെട്ട ലക്ഷകങ്ങളെയാണ് ഉപയോഗിച്ചിരിക്കുന്നത്. ലീലാകാവ്യത്തിലെ ശ്ലോകങ്ങളിലേറെയും പ്രണയത്തിന്റെ ആന്തരികസത്ത ദ്യോതിപ്പിക്കുന്നവയാണ്''. താൻ വ്യാപരിക്കുന്ന രംഗത്തിലെ ആഴത്തിലുള്ള ജ്ഞാനത്തിന്റെ നിദർശനങ്ങളായി ഇത്തരം നിഗമനങ്ങളെ നിരീക്ഷിക്കാവുന്നതാണ്.

ലീലയിൽ സാമൂഹികകർത്തൃത്വങ്ങൾ രൂപപ്പെടുന്നത് എങ്ങനെയെന്ന് പി. പവിത്രൻ നിരീക്ഷിക്കുന്നുണ്ട്. 'ലീലയിൽ സഖീസങ്കല്പമുണ്ട്. ഈ ഫ്യൂഡൽസങ്കല്പം പ്രധാനം/അപ്രധാനം എന്ന നിലയിൽ അധികാരത്തിന്റെയും സമർപ്പണത്തിന്റെയും തലത്തിൽ കർത്തൃസ്ഥാനങ്ങൾക്ക് വിഭജനം നൽകുന്നു. വായനയിൽ അത്തരം ഒരു അധികാരഘടന അബോധമായി വന്നുചേർന്നു. നായികയ്ക്ക് കാമുകനെ കാണാൻ പുറത്തിറിങ്ങാൻ അവകാശമില്ലാത്ത അവസ്ഥയാണ് ഈ നായിക-സഖീ കഥാപാത്രസങ്കല്പത്തിൽ ഉള്ളത്. ഈ അർത്ഥത്തിൽ കാവ്യരൂപപരമായും കാവ്യസങ്കേതപരമായും ലീലയിൽ കർത്തൃസ്ഥാനബന്ധങ്ങൾ കൂടുതൽ യാഥാസ്ഥിതികമാണ്. എന്നാൽ, ഭർത്തൃവിയോഗശേഷം കാമുകനെ തേടിപ്പോകുന്ന എന്ന പ്രശ്നത്തിന്റെ മുമ്പിൽ ഈ അധികാരബോധം വായനയിൽ അബോധതലത്തിൽ മറഞ്ഞുനിൽക്കുന്നു.' സ്ത്രീയും സദാചാരബോധവും എപ്രകാരമാണ് ആശാന്റെ ലീലയിൽ സംഘർഷഭരിതമായിത്തീരുന്നുവെന്നതിന്റെ ധൈഷണിക പശ്ചാത്തലം വിശദമാക്കുവാൻ സുഹാസിനിയുടെ പുസ്തകത്തിനു കഴിയുന്നുണ്ട്. അതാണ് പുസ്തകത്തിന്റെ പ്രധാനഗുണം.

മലയാളസാഹിത്യവിമർശനത്തിൽ ഈ കൃതി എപ്രകാരമാണ് പ്രസക്തമാകുന്നതെന്ന് പരിശോധിക്കേണ്ടതുണ്ട്. ആധുനികതയുടെ കാലത്ത് ആരംഭിച്ച പ്രവണതാവിമർശനംതന്നെ പുതുകവിതകളെയും വിലയിരുത്താൻ തുടരുന്നുവെന്നതാണ് സമകാലികമലയാളകാവ്യവിമർശത്തിന്റെ പ്രധാനപരിമിതി. കാവ്യപ്രമേയത്തിലെ പൊതുപ്രവണതകളുടെ അടിസ്ഥാനത്തിൽ കവിതയെ പഠിക്കുന്ന രീതിയെയാണ് പ്രവണതാവിമർശം എന്നതുകൊണ്ട് ഇവിടെ ഉദ്ദേശിക്കുന്നത്. ആധുനികകവിതകളെ പഠിക്കാൻ സച്ചിദാനന്ദനെപോലുള്ളവർ ഉണ്ടാക്കിയ വഴിയാണിത്. ആധുനികമലയാളകവിതയുടെ പരിണാമങ്ങളെ മൂന്നു ഘട്ടങ്ങളായി തിരിച്ചുകൊണ്ടു അദ്ദേഹം നടത്തിയ നിരൂപണരീതിയിൽനിന്ന് അല്പവ്യത്യാസങ്ങൾ പ്രകടിപ്പിക്കുന്നുണ്ടെങ്കിലും പി. പവിത്രനും ഇതേ മാർഗത്തിൽതന്നെയാണ് സഞ്ചരിക്കുന്നത്. 'യൂറോപ്യൻ ഹ്യൂമനിസത്തിന്റെ പിടിയിൽനിന്ന് മലയാളകവിത രക്ഷപ്പെട്ടത് എൺപതുകളുടെ രണ്ടാം പകുതിയിലാണെന്ന്' പരികല്പന മുന്നോട്ടുവെച്ച് പവിത്രൻ നടത്തുന്ന കാവ്യവിമർശനവും സ്ഥലകാലസങ്കല്പത്തിലും സ്വത്വത്തിലും കാണുന്ന പൊതു പ്രവണതകളെ ആസ്പദമാക്കിയുള്ളതാണ്. എന്നാൽ പൊതുപ്രവണതകളിൽനിന്ന് ഭിന്നമായ മുദ്രകൾ മലയാളകവിതയിലുണ്ടോ എന്നു അന്വേഷിക്കുന്ന കെ.സി. നാരായണൻ പരിസ്ഥിതിബോധം,

സ്ത്രീവാദം, ദളിത്ബോധം എന്നീ പൊതുപ്രവണതകളും ആധുനികപരിഷ്കാരത്തെക്കുറിച്ചുള്ള വിമർശനബോധവും പുതുകവിതയുടെ പൊതുനീതിബോധമാണെന്ന കണ്ടെത്തലിലാണ് എത്തിച്ചേരുന്നത്. പ്രവണതാവിമർശനത്തിന്റെ ചട്ടക്കൂടിൽ ആശാൻകവിതകളെക്കുറിച്ചും ഏതാനും പഠനങ്ങൾ ഉണ്ടായിട്ടുണ്ട്. ഇത്തരമൊരു സന്ദർഭത്തിൽ ആശാന്റെ 'ലീല' എന്ന കൃതിയെ ലക്കോഫിന്റെ സങ്കല്പനലക്ഷകസിദ്ധാന്തത്തിന്റെ അടിസ്ഥാനത്തിൽ പരിശോധിക്കുന്ന ഈ പുസ്തകം കൂടുതൽ പ്രസക്തമാവുന്നു.

മലയാളവിമർശനത്തിന് പുതിയൊരു രീതിശാസ്ത്രം അവതരിപ്പിക്കുന്നുണ്ട് നിരൂപക. പല രൂപഭാവങ്ങളിൽ എഴുതപ്പെടുന്ന പുതുകവിതകളെക്കൂടി പഠിക്കാൻ ഉതകുന്ന തരത്തിൽ ശക്തമാണ് ഈ കൃതിയിൽ അവതരിപ്പിക്കുന്ന രീതിശാസ്ത്രം. ഖണ്ഡകാവ്യങ്ങൾക്കും മഹാകാവ്യങ്ങൾക്കും ഹൈക്കുകവിതകൾക്കും എസ്.എം.എസ് കവിതകൾക്കും ഒരുപോലെ പരീക്ഷിക്കാവുന്ന വിമർശനപദ്ധതിയാണ് എ.സി. സുഹാസിനി മുന്നോട്ടുവെയ്ക്കുന്നത്. കനപ്പെട്ട കൃതികളെ സക്രിയമായി പഠിക്കാനുള്ള പഠനസാമഗ്രികൾ തന്റെ പക്കലുണ്ടെന്ന് ഈ വനിതാസാന്നിധ്യം വിളിച്ചോതുന്നു. മലയാളവിമർശനരംഗത്ത് സ്ത്രീയുടെ ഇടപെടൽ ധൈഷണികവുമാകാമെന്ന് ഈ കൃതി നമ്മോട് പറയുന്നു.

ധൈഷണികസൗന്ദര്യശാസ്ത്രത്തെ ആസ്പദമാക്കി രചിക്കപ്പെട്ട മലയാളത്തിലെ ആദ്യസമഗ്രഗ്രന്ഥമാണിത്. മലയാളവിമർശനത്തിൽ ഒരു സ്ത്രീ നടത്തുന്ന ധീരധൈഷണികയാത്രയായി *ആശാന്റെ ലീല ലക്കോഫിന്റെ വായന* എന്ന പുസ്തകത്തെ വിലയിരുത്താം.

●

ആശാൻകവിത
മുൻവായനയും തൻവായനയും

കുമാരനാശാന്റെ കാവ്യങ്ങളുടെ സാമൂഹികവും രാഷ്ട്രീയവുമായ തലങ്ങളെ വിശകലനം ചെയ്യുന്ന പഠനങ്ങളാണ് കൂടുതൽ ഉണ്ടായിട്ടുള്ളത്. ജോസഫ് മുണ്ടശ്ശേരി, തായാട്ട് ശങ്കരൻ, ഇ.എം.ശങ്കരൻ നമ്പൂതിരിപ്പാട് തുടങ്ങിയവരുടെ പഠനങ്ങളാണ് ഇവയിൽ പ്രധാനം. ആശാന്റെ കാവ്യശൈലി, കവിയെ സ്വാധീനിച്ച ഘടകങ്ങൾ, രചനാശിൽപം, തത്വചിന്ത തുടങ്ങിയവയെക്കുറിച്ചുള്ള അന്വേഷണങ്ങളുടെ ഭാഗമായും ആശാൻ കവിതയുടെ സാമൂഹ്യവും രാഷ്ട്രീയവുമായ തലങ്ങൾ പരിശോധിക്കപ്പെട്ടിട്ടുണ്ട്.

കാവ്യജീവിതം ആരംഭിച്ചനാൾതൊട്ട് അവസാനംവരെ കുമാരനാശാൻ ഒരു വിപ്ലവകാരിയായിരുന്നുവെന്നാണ് ജോസഫ് മുണ്ടശ്ശേരി (1981) 'ആശാൻ വിപ്ലവത്തിന്റെ ശുക്രനക്ഷത്രം' എന്ന ലേഖനത്തിൽ പറയുന്നത്. വ്യക്തിയിൽനിന്ന് വിട്ട് മുഴുവൻ സമുദായത്തിന്റെയും അപമൃത്യുവിനെ പ്രതിരൂപണം ചെയ്യുവാനാണ് നളിനി, ലീല, ചിന്താവിഷ്ടയായ സീത, കരുണ തുടങ്ങിയ കാവ്യങ്ങളിൽ ആശാൻ മുതിരുന്നതെന്ന് മുണ്ടശ്ശേരി നിരീക്ഷിച്ചു. ഒരു കന്യകയെ സംബന്ധിച്ചിടത്തോളം തനിക്കനുയോജ്യനായ യുവാവിനെ പരിണയിക്കാനുള്ളതിലുമധികം സ്വാതന്ത്ര്യം അവളെ തീറ്റിപ്പോറ്റുന്ന കുടുംബത്തലവനു തന്റെ പദവിക്കനുയോജ്യനായ ഏതെങ്കിലും ഒരാൾക്ക് അവളെ കെട്ടിയേൽപിക്കാനുണ്ടെന്നുള്ള സാമൂഹ്യനടപടിയ്ക്കെതിരെയുള്ള പ്രതിഷേധമായിരുന്നു ലീലയിലൂടെ ആശാൻ നടത്തിയത്.

*'മാറ്റുവിൻ ചട്ടങ്ങളെ സ്വയമല്ലെങ്കിൽ
മാറ്റുമതുകളീ നിങ്ങളെത്താൻ'*

എന്നൊരു താക്കീതും നൽകിയാണ് കവി ലോകത്തോട് വിട പറഞ്ഞത്. തനിക്കു മുമ്പിൽ 'മാറും, എല്ലാം മാറും, മാറുന്നില്ലെങ്കിൽ മാറ്റും എന്നു നിശ്ശബ്ദമായിട്ടെങ്കിലും ശഠിച്ചുറ്റത്തോടെ മുന്നേറിക്കൊണ്ടിരുന്ന പുതിയ തലമുറകളെ കാണുവാനും അവയ്ക്കുവേണ്ടി പാടാനും അദ്ദേഹത്തിനു കഴിഞ്ഞു. കാവ്യരചനയുടെ എല്ലാ വശങ്ങളിലും അദ്ദേഹത്തിന്റെ ക്രാന്തദർശിത്വം കാണാനാവുമെന്ന് മുണ്ടശ്ശേരി നിരീക്ഷിക്കുന്നുണ്ട്.

കുമാരനാശാന്റെ ജീവിതത്തെയും ആ കാലഘട്ടത്തിൽ സാമൂഹ്യചലനമുണ്ടാക്കിയ ആശയധാരയെയും കവിയുടെ കാവ്യലോകവുമായി കൂട്ടിയിണക്കിക്കൊണ്ട് പഠിക്കുന്ന ഗ്രന്ഥമാണ് തായാട്ട് ശങ്കര(1973)ന്റെ 'ആശാൻ നവോത്ഥാനത്തിന്റെ കവി'.

ഈ പുസ്തകത്തെ അഞ്ചു ഭാഗങ്ങളായി തിരിച്ചിരിക്കുന്നു. പതിനെട്ടാം നൂറ്റാണ്ടിൽ ബംഗാളിൽ ആരംഭിക്കുകയും പത്തൊമ്പതാം നൂറ്റാണ്ടോടെ ഇന്ത്യയിലാകെ വ്യാപിക്കുകയും ചെയ്ത ലിബറലിസമാണ് ആശാൻകവിതകൾക്ക് ഉത്തേജനമായിത്തീർന്നതെന്നാണ് ലേഖകന്റെ കണ്ടെത്തൽ. വിപ്ലവം എന്ന പദത്തിന് സാമ്പത്തിക വിപ്ലവമെന്നാണർഥമെങ്കിൽ ആശാൻ വിപ്ലവകാരിയോ വിപ്ലവത്തിന്റെ ശുക്രനക്ഷത്രമോ അല്ല. സാമ്പത്തിക സമത്വം അദ്ദേഹത്തിന്റെ സമത്വദർശനത്തിനു പുറത്തായിരുന്നു. ലൗകികതയുടെ മണ്ഡലത്തിൽത്തന്നെ ലിബറലിസമാണ് ആശാന്റെ കാഴ്ചപ്പാട്. ലിബറലിസത്തിന്റെ സാഹിത്യരൂപമായ റൊമാന്റിസിസത്തിലാണ് അദ്ദേഹം കാവ്യജീവിതത്തിന്റെ ആദ്യകാലത്തു വിഹരിച്ചത്. ചിന്താപദ്ധതിയിൽ റാം മോഹൻ റോയിയാണദ്ദേഹത്തിന്റെ മാതൃക. 'സ്വാതന്ത്ര്യം തന്നെയമൃതം' എന്ന് ആശാൻ പറയുമ്പോൾ അത് സാമൂഹികമായ അസമത്വത്തിൽനിന്നുള്ള സ്വാതന്ത്ര്യമാണ്. ഇന്ത്യൻ നവോത്ഥാന പ്രസ്ഥാനത്തിന്റെ രണ്ടു ധാരകളിലൊന്നായ ഭരണവിധേയത്വം പുലർത്തിയ ലിബറിലിസത്തിന്റെ പ്രതിനിധിയായിരുന്നു ആശാൻ. ഇങ്ങനെ ആശാന്റെ ചിന്താപദ്ധതിയെക്കുറിച്ച് വ്യക്തമാക്കുന്ന ലേഖകൻ തുടർന്ന് വീണപൂവിന്റെ അന്തർധാര സക്തിയോ വിരക്തിയോ എന്നാരായുകയും വിരക്തിയിൽനിന്ന് സക്തിയിലേക്കുള്ള തിരിച്ചുവരവാണ് ആശാൻ കവിതയെന്ന് 'നളിനി'യെ അടിസ്ഥാനമാക്കി വിലയിരുത്തുകയും ചെയ്യുന്നു. 'പുനർവിചിന്തന' മെന്ന ഭാഗത്ത് ആറ്റൂർ, മാരാർ, മുണ്ടശ്ശേരി എന്നിവർ ആശാന്റെ സീതയെക്കുറിച്ച് നടത്തിയ നിഗമനങ്ങളെ

അപഗ്രഥിക്കുകയും ഒപ്പം സുകുമാർ അഴീക്കോട്, പി.കെ. ബാലകൃഷ്ണൻ എന്നിവരുടെ സീതാപഠനങ്ങളെ വിശദമായി താരതമ്യത്തിന് വിധേയമാക്കുകയും ചെയ്യുന്നു. പലരൂപത്തിലുള്ള രാമകഥയെക്കുറിച്ചും ഇതിഹാസകഥയും ഭാരതീയ സ്ത്രീത്വത്തിന്റെ പതനവും എങ്ങനെ ബന്ധപ്പെട്ടു കിടക്കുന്നുവെന്നതിനെക്കുറിച്ചും വിശദപഠനം നടത്തുന്ന ലേഖകൻ ആശാന്റെ സീതയെക്കുറിച്ചും വിസ്തരിച്ച് ഉപപാദിക്കുന്നു.

ജന്മ-സാഫല്യം എന്നാണ് നാലാം ഭാഗത്തിന് തായാട്ട് ശങ്കരൻ നൽകുന്ന പേര്. ആശാന്റെ കാവ്യങ്ങളോട് പുലർത്തുന്ന സമീപനഭേദങ്ങളും 'ദുരവസ്ഥ' എന്ന കാവ്യത്തിന്റെ അന്തർധാരയും കവിതയിലെ ഭാവശിൽപവുമൊക്കെ ഇവിടെ ചർച്ചാവിഷയമാകുന്നു. ചുരുക്കത്തിൽ, ആശാനെന്ന കവിയെ സമഗ്രമായി പഠിക്കുകയും, കാവ്യങ്ങളെ അവഗാഹപൂർവ്വം വിലയിരുത്തുകയും ചെയ്യുന്ന ഗ്രന്ഥമാണ് 'ആശാൻ: നവോത്ഥാനത്തിന്റെ കവി' എന്നു പറയാം. ആശാൻ വിപ്ലവത്തിന്റെ ശുക്രനക്ഷത്രമെന്ന മുണ്ടശ്ശേരിയുടെ വിശേഷണം തന്നെയാണ് ഇ.എം.എസ് (1995) 'ആശാനും മലയാളസാഹിത്യവും' എന്ന കൃതിയിൽ കുമാരനാശാനെ കുറിക്കാൻ ഉപയോഗിക്കുന്നത്. ജാതി-ജന്മി- നാടുവാഴി സമൂഹത്തിനും സംസ്കാരത്തിനുമെതിരായ കലാപമാണ് ആശാൻ കൃതികളെന്നും, വീണപൂവ് മുതൽ കരുണ വരെയുള്ള എല്ലാ കവിതകളിലും ഇത് കാണാമെന്നും, അതേവരെ ഉണ്ടായതും അന്നു നിലവിലിരുന്നതുമായ കേരളീയ കവിതാപാരമ്പര്യത്തിന് തികച്ചും എതിരായിരുന്നു ആശാൻ കൃതികളെന്നും ഇ.എം. എസ് വിലയിരുത്തുന്നു.

ആശാന്റെ ആത്മീയതയിൽത്തന്നെ ജാതിമേധാവിത്വത്തിനെതിരായ കലാപം ഒളിഞ്ഞുകിടക്കുന്നുണ്ട്. കവിതാമാധ്യമത്തിൽക്കൂടി സാമൂഹികകലാപത്തിന്റെ കൊടി ആദ്യമായി ഉയർത്തിയെന്നതാണ് ആശാന് കേരളചരിത്രത്തിലുള്ള സ്ഥാനം. അതേസമയം കവിതാരചനയെ സംബന്ധിച്ചുള്ള അന്നത്തെ അംഗീകൃതസിദ്ധാന്തങ്ങളിൽ ഉറച്ചുനിന്ന കവിയായിരുന്നു ആശാൻ. അതുകൊണ്ടാണ് അദ്ദേഹത്തിന് ദ്വിതീയാക്ഷരപ്രാസനിർബന്ധത്തിൽനിന്ന് സ്വയം മോചനം നേടാൻ കഴിയാതെ വന്നത് എന്ന് ഇ.എം.എസ് കണ്ടെത്തുന്നു.

ആശാൻ കൃതികളിൽ ഒരു തരത്തിലല്ലെങ്കിൽ മറ്റൊരു തരത്തിൽ ജാതി-ജന്മി-നാടുവാഴി സമൂഹത്തിനും സംസ്കാരത്തിനും എതിരായ കലാപത്തിന്റെ സന്ദേശമുണ്ട്. ഇതെല്ലാം രചിച്ച ആശാൻ ബൂർഷ്വാ വിപ്ലവത്തിന്റെ പരിമിതികൾക്ക് വിധേയനായിരുന്നു. ആ പരിമിതികളാണ് ദേശീയസ്വാതന്ത്ര്യപ്രസ്ഥാനം, ആത്മീയത, കവിതാരൂപം സംബന്ധിച്ച ഗതാനുഗതികത്വം മുതലായവ. പിന്നീട് ഈ

പരിമിതികളിൽനിന്ന് വിമുക്തമായി സോഷ്യലിസ്റ്റ് വിപ്ലവത്തിന് കളമൊരുക്കുന്ന കൃതികളുണ്ടായി. ചങ്ങമ്പുഴ, തകഴി, കേശവദേവ്, മുതലായവരിൽത്തുടങ്ങി ജീവൽ - പുരോഗമനസാഹിത്യപ്രസ്ഥാനങ്ങളായി അത് രൂപം പ്രാപിച്ചു. അതിനടിത്തറയിടുന്നതിൽ ആശാൻ ക്രിയാത്മകമായ പങ്കു വഹിച്ചുവെന്നത് പ്രധാനപ്പെട്ടൊരു കാര്യമാണെന്ന് ഇ.എം.എസ്. വിലയിരുത്തുന്നു.

കവിയും കാവ്യദർശനവും

മഹാകവിയുടെ പ്രതിഭാവിലാസത്തെയും തത്വചിന്തയെയും വിലയിരുത്തുന്ന പഠനങ്ങളും കുറവല്ല. ആശാന്റെ കാവ്യങ്ങളുടെ ദാർശനികതലങ്ങൾ കേരളീയ നവോത്ഥാനമുന്നേറ്റങ്ങളുമായി എപ്രകാരം ബന്ധം പുലർത്തുന്നു, സാമുദായികവ്യവസ്ഥയോട് കലഹിക്കുന്ന കവിപ്രതിഭയുടെ സവിശേഷസ്വഭാവമെന്താണ് എന്നെല്ലാമുള്ള അന്വേഷണങ്ങൾ ഇത്തരം പഠനങ്ങൾ ഉൾക്കൊള്ളുന്നു. കുമാരനാശാന്റെ കാവ്യജീവിതത്തെ അടിസ്ഥാനമാക്കി കവി പുലർത്തിയിരുന്ന തത്വചിന്തയുടെ സ്വഭാവവും ഇവയിൽ വെളിവാകുന്നുണ്ട്.

പി.കെ ബാലകൃഷ്ണൻ (2009) 'കാവ്യകല കുമാരനാശാനിലൂടെ' എന്ന ഗ്രന്ഥം രൂപകൽപന ചെയ്തിരിക്കുന്നത് പതിവുരീതികളിൽ നിന്ന് വ്യത്യസ്തമായാണ്. അതിനുകാരണം ചരിത്രത്തെയും സാഹിത്യത്തെയും സ്വതന്ത്രമായ രീതിയിൽ നോക്കിക്കാണുന്ന ഒരന്വേഷകനാണ് ലേഖകൻ എന്നതാണ്. കുമാരനാശാന്റെ ജീവിതത്തെയും പ്രതിഭയെയും പരിചയപ്പെടുത്തുകയും വിശകലനം ചെയ്യുകയും ചെയ്യുന്ന പുസ്തകമാണിത്. കാട്ടുകയറിയ കവിപ്രതിഭ എന്നാണ് രണ്ടാം അധ്യായത്തിന് പേരിട്ടിരിക്കുന്നത്. കാട്ടുകയറിയ കവിപ്രതിഭയെ വിലയിരുത്താൻ പോന്ന മട്ടിൽ ഗ്രന്ഥകാരന്റെ അന്വേഷണവും പതിവുരീതികൾ വിട്ട് സഞ്ചരിച്ചതിന്റെ ഫലമാണ് ഈ കൃതി. കവിയുടെ കാവ്യജീവിതത്തിലെ പ്രധാനപ്പെട്ട കാവ്യങ്ങൾ എഴുതാനെടുത്ത സമയം, അവയുടെ ഭാവസവിശേഷതകളും ദാർശനിക സ്വഭാവവും, അക്കാലത്ത് നിലനിന്നിരുന്ന സാമുദായികജീവിതത്തോട് കവി പുലർത്തിയിരുന്ന മനോഭാവം എന്നിവ വിശകലനവിധേയമാക്കുന്നു. ഒപ്പം കാവ്യരചനയിലെ കാവ്യശിൽപ സവിശേഷതകളും വിലയിരുത്തുന്നു. ദുരവസ്ഥ, കരുണ, ചിന്താവിഷ്ടയായ സീത, തുടങ്ങിയ കാവ്യങ്ങളുടെ ഇതിവൃത്തം, രചനാശൈലി, സാമൂഹികവീക്ഷണം എന്നിവയും ഈ അധ്യായത്തിൽ പഠനവിധേയമാക്കുന്നു.

പ്രതിഭാസംഗമം എന്ന മൂന്നാം അധ്യായത്തിൽ, കവിയെന്ന നിലയിലേക്കുള്ള ആശാന്റെ വളർച്ചയുടെ കാലത്ത് അദ്ദേഹം

മലയാള സാഹിത്യത്തിലെ ഏതേത് കൃതികളുമായി എപ്രകാരമുള്ള ബന്ധമാണ് പുലർത്തിയിരുന്നത് എന്നും അദ്ദേഹത്തെ കവിതയെഴുത്തിലേക്ക് തിരിച്ചുവിട്ട സ്വാധീനശക്തിയെന്തെന്നതിനെക്കുറിച്ചും പ്രതിപാദിക്കുന്നു. ശ്രീനാരായണ ഗുരുവിനോട് കവി പ്രകടിപ്പിച്ച സ്നേഹവും ഭക്തിയും വിധേയത്വവും അന്യാദൃശമാണ്. സ്വാമിയുടെ ശിക്ഷണം കുമാരനാശാനെ എങ്ങനെ രൂപപ്പെടുത്തി എന്നത് പരിശോധിക്കുന്നതിന് ലേഖകൻ പഠനവിധേയമാക്കിയത് അക്കാലത്തെ കേരളീയ നവോത്ഥാന പ്രവർത്തനങ്ങളുടെ ചരിത്രത്തിലെ സൂക്ഷ്മവസ്തുതകളാണ്.

വീണപൂവ്, നളിനി, ലീല എന്നീ കാവ്യങ്ങളെ അദ്ദേഹം 'വളർച്ചയും സാഫല്യവും' എന്നു പേരിട്ടിരിക്കുന്ന അധ്യായത്തിലാണ് പരിശോധിക്കുന്നത്. കവിത്വസിദ്ധിയും ചിന്താപരമായ ഇരുത്തവും ഭാവനയ്ക്ക് കടിഞ്ഞാണിടാൻ മാത്രം കരുത്തുള്ള കാവ്യകലാവിജ്ഞാനവും വിളുമ്പിനിൽക്കുന്ന കാവ്യമാണ് വിണപൂവ് എന്നാണ് ബാലകൃഷ്ണന്റെ വിലയിരുത്തൽ. കൗമാരകാലത്ത് പ്രകാശിപ്പിക്കപ്പെട്ട കവിസ്വത്വവുമായി നളിനിയും ലീലയും എങ്ങനെ ബന്ധപ്പെട്ടിരിക്കുന്നുവെന്നും വീണപൂവ് മുതൽ കരുണവരെയുള്ള ആശാൻസാഹിതി മലയാള സാഹിത്യപാരമ്പര്യവുമായി എങ്ങനെയെല്ലാം ബന്ധപ്പെട്ടിരിക്കുന്നുവെന്നും പതിവുമട്ടിലുള്ള വിശകലന സമ്പ്രദായത്തിൽനിന്ന് വ്യത്യസ്തമായാണ് അദ്ദേഹം അന്വേഷിക്കുന്നത്. സ്തോത്രകാരനായ കവിയിൽനിന്ന് വീണപൂവും നളിനിയും ലീലയുമെഴുതുന്ന കവിയിലേക്കുള്ള വളർച്ച സ്വാഭാവികം മാത്രമാണെന്നാണ് ജീവവസ്തുപരമായ വസ്തുതകളെ കണക്കിലെടുത്തുകൊണ്ട് ലേഖകൻ നിരീക്ഷിക്കുന്നത്. സമയബദ്ധമായ സാമുദായികജീവിതത്തിൽനിന്ന് വേർപെട്ട് സ്ഥലകാല ബാധ്യതകളൊഴിഞ്ഞ ഏതോ നിത്യതയിൽ തന്റെ നാടകങ്ങൾ സമാപിക്കണമെന്ന ത്വര ആശാന്റെ പ്രധാന പ്രേമകാവ്യങ്ങളിലെല്ലാം കാണാമെന്ന് ബാലകൃഷ്ണൻ നിരീക്ഷിക്കുന്നുണ്ട്. ഈ നിരീക്ഷണത്തിലേക്ക് അദ്ദേഹമെത്തുന്നത് നളിനിയിലെയും ലീലയിലെയും സമാപ്തിരംഗങ്ങളെ അപഗ്രഥിച്ചുകൊണ്ടാണ്.

മഹാകവിയെ സംബന്ധിച്ചിടത്തോളം ഒരേ ആശയത്തെ കൂടുതൽ ഭംഗിയോടെ പ്രകാശിപ്പിക്കാൻ ആവർത്തിച്ചു നടത്തിയ ശ്രമങ്ങളാണ് മൂന്നു പ്രേമകാവ്യങ്ങളും എന്നാണ് ബാലകൃഷ്ണന്റെ അഭിപ്രായം. മരണത്തോടും ശാശ്വതജീവിതത്തോടും കൂടിക്കുഴഞ്ഞ ഒരു പ്രേമസങ്കൽപ്പം കവിയെ വല്ലാതെ അലട്ടിയിരുന്നു ലോകജീവിതത്തിന്റെ അതിരുകൾക്കുള്ളിൽവെച്ച് സാമുദായിക നീതിയനുസരിച്ച് ആശാന്റെ പ്രേമകാവ്യങ്ങളെയോ നായികമാരേയോ വിലയിരുത്താനാവില്ല.

അദ്വൈതചിന്തയുടെയും അതിനോട് ബന്ധപ്പെട്ട ഭക്തിഭാവത്തിന്റെയും കവി പഠിച്ചറിഞ്ഞ തത്വശാസ്ത്രങ്ങളുടെയും അടിസ്ഥാനത്തിൽ കവിയുടെ പ്രേമസങ്കൽപ്പത്തെ വിശകലനം ചെയ്യാനുമാവില്ല. എന്നാൽ അതെല്ലാം കവിയെ സംബന്ധിച്ചിടത്തോളം അബോധ സ്വാധീനങ്ങളായിരുന്നുതാനും. തികച്ചും റൊമാന്റിക് എന്ന് വിശേഷിപ്പിക്കാവുന്ന ഭാവതലം ആശാന്റെ കാവ്യങ്ങൾക്കുണ്ടായിരുന്നു. ആ ഭാവതലത്തിന്റെ സൂക്ഷ്മവും സങ്കീർണവുമായ വശങ്ങളെ സാമ്പ്രദായിക നിരൂപണത്തിന്റെ വഴിയിൽനിന്ന് മാറി സ്വതന്ത്രാന്വേഷണത്തിന്റെ വഴിയിലൂടെ വിശകലനം ചെയ്യാനാണ് 'കാവ്യകല കുമാരനാശാനിലൂടെ' എന്ന ഗ്രന്ഥത്തിൽ പി. കെ. ബാലകൃഷ്ണൻ ശ്രമിച്ചത്.

ആശാന്റെ ബാല്യകാല ജീവിതവിവരണം, സ്തോത്രകൃതികളെക്കുറിച്ചുള്ളസംക്ഷിപ്തപരാമർശങ്ങൾ, കാവ്യങ്ങളെക്കുറിച്ചുള്ള, പ്രത്യേകിച്ച് ലീലാകാവ്യത്തെക്കുറിച്ചുള്ള സാമാന്യം നീണ്ട വിവരണം എന്നിവ ഉൾക്കൊള്ളുന്നതാണ് 'കുമാരനാശാൻ - ദിവ്യകോകിലം' എന്ന എം. ലീലാവതി(1991)യുടെ ലേഖനം.

ആശാന്റെ ആദ്യകാല വ്യക്തിത്വത്തെയാണ് സ്തോത്രകൃതികളിൽ പരിചയപ്പെടുന്നത്. വിഷയാസക്തിയിൽനിന്നുള്ള മോചനത്തെമാത്രമേ മോചനമെന്ന് അക്കാലത്ത് കരുതിയിട്ടുള്ളൂ. ശിവഭക്തി പഞ്ചകം, ശിവജ്ഞാനപഞ്ചകം, ശിവയോഗിപഞ്ചകം, ശിവമാഹാത്മ്യസ്തോത്രം എന്നിവയിലെല്ലാം ഒന്നിനൊന്നുയർന്നു പൊങ്ങുന്ന ശിവഭക്തിതരംഗങ്ങൾ തന്നോടുതന്നെ ചെയ്തിരുന്ന ഒരു സമരത്തിന്റെ കോളിളക്കത്തെക്കൂടി ധ്വനിപ്പിക്കുന്നുണ്ടാവാമെന്നാണ് ലേഖിക കരുതുന്നത്. രക്തിയും വിരക്തിയും തമ്മിലുള്ള ഏറ്റുമുട്ടൽ എന്ന് നളിനിയിലെ കഥയെ ഒറ്റ വാക്യത്തിൽ ചുരുക്കിപ്പറയാം. സ്വാന്തരാത്മാവിൽ നടന്ന ഒരു സംഘർഷത്തിന്റെ കഥയാണിത്. യുക്തിവിചാരവും, ബോധമനസ്സമെല്ലാം ഒരു പക്ഷം, സഹജപ്രേരണ മറുവശം. അങ്ങനെ രണ്ട് അർധങ്ങൾ സ്വാത്മാവിൽ ഏറ്റുമുട്ടുകയും ഓരോരോ കഥാപാത്രങ്ങളായി രൂപപ്പെടുകയും ചെയ്തു. കാളിദാസകൃതികളും ടാഗോർകൃതികളുമായുള്ള സംസർഗം ഒരു ഉൾപ്രേരണയായി കവിയ്ക്കൊപ്പം ഉണ്ടാവുകയും ചെയ്തിരുന്നു. അങ്ങനെയാണ് കാളിദാസന്റെ പാർവ്വതിയുടെയും ടാഗോറിന്റെ നളിനിയുടെയും ഛായ ആശാന്റെ നളിനിയ്ക്ക് കിട്ടുന്നത്. രക്തിവിരക്തിസംഘർഷത്തിൽ രക്തിമാർഗ്ഗത്തിന് പ്രത്യക്ഷവിജയമാണ് കാളിദാസന്റെ ദർശനമെങ്കിൽ പരോക്ഷവിജയമാണ് ആശാന്റെ ദർശനമെന്ന് ലീലാവതി വിലയിരുത്തുന്നു.

മണ്ണിന്റെ മണവും ഗുണവുമുള്ള രതിയുടെ ഒരു മുഖമാണ് ലീലയിൽ കവി അവതരിപ്പിക്കുന്നതെന്നാണ് ലേഖിക കണ്ടെത്തുന്നത്. അതിനായി കാവ്യത്തിന്റെ സാരം സാമാന്യം വിസ്തരിച്ച് ഉപപാദിക്കുന്നുണ്ട് അവർ. വാൽമീകിയുടെയും കാളിദാസന്റെയും ഹൃദയമറിഞ്ഞുകൊണ്ട് അവർ സൃഷ്ടിച്ച സീതയുടെ മഹത്വത്തിനും ദിവ്യതയ്ക്കും ഒരു പരിക്കുമേൽപ്പിക്കാതെ, അവർ വിസ്തരിച്ച് വിഭാവനം ചെയ്യാത്ത ഒരു രംഗത്ത് വർത്തിക്കുന്ന സീതയെയാണ് ആശാൻ 'ചിന്താവിഷ്ടയായ സീത'യിൽ ആവിഷ്കരിച്ചിരിക്കുന്നതെന്നാണ് ലീലാവതിയുടെ നിരീക്ഷണം.

1920 ഓടു കൂടി ആശാന്റെ കാവ്യജീവിതത്തിൽ മറ്റൊരുഘട്ടം ആരംഭിക്കുകയാണ്. അതെങ്ങനെയെന്ന് പ്രസ്താവിക്കുന്നുണ്ട് ലേഖിക. 1908 വരെ ഭക്തിഘട്ടവും പിന്നെ ഒരു വ്യാഴവട്ടം 'പ്രതിജനഭിന്നവിചിത്ര'മായ മനുഷ്യജീവിതത്തിന്റെ ലൗകികവും ആത്മീയവുമായ ഗതിവിഗതികളിൽ ശ്രദ്ധ കേന്ദ്രീകരിച്ച ഘട്ടവുമായിരുന്നു. അക്കാലത്ത് സമൂഹമല്ല, വ്യക്തിയായിരുന്നു കവിയുടെ നിരീക്ഷണഘടകം. 'പ്രതിജനഭിന്നവിചിത്രം' എന്ന വിശേഷണത്തിന്റെ അർഥവ്യാപ്തി ആവശ്യപ്പെടുന്നിടത്തോളം വ്യക്തിജീവിതത്തിൽ കവി നോട്ടം കേന്ദ്രീകരിച്ചു. അതിനുശേഷം 1922 കാലത്ത് സമൂഹജീവിതപ്രശ്നങ്ങളിലേയ്ക്കിറങ്ങി വന്നു. ഇതേ വർഷം നിയമസഭാംഗമായി. 1922- ൽ തന്നെയാണ് വെയിൽസ് രാജകുമാരൻ നൽകിയ പട്ടുംവളയും സ്വീകരിച്ചതും. ദുരവസ്ഥയും ചണ്ഡാലഭിക്ഷുകിയുമാണ് ഇക്കാലത്തുണ്ടായ കൃതികൾ. 1923 -ലാണ് ആശാന്റെ അവസാനകൃതിയായ കരുണ പ്രസിദ്ധം ചെയ്യുന്നത്. ആശാന്റെ കൃതികൾ മൊത്തത്തിൽ പരിശോധിച്ചുകൊണ്ട് മലയാള കവിതാസാഹിത്യചരിത്രത്തിൽ കവിയുടെ സ്ഥാനം അടയാളപ്പെടുത്തുകയാണ് എം. ലീലാവതി.

മലയാളത്തിലെ ദാർശനികകവി എന്ന പേരിന് തികച്ചും അർഹതയുള്ളത് കുമാരനാശാനാണ് എന്ന നിഗമനത്തിന്റെ വക്താവാണ് കുറ്റിപ്പുഴ കൃഷ്ണപിള്ള (1990). ആശാൻ ദാർശനിക കവി എന്ന ലേഖനത്തിലാണ് അദ്ദേഹം ഇപ്രകാരം പറയുന്നത്. കവിത ജീവതനിരൂപണമാണെന്ന മാത്യൂആർനോൾഡിന്റെ നിർവ്വചനം ഏറ്റവും അർഥവത്തായി കാണുന്നത് ആശാൻ കൃതികളിലാണെന്നാണ് അദ്ദേഹത്തിന്റെ വിശ്വാസം. ഈ വിഷയത്തിൽ മറ്റേതൊരു മലയാളകവിയേക്കാളും ക്രാന്തദർശിത്വം ആശാൻ പ്രകടിപ്പിച്ചിട്ടുണ്ടെന്ന് ലേഖകൻ സമർത്ഥിക്കുന്നുണ്ട്.

ഒരു ദാർശനിക സിദ്ധാന്തത്തിലും ബദ്ധമായിരുന്നില്ല ആശാന്റെ സ്വതന്ത്രബുദ്ധി. ജഗത്ത് മിഥ്യയെന്നും മായയെന്നും പറഞ്ഞ് ഒരു

വശത്തുടെ അതിനെ തള്ളിക്കളയുന്ന കവി മറുവശത്തുടെ അതിന് യാഥാർത്ഥ്യം കൽപിക്കുന്നു. ജീവിതമൂല്യങ്ങൾക്കും മനുഷ്യമഹത്വത്തിനും വേണ്ടി വാദിക്കുന്നു. അന്ധവിശ്വാസങ്ങളോടും ദുരാചാരങ്ങളോടും അടരാടുന്നു. സമത്വം, സാഹോദര്യം, സ്വാതന്ത്ര്യം എന്നീ സകാരത്രയത്തിന്റെ സന്ദേശവാഹകനെന്ന നിലയിൽ ആരാധ്യനായ മനുഷ്യസ്നേഹിയായി പ്രത്യക്ഷപ്പെടുന്നു. ആർഷസിദ്ധാന്തങ്ങൾക്കു വിരുദ്ധമായി ബൗദ്ധദർശനത്തെപ്പോലും അദ്ദേഹം തന്റെ കാവ്യവേദിയിൽ പ്രതിഷ്ഠിച്ചു. ഇവയാണ് കുമാരനാശാനെക്കുറിച്ച് കുറ്റിപ്പുഴ കൃഷ്ണപിള്ള വെച്ചു പുലർത്തിയ ധാരണകൾ.

ഒരു വശത്ത് കവിസഹജമായ മനോവാസനകളും വൈകാരികബന്ധങ്ങളും; മറുവശത്തു ബുദ്ധിഗോചരവും ജീവിതചര്യോദ്ഭിന്നവുമായ അനുഭവങ്ങൾ - തുല്യബലങ്ങളായ ഈ ആഭ്യന്തരശക്തികളുടെ പരസ്പരസംഘർഷം അറിഞ്ഞുമറിയാതെയും ആശാന്റെ അന്തരംഗത്തിൽ നെടുനാൾ നടന്നുകൊണ്ടിരുന്നുവെന്നും അദ്ദേഹത്തിന്റെ കവിതകൾക്ക് ആഴവും ഉൗക്കവും ശക്തിയും ഗാംഭീര്യവുമരുളിയത് ഈ അന്തഃസംഘർഷമാണെന്നു തോന്നുന്നുവെന്നും എൻ. കൃഷ്ണപിള്ള (1992) 'ആശാൻ കവിതയ്ക്കൊരാമുഖം' എന്ന ലേഖനത്തിൽ വിലയിരുത്തുന്നു.

വേദാന്തമതവിശ്വാസിയായിരിക്കെത്തന്നെ സ്നേഹഗായകനാവുക, പ്രപഞ്ചത്തിന്റെ നിസ്സാരതയിലും നിയതിയുടെ ഉച്ഛൃംഖലഗതിയിലും പ്രത്യയമർപ്പിച്ചുകൊണ്ട് 'സ്നേഹമാണഖില സാരമൂഴിയിൽ' എന്ന് ഉദ്ഘോഷിക്കുക എന്നിങ്ങനെ വേണ്ടത്ര പൊരുത്തപ്പെടാനാവാത്ത രണ്ടു വീക്ഷണകോടികൾ ആശാൻകൃതികളിൽ പ്രത്യക്ഷപ്പെടുന്നുണ്ടെന്ന് കൃഷ്ണപിള്ള കണ്ടെത്തുന്നു.

കാവ്യരചനയിൽ ആശാൻ പുലർത്തുന്ന ഏകാഗ്രതാബോധം വളരെ ശ്രദ്ധേയമാണ്. പ്രതിപാദ്യവിഷയത്തെക്കുറിച്ച് ഗാഢവും സമഗ്രവുമായി ധ്യാനിച്ച് അവയുടെ വിവിധ ഘടകങ്ങൾക്കുള്ള പരസ്പരബന്ധം, പ്രധാനവും അപ്രധാനവുമായ അംശങ്ങൾ തുടങ്ങിയവയെക്കുറിച്ച് വ്യക്തമായ ധാരണയുണ്ടായിക്കഴിഞ്ഞതിനുശേഷമേ ആശാൻഎഴുതുകയുള്ളു എന്ന ലേഖകന്റെ നിരീക്ഷണം ആശാൻകവിതകളെക്കുറിച്ച് മനസ്സിലാക്കാൻ ശ്രമിക്കുന്നവർക്ക് അനുഭവവേദ്യമാകുമെന്ന് പറയാൻ കഴിയും.

താൻ ജീവിക്കുന്ന ലോകവും മനുഷ്യനും തമ്മിലുള്ള സങ്കീർണമായ ബന്ധത്തേയും ആ ബന്ധത്തെക്കുറിച്ചുള്ള ബോധത്തേയുമാണ് തത്ത്വചിന്ത എന്ന് നാം പറഞ്ഞു പോരുന്നത് എന്ന് തത്ത്വചിന്തയ്ക്ക്

ഒട്ടും സങ്കീർണമല്ലാത്ത ഒരു നിർവചനം നൽകിയാണ് എം.എൻ. വിജയൻ (1986) ആശാന്റെ തത്ത്വചിന്തയെ വിശകലനം ചെയ്യുന്നത്.

മഹാകവി കുമാരനാശാന്റെ ജീവിതപരിണാമം നവോത്ഥാനാചാര്യന്മാരുടെയും ശാക്യമുനിമാരുടെയും ജീവിതപരിണാമത്തിന്റെ താളം തന്നെയാണ് ഉൾക്കൊള്ളുന്നത് എന്ന് നിരീക്ഷിച്ച് ലേഖകൻ പറയുന്നു, ജീവിതത്തിന്റെ ആദ്യഘട്ടങ്ങളിലും കാവ്യജീവിതത്തിന്റെ ആദ്യവർഷങ്ങളിലും യുവാവായ ആശാൻ ജീവിതനിഷേധിയായ ഒരദ്വൈതവാദിയായിരുന്നു. ശിവനും സുബ്രഹ്മണ്യനും ദുർഗയും ഉണ്ടായിരുന്ന മഹാകവിയുടെ അന്നത്തെ ലോകത്തിൽ മനുഷ്യർക്ക് പ്രത്യേകിച്ച് സ്ത്രീകൾക്ക് സ്ഥാനമുണ്ടായിരുന്നില്ല. തികഞ്ഞ ഒരദ്വൈതിയുടെ മൂഢശൈലിയിലാണ് 'കാമിനിഗർഹണം' എന്ന കവിതയിൽ ആശാൻ സ്ത്രീത്വത്തെ അപലപിക്കുന്നത്. സ്ത്രീയേയും വികാരത്തെയും സ്നേഹത്തെയും ബന്ധനമായി കരുതിയിരുന്ന ഒരു യുവാവിന്റെ ഭീതി ഈ ലഘുകവിതയിൽ ഉണ്ട്.

ആശാന്റെ വിദേശസഞ്ചാരവും ഭാരതീയമല്ലാത്ത തത്ത്വചിന്തകളുമായി നേടിയ പരിചയവും ആശാന്റെ ചിന്തകളിൽ മാറ്റം വരുത്തി. പാശ്ചാത്യവിചാരധാരകളിൽ ക്കൂടി ജീവിതത്തെ അഭിവീക്ഷിച്ചതിന്റെ ലക്ഷണമാണ് 'വീണപൂവ്' എന്ന ധ്യാനാത്മകകാവ്യമെന്നാണ് ലേഖകന്റെ പക്ഷം. വീണപൂവിൽ കവിയുടെ പഴയ നിയതമായ അദ്വൈതവാദം ഉലഞ്ഞുനിൽക്കുന്നതായി കാണാം. ഇതോടുകൂടി കവി സ്തോത്രകൃതികൾ എഴുതിപ്പോന്ന കവിയിൽനിന്ന് വ്യത്യസ്തനായി മാറി. ജീവിത മൂല്യങ്ങളെക്കുറിച്ചുള്ള ധർമസംശയങ്ങളുടെ തുടർച്ചയും ചർച്ചയുമാണ് 'നളിനി'യിൽ കവി അവതരിപ്പിക്കുന്നത്. രാഗമാണ് വൈരാഗ്യമല്ല ജീവിതത്തിന്റെ സത്യമെന്ന് ആശാന്റെ മനസ്സിലുണരുന്നത് ഈ കാവ്യത്തിലാണ്. 'ലീല'യിൽ ഈ ലോകത്തിന്റെ ചിരന്തനമായ ആചാരമര്യാദയും മനുഷ്യാത്മാവിന്റെ ഉൽക്കട സ്വാതന്ത്ര്യവുമാണ് പ്രശ്നം. അതൊരു പൂർണമാനുഷിക പ്രശ്നമാകുന്നു. ഇതിന്റെ തുടർച്ചയാണ് ചിന്താവിഷ്ടയായ സീതയെഴുതുമ്പോൾ കവിയുടെ മനസ്സിൽ നിറഞ്ഞുനിന്നത്.

പിശാചവൃത്തിയായ ദേശചര്യം ആശാന്റെ സ്ഥിരശത്രുവാണ്. ഇതിനെ പൊളിച്ചെഴുതലായിരുന്നു ആശാന്റെ കവിതയുടെയും ജീവിതത്തിന്റെയും ലക്ഷ്യം. ദുരവസ്ഥയിലും ചണ്ഡാലഭിക്ഷുകിയിലും കരുണയിലും ആദ്യകാലത്ത് ആശാനുണ്ടായിരുന്ന ധർമസംശയങ്ങൾ തിരോഭവിക്കുന്നു എന്ന് ലേഖകൻ ചൂണ്ടിക്കാണിക്കുന്നു. തന്റെ അവസാനകൃതിയായ കരുണയിൽ ആദ്ധ്യാത്മികതയുടെ പരമപ്രധാനമായ സംഗതികളെന്തെന്ന് ആശാന് ആദ്യമുണ്ടായ

സംശയങ്ങളെല്ലാം തിരോഭവിക്കുകയും പ്രപഞ്ചത്തെ മുഴുവൻ തന്റെ കുടുംബമായി കാണുന്ന ദിവ്യമായ കരുണയാണ് പരമമായ ജീവിതദർശനം എന്ന ബോധം ഉണ്ടാവുകയും ചെയ്യുന്നു. ലോകത്തിന്റെ നിർവാണമാണ് വ്യക്തിയുടെ നിർവാണമെന്നു പ്രഖ്യാപിച്ച ബുദ്ധന്റെ യഥാർത്ഥശിഷ്യനായിട്ടാണ് ഇതിലെ ഉപഗുപ്തൻ അവതരിപ്പിക്കപ്പെട്ടത്. ഇത്തരം ഉപഗുപ്തന്മാരിൽ ഒരാളായിത്തീരുക, ബുദ്ധന്റെ ആനന്ദനായിത്തീരുക, ശ്രീനാരായണസന്ദേശത്തിന്റെ പ്രചാരകനായിത്തീരുക എന്നതായിരുന്നു ആശാന്റെ അവസാനത്തെ ജീവിതവേദാന്തമെന്ന് ലേഖകൻ കണ്ടെത്തുന്നു. ആശാന്റെ ജീവിതത്തിലും ചിന്തയിലും വന്ന മാറ്റങ്ങളെ അയത്നലളിതമായി ആവിഷ്കരിക്കുകയാണ് ആശാന്റെ തത്വചിന്ത എന്ന ലേഖനത്തിൽ എം. എൻ വിജയൻ ചെയ്തത്.

മനഃശാസ്ത്രാപഗ്രഥനം

സുകുമാർ അഴീക്കോട് (1954), നിത്യചൈതന്യയതി (1975) തുടങ്ങിയവർ മനഃശാസ്ത്രാപഗ്രഥനത്തിന്റെ മാർഗത്തിൽ ആശാൻകവിതയെ പഠിച്ചവരിൽ പ്രമുഖരാണ്. കുമാരനാശാന്റെ കാവ്യങ്ങളുടെ സാമൂഹികം, രാഷ്ട്രീയം, തത്വചിന്ത, ശൈലി തുടങ്ങിയവയെക്കുറിച്ച് പഠിക്കാൻ ശ്രമിച്ച മറ്റു പല നിരൂപകരും ആശാൻ കവിതയുടെ മനഃശാസ്ത്രതലങ്ങളെക്കുറിച്ചും അന്വേഷിച്ചിട്ടുണ്ട്. എം.എൻ. വിജയൻ, എം. ലീലാവതി, എൻ. കൃഷ്ണപിള്ള എന്നിവരുടെയെല്ലാം പഠനങ്ങളിലും മറ്റു തലങ്ങളെക്കുറിച്ചുള്ള വിലയിരുത്തലുകളോടൊപ്പം ആശാൻ കവിതയുടെ മനഃശാസ്ത്രതലത്തെക്കുറിച്ചുള്ള അന്വേഷണങ്ങളുമുണ്ട്.

ചിന്താവിഷ്ടയായ സീത എന്ന കാവ്യത്തെ ആധാരമാക്കിയുള്ള സുകുമാർ അഴീക്കോടിന്റെ പഠനമാണ് ആശാന്റെ സീതാകാവ്യം. കേരളവാൽമീകി, ആശാന്റെ സീതായനം, വാദപ്രതിവാദങ്ങൾ, ശിൽപചിന്ത എന്നിങ്ങനെ നാലുഭാഗങ്ങളാണ് ഈ പുസ്തകത്തിനുള്ളത്. അതിൽ ശിൽപചിന്ത എന്ന ഭാഗത്താണ് ആശാന്റെ കാവ്യകലയെക്കുറിച്ച് ലേഖകൻ പറയുന്നത്.

നളിനി, ലീല, ചിന്താവിഷ്ടയായ സീത, ദുരവസ്ഥ, ചണ്ഡാലഭിക്ഷുകി, കരുണ എന്നീ ഖണ്ഡകൃതികൾ പലതരം ചിത്രങ്ങളിലൂടെ മനുഷ്യജീവിതത്തിന്റെ പരമരഹസ്യത്തെ ജനങ്ങൾക്ക് വെളിപ്പെടുത്തിക്കൊടുത്തു. മനുഷ്യമനസ്സിന്റെ അന്തരാളാവസ്ഥകളായ ബോധം, ഉപബോധം, അബോധം, അതീന്ദ്രിയബോധം എന്നീ തട്ടുകളെ മുഴുവൻ ഉൾക്കൊള്ളുന്ന സാഹിത്യകൃതിയാണ് ചിന്താവിഷ്ടയായ സീത. ആശാൻ പ്രസ്തുരിക്കുന്ന പ്രേമം സാമാന്യമായി പറഞ്ഞാൽ

കാമുകീപ്രേമമാണ്. നളിനി, ലീല, ചണ്ഡാലഭിക്ഷുകി, ദുരവസ്ഥ, കരുണ എല്ലാം ഇത്തരത്തിലുള്ളതാണ്. എന്നാൽ ചിന്താവിഷ്ടയായ സീത കാമുകീപ്രേമത്തിന്റെ കാവ്യമല്ല, ദാമ്പത്യപ്രേമത്തിന്റെ കാവ്യമാണ്. ലീലയിൽ ദാമ്പത്യം പ്രതിപാദ്യത്വേന പ്രവേശിക്കുന്നുണ്ടെങ്കിലും പരാജിതമായ ദാമ്പത്യത്തിന്റെ പശ്ചാത്തലത്തിൽ വളർന്നു കയറുന്ന കാമുകീപ്രേമത്തിനാണ് പ്രാധാന്യം.

മഹാകവി കുമാരനാശാൻ അദ്ദേഹം ജീവിച്ചിരുന്ന കാലഘട്ടത്തിന്റെ മനഃസാക്ഷിയായിരുന്നു എന്ന പക്ഷക്കാരനാണ് നിത്യചൈതന്യയതി. കേവലം ഒരു വ്യക്തിയായിരുന്നില്ല അനേകം വ്യക്തികളെ ഉൾക്കൊള്ളുന്ന ഒരു കൂട്ടുകുടുംബം പോലെയായിരുന്നു ആശാന്റെ വ്യക്തിത്വമെന്നും, കവിയുടെ പ്രതിഭ രണ്ടു മുഖമുള്ള ദർപ്പണമായിരുന്നുവെന്നും ഒന്നിൽ കവി സ്വന്തം സത്താഭാവത്തെ പ്രതിഫലിപ്പിക്കുകയും മറ്റേതിൽ താൻ കാണുവാൻ അഗ്രഹിക്കുന്ന പൂർണിമയുടെ പ്രതിച്ഛായയെ ആവിഷ്കരിക്കുകയും ചെയ്യുവെന്നും നിത്യചൈതന്യയതി 'നളിനി എന്ന കാവ്യശിൽപം' എന്ന കൃതിയിൽ നിരീക്ഷിക്കുന്നു.

മലയാളത്തിലെ മനഃശാസ്ത്രസാഹിത്യനിരൂപണത്തിന്റെ നല്ലൊരു മാതൃകയാണ് 'നളിനി എന്ന കാവ്യശിൽപം'. 'മഹാകവിയുടെ അന്തരംഗത്തിലെ ശിൽപശാല' എന്ന ഒന്നാം അധ്യായം മുതൽ 'പ്രേമസായൂജ്യം' എന്ന അവസാന അധ്യായംവരെ ലേഖകൻ തന്റെ മനഃശാസ്ത്ര പരിചയത്തിന്റെ കിരണങ്ങൾ ഉപയോഗപ്പെടുത്തുന്നുണ്ട്.

കാവ്യാദേശം

അന്യസാഹിത്യഭാഷാസ്വാധീനം, അന്യജീവിതസംസ്കാരസ്വാധീനം എന്നിവയുടെ അടിസ്ഥാനത്തിൽ ആശാൻകാവ്യങ്ങളെ വിലയിരുത്തുകയാണ് കാവ്യാദേശം എന്ന വിഭാഗത്തിൽ ചെയ്യുന്നത്.

കുമാരനാശാൻ ശ്രീനാരായണഗുരുവിന്റെ ശിഷ്യനായിത്തീരുന്നതോടെ അദ്ദേഹത്തിന്റെ ജീവിതത്തിൽ സാരമായ മാറ്റങ്ങളുണ്ടായി. എസ്.എൻ.ഡി.പിയുടെ സെക്രട്ടറിയായി ചുമതലയേറ്റ മഹാകവി കേരളീയ നവോത്ഥാന സംരംഭത്തിൽ വഹിച്ച പങ്ക് ശ്രദ്ധേയമാണ്. ഗുരുവിന്റെ താൽപര്യമനുസരിച്ച് ഉന്നത വിദ്യാഭ്യാസം നേടുന്നതിനായി പുറപ്പെട്ട ആശാനിൽ പുതിയകാലത്തിന്റെ സ്വാധീനം തീവ്രമായ ആധുനികതയ്ക്കുവേണ്ടിയുള്ള പ്രചോദനമായിത്തീരുന്നുണ്ട്. താൻ ശീലിച്ച പരമ്പരാഗതശൈലിയിൽനിന്നു പാശ്ചാത്യസ്വാധീനത്തിന്റെ ഫലമായുണ്ടായ പരിവർത്തനത്തിന്റെ തുടക്കം വീണപൂവ് തൊട്ടുള്ള കുമാരനാശാന്റെ കാവ്യങ്ങളിൽ ദർശിക്കാനാവും.

കാളിദാസ കവിതയോട് ആശാൻകവിത പുലർത്തുന്ന

സാധർമ്യത്തെ കണ്ടറിഞ്ഞ് മീരാക്കുട്ടി (1987) നടത്തിയ പഠനഫലങ്ങളാണ് ആശാൻ കേരളകാളിദാസൻ എന്ന കൃതി.

'പുരാണമിത്യേവ ന സാധുസർവ്വം...', 'നാടകാന്തം കവിത്വം,' 'വാഗർത്ഥാവിവ സംപൃക്തൗ' എന്നിങ്ങനെ കാളിദാസകൃതികളെ അനുസ്മരിപ്പിക്കുന്ന വിധത്തിലാണ് ലേഖകൻ അധ്യായങ്ങൾക്ക് പേരുകൾ നൽകിയിരിക്കുന്നത്.

കാളിദാസകവിതയുടെ ഗരിമയും ഇനിമയും ഒരു പരിധിവരെയെങ്കിലും ഇണങ്ങിച്ചേർന്നിട്ടുള്ളവയാണ് ആശാൻകവിതയെന്നും ആധുനികകാലത്തിന്റെ മനസ്സാക്ഷിയോട് ക്കുറുപുലർത്തിക്കൊണ്ട് കാളിദാസന്റെ കാലടിപ്പാടുകളെ അദ്ദേഹം പിൻതുടർന്നുവെന്നും നാടകീയതയിൽ, വർണനയിൽ, ധ്വനിദീക്ഷയിൽ, അലങ്കാരപ്രയോഗത്തിൽ, സഖീസങ്കൽപത്തിൽ, ജീവിതദർശനത്തിൽ- എല്ലാത്തിലും കാളിദാസപ്രഭയുടെ ഒരംശമെങ്കിലും ആശാൻകവിതയിൽ സ്വാധീനം ചെലുത്തിയിട്ടുണ്ടെന്നും മീരാക്കുട്ടി നിരീക്ഷിക്കുന്നു. അതുകൊണ്ട് മറ്റേതൊരു മലയാളകവിയെക്കാളും 'കേരളകാളിദാസൻ' എന്ന ബിരുദമർഹിക്കുന്നത് കുമാരനാശാനാണെന്നും ലേഖകൻ സമർഥിക്കുന്നു.

ആശാന്റെ പ്രധാന കൃതികളിലെല്ലാം തുടക്കവും ഒടുക്കവും വ്യത്യസ്തവ്യക്തിത്വം പുലർത്തുന്നവയാണ്. 'ലീല'യിലെ പ്രഥമരംഗം നായികയുടെ വാസഗേഹവും അന്ത്യരംഗം വിന്ധ്യപർവ്വതതടവുമാണ്. സ്നേഹസ്ഥിരതയുടെ ട്രാജഡിയായിത്തീരുന്ന 'ലീല'. കാളിദാസന്റെ നിസ്സർഗസുന്ദരമായ കവിതാരീതിയാണ് ആശാന് പഥ്യം. 'പ്രതിജനഭിന്നവിചിത്ര'മായ മാനവജീവിതത്തിലും 'പ്രതിനവരസ'മായ മനുഷ്യഹൃദയത്തെ വശീകരിക്കുന്ന പ്രകൃതിയിലും ആമജ്ജനം ചെയ്തുൾക്കൊണ്ട അനുഭൂതികളെയാണ് അദ്ദേഹം ആവിഷ്കരിച്ചതെന്ന് ലേഖകൻ വ്യക്തമാക്കുന്നു.

'ലീല'യിലെ 'ശ്രുതിയുടെ ദൂരലീനമാകും ഭാവത്തെ പ്രണിഹിതയായ ബുദ്ധിപോലെ' എന്ന പ്രയോഗം'രഘുവംശ'ത്തിലെ 'ശ്രുതേരിവാർത്ഥം സ്മൃതിരന്വഗച്ഛൽ' എന്ന അലങ്കാരത്തെ അനുസ്മരിപ്പിക്കും. മദനനെത്തേടി വിന്ധ്യാടവിയിൽ സഞ്ചരിക്കുന്ന ലീലയെ 'ഉരുകിസലയ ചാരുശാഖയാട്ടിത്തരുനിരമാടി' വിളിക്കുന്നു. ഇതിന് 'ഏഷവാതേരിതപല്ലവാം ഗുലഭിസ്ത്വരയതീവ മാം കേസര വൃക്ഷക:' എന്ന ശകുന്തളാവാക്യത്തിന്റ സാധർമ്യമുണ്ട്. അവൾ അണിഞ്ഞൊരുങ്ങുമ്പോൾ പ്രകൃതി പ്രതിഭാസങ്ങൾ കളകളമുൾക്കൊള്ളുന്നു. അവളുടെ വിലാപം വിരമിക്കുന്നതോടെ ബോധരഹിതയായി നിലം

പതിക്കുന്ന മുഹൂർത്തത്തിൽ, ശകുന്തളയുടെ യാത്രാവേളയിലെ പോലെ, പ്രകൃതിമുഴുവൻ സഹാനുഭൂതിയോടെ വർത്തിക്കുന്നു.

ദുഃഖാനുഭവത്തിന്റെ സന്തതസഹചാര്യത്വമുണ്ട് സ്നേഹത്തിനെന്നും, ജീവിതസാഫല്യത്തിന് അതാവശ്യമാണെന്നും അങ്ങനെ അനുഭൂതമാകുന്ന സുഖമാണ് സാക്ഷാൽ സുഖമെന്നും സ്വകൃതികളിലൂടെ വെളിപ്പെടുത്തുകയാണ് ആശാൻ ചെയ്യുതെന്നും കാളിദാസന്റെ വീക്ഷണവും ഇതുതന്നെയാണെന്നും മീരാക്കുട്ടി സമർഥിക്കുന്നു.

വീണപൂവിന്റെ പ്രകാശനത്തോടുകൂടിയാണ് സഹൃദയലോകം ശരിക്കും ആശാനെ ശ്രദ്ധിക്കുന്നതെന്നും, സംസ്കൃതത്തിലെ ക്ലാസിക്കൽ രീതിയിൽനിന്ന് ഇംഗ്ലീഷിലെ റൊമാന്റിക് രീതിയിലേക്കുള്ള പരിവർത്തനത്തിന്റെ നാന്ദിയാണ് വീണപൂവിൽ കാണുന്നതെന്നും കെ.എം. ജോർജ് (1980)നിരീക്ഷിക്കുന്നു..

ആശാന്റെ പ്രസിദ്ധമായ ഖണ്ഡകാവ്യങ്ങൾ എല്ലാംതന്നെ ആവിഷ്കാരശൈലിയിലും അവതരണരീതിയിലും ആംഗലകവിതയോട് കടപ്പെട്ടിട്ടുണ്ടെന്ന് വ്യക്തമാക്കുകയാണ് 'ആശാൻ കവിതയിലെ ആംഗലേയ സ്വാധീനത' എന്ന ലേഖനത്തിൽ കെ.എം. ജോർജ് (1980) ചെയ്യുന്നത്. ഇതിവൃത്തങ്ങൾ ഭാരതീയമാണ് എന്നതും ശ്രദ്ധേയമാണ്.

നളിനിയും, ലീലയും സ്നേഹത്തിന്റെ കഥകളാണ്. ഭാഷാകാവ്യങ്ങളിൽ കാണാൻ കഴിയാത്ത ഉദാത്തമായ ഒരു തരം സ്നേഹമാണ് ഈ കാവ്യങ്ങളിലേത്. നളിനി വായിക്കുമ്പോൾ ഗോൾഡ് സ്മിത്തിന്റെ സുപ്രസിദ്ധമായ 'Edwin and Anjalena' എന്ന കാവ്യം ഓർമയിൽ സ്വാഭാവികമായും വരുമെന്നും ആശാൻ ബംഗാളിലായിരുന്നപ്പോൾ മധുസൂദൻദത്ത, ബങ്കിംചന്ദ്ര, ടാഗോർ എന്നിങ്ങനെ ആംഗലസാഹിത്യത്തിന്റെ ഗണ്യമായ സ്വാധീനതയ്ക്ക് വിധേയരായ ബംഗാളിസാഹിത്യകാരന്മാ രുടെ കൃതികളിലൂടെ പരോക്ഷമായും ഇംഗ്ലീഷ് കൃതികളിലൂടെ പ്രത്യക്ഷമായും ആശാൻ ആംഗലസ്വാധീനതയ്ക്ക് വിധേയനായിരുന്നുവെന്നും കെ.എം. ജോർജ് നിരീക്ഷിക്കുന്നു. വേർഡ്സ് വർത്ത്, ആർനോൾഡ്, ഷെല്ലി, കീറ്റ്സ്, ബ്രൗണിങ് എന്നീ ആംഗലകവികളോട് ആശാന് പ്രത്യേക പ്രതിപത്തിയുണ്ടായിരുന്നുവെന്നും 'സ്വച്ഛന്ദഗീതങ്ങൾ' എന്നും 'ആത്മഗീതങ്ങൾ' എന്നും പറയപ്പെടാറുള്ള ലിറിക്കിന്റെ വികാരസാന്ദ്രതയും ഭംഗിയും മലയാളത്തിൽ ആശാൻ അവതരിപ്പിച്ചുവെന്നും ലേഖകൻ വ്യക്തമാക്കുന്നു. ബ്രൗണിങ് പ്രചരിപ്പിച്ച പ്രത്യേക ടെക്നിക് ആയ നാടകീയസ്വഗതോക്തി (Dramatic monologue) ചിന്താവിഷ്ടയായ സീതയിലും കുറെയെല്ലാം ലീലയിലും

ആശാൻ പ്രയോഗിച്ച് വിജയം കൈവരിച്ചുവെന്ന് അദ്ദേഹം പറയുന്നു.

ഇംഗ്ലീഷ് കൃതികൾ മലയാളത്തിലേക്ക് വിവർത്തനം ചെയ്തും ആശാൻ ആംഗലസ്വാധീനത ഭാഷയിൽ പരക്കുന്നതിന് സഹായിച്ചിട്ടുണ്ടെന്നാണ് ലേഖകന്റെ അഭിപ്രായം. 'The light of Asia' എന്ന കാവ്യത്തിന്റെ വിവർത്തനമാണ് 'ശ്രീബുദ്ധചരിതം'. മനശ്ശക്തി എന്ന കൃതി അല്ലൻ ജെയിംസിന്റെ 'As a Man Thinketh' എന്ന ഗദ്യ ഗ്രന്ഥത്തിന്റെ വിവർത്തനമാണ്. മെഡോസ് ടെയ്ലറുടെ 'താര' എന്ന നോവലിന്റെ അനുവാദമാണ് 'ഒരു ദൈവികമായ പ്രതികാരം' എന്ന കൃതി. 'പ്രരോദനം' ഇംഗ്ലീഷിലെ വിലാപകാവ്യങ്ങളുടെ മാതൃകയിലുള്ളതാണ്. ഇങ്ങനെ ഇംഗ്ലീഷിലെ പുകൾപെറ്റ കാവ്യങ്ങളുടെ ആത്മാവും ചൈതന്യവും ആശാൻകവിതകളിൽ അങ്ങുമിങ്ങും തുടിക്കുന്നുണ്ടെന്നാണ് കെ.എം. ജോർജിന്റെ കണ്ടെത്തൽ.

ആംഗല കവിതകൾ നേരിട്ടെടുക്കുന്നതിനേക്കാൾ അവയിലെ പുളിമാവ് (Leaven) ഭാരതത്തിന്റെയും വിശിഷ്യ കേരളത്തിന്റെയും മാവിൽ ലയിപ്പിക്കുകയാണ് കൂടുതൽ പ്രയോജനപ്രദം എന്ന് ആശാൻ മനസ്സിലാക്കി പ്രവർത്തിച്ചുവെന്നും അങ്ങനെ ആശാന്റെ കവിതകളിൽ പതഞ്ഞു പൊങ്ങിയ ആംഗലകവിതാചൈതന്യം മലയാളത്തിൽ സർവത്ര പരക്കുകയും ചെയ്തുവെന്നും ലേഖകൻ പറയുന്നു.

പാഠവിമർശവും പാഠാന്തരവിമർശവും

പാഠഭേദങ്ങളുടെ അടിസ്ഥാനത്തിൽ ആശാന്റെ കലാതന്ത്രത്തെ പഠിക്കുന്ന കൃതിയാണ് ബഷീറി(2005)ന്റെ 'കുമാരനാശാന്റെ രചനാശിൽപം'. ഴാക് ലകാന്റെ മനോവിശകലനപദ്ധതിയുടെ അടിസ്ഥാനത്തിൽ ആശാൻകവിതയെ സമഗ്രമായി വിലയിരുത്തുന്ന കൃതിയാണ് പവിത്ര(2002)ന്റെ 'ആശാൻകവിത: ആധുനികാനന്തര പാഠങ്ങൾ'. ഈ രണ്ടു കൃതികളെയാണ് ഇവിടെ വിശകലനം ചെയ്യുന്നത്.

മഹാകവി കുമാരനാശാനെക്കുറിച്ച് നാളിതുവരെ ഉണ്ടായ പഠനങ്ങളിൽനിന്ന് 'കുമാരനാശാന്റെ രചനാശിൽപം' എന്ന ഗ്രന്ഥം വ്യത്യസ്തമാകുന്നത്, കുമാരനാശാന്റെ ഹസ്തലിഖിതങ്ങളിൽ പ്രത്യക്ഷപ്പെടുന്ന പാഠാന്തരങ്ങളെ വളരെ സൂക്ഷ്മതയോടെ പരിശോധിച്ച് കവിയുടെ മനസ്സിലേക്കും കവനപ്രക്രിയയിലേക്കും ഒരെത്തിനോട്ടം നടത്താൻ കഴിഞ്ഞുവെന്നതിനാലാണ്.

തോന്നയ്ക്കൽ ആശാൻ സ്മാരകത്തിൽ സൂക്ഷിച്ചിരിക്കുന്ന, 1901 മുതൽ 1923 വരെ ആശാൻ ഉപയോഗിച്ച 22 നോട്ടുബുക്കുകളും 1910 മുതൽ 1923 വരെയുള്ള 12 ഡയറികളും ലേഖകൻ പരിശോധിച്ച്

വിശദമായി അപഗ്രഥനം നടത്തിയിട്ടുണ്ട്. കവിതകൾ നോട്ടുബുക്കുകളിൽ എഴുതുന്ന സ്വഭാവമായിരുന്നു ആശാന്റേതെന്നും അത് എപ്പോഴും കൈയിൽ കൊണ്ടു നടക്കുമായിരുന്നെന്നും ലേഖകൻ പറയുന്നു. വടിവൊത്ത വ്യക്തമായ കൈപ്പടയിലായിരുന്നു ആശാന്റെ എഴുത്ത്. ഒരു വ്യക്തിയുടെ ചിന്തയെ, അയാളുടെ കൈകൊണ്ടു നിയന്ത്രിക്കാവുന്ന ഒരുപകരണത്തിന്റെ നിശ്ചിതചലനത്താൽ രേഖപ്പെടുത്തുന്നതാണ് കൈയക്ഷരമെന്ന് ജോൺ ലീ എഫ് ഡംപിടനെ ഉദ്ധരിച്ചുകൊണ്ട് ബഷീർ നിരീക്ഷിക്കുന്നതിങ്ങനെയാണ് 'ചിന്ത വ്യക്തിത്വത്തിന്റെ പ്രകാശനമാകയാൽ ചിന്തയുടെ മാധ്യമമായ കൈയെഴുത്തിൽ വ്യക്തിസ്വഭാവം അഭിവ്യക്തമാകുന്നു.'

ശബ്ദം, അർത്ഥം, കൽപന ഇവയുടെ സൗഷ്ഠവത്തിനും വൃത്തഭദ്രതയ്ക്കും വേണ്ടി കുമാരനാശാൻ പാഠങ്ങളിൽ മാറ്റം വരുത്തിയിട്ടുണ്ടെന്നാണ് ബഷീറിന്റെ കണ്ടെത്തൽ. കുമാരനാശാന്റെ കാവ്യശൈലിയെക്കുറിച്ചും, ആശാന്റെ വ്യക്തിത്വരൂപീകരണത്തിൽ സാഹചര്യത്തിനുള്ള പങ്കിനെക്കുറിച്ചുമൊക്കെ ലേഖകൻ വളരെ ചുരുക്കി പ്രസ്താവിക്കുന്നുണ്ട് ഈ പുസ്തകത്തിൽ. സ്തോത്രകൃതികൾ മുതൽ ഖണ്ഡകാവ്യങ്ങൾ വരെയുള്ള ആശാൻകവിതകളെ സമഗ്രമായി വിലയിരുത്തുന്ന കൃതിയാണ് പവിത്രന്റെ 'ആശാൻകവിത: ആധുനികാനന്തര പാഠങ്ങൾ'. ലക്കാനിയൻ മനോവിശകലനവും പ്രത്യയശാസ്ത്രവിമർശനപദ്ധതികളും അടിസ്ഥാനമാക്കി നടത്തിയ ഈ പഠനം പുതിയൊരു കാഴ്ചപ്പാട് മുന്നോട്ടു വെയ്ക്കുന്നു. അതുകൊണ്ടു തന്നെ ആശാൻകവിതകളെക്കുറിച്ച് പുതിയ രീതിയിലുള്ള പഠനം നടത്തുന്നവർക്ക് ഈ ഗ്രന്ഥം ഒരു വഴികാട്ടിയാണ്. ഈ ഗ്രന്ഥത്തിന് ഏഴ് അധ്യായമാണുള്ളത്. സാഹിത്യരൂപവും രാഷ്ട്രീയ അബോധവും എന്ന ഒന്നാം അധ്യായത്തിൽ വിഖ്യാതരായ ഭാഷാശാസ്ത്രജ്ഞരുടെയും മനഃശാസ്ത്രജ്ഞരുടെയും സിദ്ധാന്തങ്ങളുടെ സഹായത്തോടെ ഭാഷ, മനസ്സ്, ഭാഷയും അബോധവും തമ്മിലുള്ള ബന്ധം, ഭാഷാശാസ്ത്രസങ്കൽപനങ്ങൾ, സാഹിത്യവിമർശനം, കവിത തുടങ്ങിയവ വിശകലനം ചെയ്യുകയാണ്.

'രതിവിരതികളുടെ സാമൂഹികപശ്ചാത്തലം' എന്ന അധ്യായത്തിൽ പ്രധാനമായും ചർച്ചചെയ്യുന്നത്, ആശാൻകാവ്യജീവിതത്തിന്റെ അപഗ്രഥനത്തിന് അനിവാര്യമായ, ആശാൻകവിതയുമായി ബന്ധപ്പെട്ടിരിക്കുന്ന സന്യാസത്തിന്റെ അപഗ്രഥനമാണ്. സന്യാസത്തിന്റെ മനഃശാസ്ത്രപരമായ തലങ്ങളും അതിന്റെ കാവ്യസംസ്കൃതിപരമായ സവിശേഷതകളും ഇതിന്റെ പരിധിയിൽ വരുന്നു.

'സ്തോത്രകൃതികൾ - നാരായണഗുരുവിന്റെയും ആശാന്റെയും'

എന്ന ഭാഗത്ത് ആശാന്റെ സ്തോത്രകൃതികൾ നാരായണഗുരുവിന്റെ കൃതികളുടെ തുടർച്ചയും അതിൽനിന്നുള്ള വിച്ഛേദവും ഉൾക്കൊള്ളുന്നുവെന്ന് ലേഖകൻ സമർഥിക്കുന്നു. അധികാരബന്ധവ്യവസ്ഥ എന്ന നിലയിൽ കർത്തൃസ്ഥാനങ്ങൾ ഒരു കൃതിയിൽ എങ്ങനെയൊക്കെ പ്രാതിനിധ്യം വഹിക്കുന്നവെന്ന് സൂചിപ്പിക്കുന്നു. കർത്തൃസ്ഥാനതലത്തിൽ നാരായണഗുരുവിൽനിന്നുള്ള തുടർച്ചയും വികാസവുമാണ് ആശാന്റെ സ്തോത്രകൃതികളിൽ കാണുന്നതെന്ന് പവിത്രൻ നിരീക്ഷിക്കുന്നു.

കവികർത്തൃത്വത്തിന്റെ ആധികാരികതയെക്കുറിച്ചും വീണപൂവ് എന്ന ഭാവഗീതത്തിനു മുമ്പ് പ്രസിദ്ധീകരിക്കപ്പെട്ട 'കളകണ്ഠഗീതം', 'ഒരുഅനുമോദനം' എന്നീ കവിതകളിലെ റൊമാന്റിക് കർത്തൃസ്ഥാനത്തെക്കുറിച്ചും, വീണപൂവിലെ കർത്തൃസ്ഥാനത്തുവരുന്ന പൂവിനെക്കുറിച്ചുമൊക്കെയുള്ള ആഴത്തിലുള്ള അന്വേഷണമാണ് 'റൊമാന്റിസിസത്തിന്റെ പ്രാദേശിക കീഴാളവേരുകൾ' എന്ന അധ്യായത്തിൽ ലേഖകൻ നടത്തുന്നത്.

നളിനി, ലീല, ചിന്താവിഷ്ടയായ സീത എന്ന അധ്യായവും ദുരവസ്ഥ, ചണ്ഡാലഭിക്ഷുകി, കരുണ എന്ന അധ്യായവും ഉൾക്കൊള്ളുന്നത് ആശാന്റെ ഖണ്ഡകാവ്യങ്ങളെക്കുറിച്ചുള്ള പഠനമാണ്. ഈ ആറ് കൃതികളെയും രണ്ട് പ്രത്യേക വിഭാഗങ്ങളാക്കി പഠിക്കുകവഴി ലേഖകൻ ചെയ്തിരിക്കുന്നത്, നളിനി-ലീല- സീത എന്ന കർത്തൃസങ്കൽപത്തിന്റെ വളർച്ചയിൽ കന്യക-ഭർത്തൃവിയോഗിനിയായ സ്ത്രീ എന്നിങ്ങനെ സ്ത്രീയുടെ കാലപരമായ വളർച്ചയുടെ തലവും സ്ത്രീ/ പുരുഷ ദ്വന്ദ്വകൽപനയിൽനിന്ന് പ്രകൃതിപശ്ചാത്തലത്തിൽ ജനിച്ച സ്ത്രീകർത്തൃത്വം സാമൂഹികപശ്ചാത്തലത്തിന്റെ പ്രത്യക്ഷസ്വഭാവം കൈക്കൊള്ളുന്നതെങ്ങനെയെന്ന കാര്യവും വിശദമാക്കുകയാണ്.

രാജാവിനും സന്യാസിക്കുമിടയിൽ എന്നാണ് ഉപസംഹാരത്തിന് ലേഖകൻ നൽകിയിരിക്കുന്ന പേര്. സ്തോത്രകൃതികൾ മുതൽ കരുണവരെയുള്ള കാവ്യപരിണാമത്തെ സമീപിക്കുമ്പോൾ കിട്ടിയ ഉത്തരങ്ങൾ സംഗ്രഹിച്ചു നൽകുകയാണ് ഇവിടെ ചെയ്യുന്നത്. ആശാൻകാവ്യപഠനമേഖലയിൽ അനന്യമായ സ്ഥാനം അടയാളപ്പെടുത്തി നിൽക്കുന്ന ഗ്രന്ഥമാണ് 'ആശാൻകവിത: ആധുനികാനന്തരപാഠങ്ങൾ'.

മേൽപ്പറഞ്ഞ കൃതികളിൽ കുമാരനാശാന്റെ പാത്രസൃഷ്ടികളെ അടിസ്ഥാനമാക്കിയുള്ള പഠനങ്ങളും അന്നത്തെ സാമൂഹികാവസ്ഥയെയും കവിയുടെ സാമൂഹിക വീക്ഷണത്തെയും മുൻനിർത്തിയുള്ള

പഠനങ്ങളും ഉൾപ്പെടുന്നു. ആശാൻകവിതകൾ കേരളീയ നവോത്ഥാനത്തിനും ആധുനികവത്കരണത്തിനും എപ്രകാരം ഉതകിയിട്ടുണ്ടെന്നും മുമ്പുണ്ടായ പഠനങ്ങൾ അന്വേഷിച്ചിട്ടുണ്ട്. കുമാരനാശാന്റെ കാവ്യങ്ങൾ ഭിന്നസാഹിത്യ പദ്ധതികളിലൂടെ ഗവേഷണാത്മകമായും അല്ലാതെയും പഠിക്കപ്പെട്ടിട്ടുണ്ട്. സൗന്ദര്യാത്മകപാരായണവും പ്രത്യയശാസ്ത്രപഠനവും ആശാൻസാഹിത്യകൃതികളിൽ നടന്നിട്ടുണ്ട്. ഇവയൊന്നും തന്നെ ആശാൻസാഹിത്യത്തെ ധൈഷണിക ഭാഷാശാസ്ത്രത്തിന്റേയോ ധൈഷണികമനഃശാസ്ത്രത്തിന്റേയോ അടിസ്ഥാനത്തിൽ വിലയിരുത്തുന്നവയല്ല. എന്നാൽ 'ആശാന്റെ ലീല ലക്കോഫിന്റെ വായന' എന്ന കൃതി ധൈഷണിക പ്രക്രിയയായ സങ്കൽപനലക്ഷകങ്ങളിലൂടെ ആശാന്റെ ലീലാകാവ്യത്തെ സമഗ്രമായി വിലയിരുത്തുകയാണ്..

ലീലാപഠനങ്ങൾ

ആശാൻ പഠനങ്ങളെന്നപോലെ ലീലാപഠനങ്ങളും ധാരാളമുണ്ടായിട്ടുണ്ട്. മഹാകവിയുടെ കാവ്യവീക്ഷണം, ശൈലീസവിശേഷതകൾ തുടങ്ങിയവയെ പഠനവിധേയമാക്കിയിട്ടുള്ള നിരൂപണങ്ങൾ, ലീലാകാവ്യത്തെ ഖണ്ഡനനിരൂപണം ചെയ്തിട്ടുള്ള പഠനം, ആധുനിക വിശകലന പദ്ധതികളെ ആധാരമാക്കിയിട്ടുള്ള നിരൂപണങ്ങൾ തുടങ്ങിയവയെല്ലാം ഇതിൽപെടുന്നു. അവയിൽ പ്രധാനപ്പെട്ട ചിലത് താഴെ കൊടുക്കുന്നു.

ഖണ്ഡനനിരൂപണം

മലയാളത്തിലെ ഖണ്ഡന വിമർശനത്തിന്റെ മികച്ച ഉദാഹരണമാണ് കുട്ടികൃഷ്ണമാരാരു (1980)ടെ ലീലാപഠനം. അഞ്ചു ഭാഗങ്ങളായി തിരിച്ച 'ആശാന്റെ ലീല' എന്ന പഠനത്തിന്റെ ആദ്യഭാഗത്ത് കുട്ടികൃഷ്ണമാരാര് വിശകലനം ചെയ്യുന്നത്, ലീലാകാവ്യം പ്രസിദ്ധീകരിച്ച കാലത്ത് അതിനെക്കുറിച്ച് വള്ളത്തോൾ ഗ്രന്ഥവിഹാരത്തിലെഴുതിയ നിരൂപണത്തെയാണ്. അതു വായിച്ചതുമുതൽ അതുതന്നെയായിരുന്നു അക്കാവ്യത്തെക്കുറിച്ച് തന്റെയും അഭിപ്രായമെന്ന് മാരാര് പറയുന്നു. വള്ളത്തോളിന്റെ അഭിപ്രായങ്ങളിൽച്ചിലത് വിമർദ്ദക്ഷമമാണെന്ന് തനിക്ക് തോന്നുന്നുണ്ടെന്നും അവയിൽ പ്രധാനം നായികയുടെ പിതാവും ഭർത്താവും മരിച്ചതിനെക്കുറിച്ചുള്ളതാണെന്നും അദ്ദേഹം പറയുന്നു. 'നായികയെ സ്വതന്ത്രയാക്കുവാൻ വേണ്ടി കവി രണ്ടു കൊലപാതകം ചെയ്തതായിട്ടാണ് തോന്നുക' എന്നതാണത്. ഇതിവൃത്ത രചനയിൽ കഥാപാത്രങ്ങളെ പെട്ടെന്നു മരിപ്പിച്ചു വിടുന്നത് കലാധർമ്മാസനത്തിനു മുമ്പിൽ കൊലപാതകം പോലെ ഗർഹണിയം തന്നെയാണെന്നാണ് മാരാരുടെ പക്ഷം.

ലീലാകാവ്യത്തിന്റെ ഇതിവൃത്തം സംഘടിതമാണോ എന്ന അന്വേഷണം നടത്തുന്ന മാരാര് ചെന്നെത്തുന്നത്, അപ്രഗൽഭാവസ്ഥയിൽ പ്രതിയോഗിക്കടിമപ്പെട്ടടങ്ങിയിരുന്ന പ്രണയം അവിടെയിരുന്നു പ്രഗൽഭതനേടി പ്രതിയോഗിയെ അടിപ്പെടുത്തിയതുകൊണ്ട് ഇതിവൃത്തം സുനിബദ്ധമായി എന്ന നിഗമനത്തിലാണ്.

ആശാന്റെ ലീല ഭർത്തൃഘാതകിയാണെന്ന വിശ്വാസമാണ് മാരാര് പുലർത്തുന്നത്. ലീലയ്ക്കെതിരെയുള്ള മാരാരുടെ വാദം ഇപ്രകാരമാണ്. 'വിവാഹത്തിനുശേഷവും കാമുകനോടുള്ള പ്രണയം നിലനിർത്തുന്ന ലീലയെ സംബന്ധിച്ച് ദാമ്പത്യം ദുസ്സഹമാണ്. അതിൽനിന്ന് രക്ഷപ്പെടാൻ മുന്നിലുള്ളത് മൂന്ന് വഴികളാണ്. അതിൽ ഒന്ന് സ്വീകരിക്കേണ്ടിവരും. 'ആത്മരക്ഷാപ്രേരണയാൽ, ലോകസംഗ്രഹത്തെ ഗണിക്കാതെ, തന്നിൽ ശേഷിച്ച ശക്തിയനുസരിച്ചും തന്റെ വിവേകത്തിനൊത്തവണ്ണവും, ഒന്നുകിൽ ഒളിച്ചോട്ടം, അല്ലെങ്കിൽ ഈ ലോകംതന്നെയും കൈവിട്ടു പോകും, അതുമല്ലെങ്കിൽ തനിക്കൊരു തീരാപ്പൊറുതികേടായിരിക്കുന്ന ആ സുഭഗമാനിക്ക് ഒരു ലോകമാറ്റം കൊടുത്തു വിടും; നാലാമതൊന്നു ചെയ്യാനില്ല. ലീല ആദ്യത്തേതു രണ്ടുമല്ല ചെയ്തതെങ്കിൽ,

"അവളുടെ ശയനീയശായിയാ-
മവനൊരുഷസ്സിലുണർന്നിടാതെയായ്'"(1.38)

എന്നതിലെ ആ 'ശയനീയശായി' പ്രയോഗത്തിൽ അന്തർഭവിച്ചിരിക്കുന്നതെന്തെന്നു സംശയിപ്പാനില്ല."

ലീല ആത്മഹത്യ ചെയ്തതായോ ഒളിച്ചോടിയതായോ കവി പറയുന്നില്ല, ആകസ്മിക മരണമെന്നത് കെട്ടുറപ്പുള്ളൊരു ഇതിവൃത്തത്തിന്റെ രീതിയല്ല. അതിനാൽ ഭർത്താവിന്റെ മരണത്തിൽ ലീലയ്ക്ക് പങ്കുണ്ടാവണം എന്നൊരു തീരുമാനത്തിലാണ് മാരാര് ചെന്നെത്തുന്നത്. എന്നാൽ അത് തെളിയിക്കാൻ പറ്റിയ വാദമുഖങ്ങളൊന്നും മാരാരുടെ പക്ഷത്തുനിന്നുണ്ടായിട്ടില്ല അല്ലെങ്കിൽ ഉണ്ടായ വാദങ്ങൾ വിജയിച്ചിട്ടുമില്ല. എന്നാലും കാവ്യനിരൂപണരംഗത്ത് ചില തരംഗങ്ങൾ സൃഷ്ടിക്കാൻ മാരാരുടെ ലീലാവിമർശനത്തിന് കഴിഞ്ഞുവെന്ന് പറയാം.

പാഠവ്യാഖ്യാനം

ലീല എന്ന ഖണ്ഡകാവ്യത്തിലെ ഓരോ ശ്ലോകത്തിന്റെയും അർഥം, സാരം, അലങ്കാരം, വ്യാഖ്യാനം എന്നിങ്ങനെയുള്ള വിവിധ ഘടകങ്ങളെ അപഗ്രഥിച്ച് വിശദീകരിക്കുന്ന കൃതിയാണ് കരിമ്പുഴ രാമകൃഷ്ണ(1979)ന്റെ 'ലീലാഹൃദയം'.

ലീല ഒരു പ്രണയകാവ്യം മാത്രമല്ലെന്നും സ്ത്രീപുരുഷ പ്രണയത്തിലൂടെ ജീവാത്മപരമാത്മബന്ധത്തെ പ്രകാശിപ്പിക്കുന്ന ഒരു അടിയൊഴുക്ക് കാവ്യത്തിലുണ്ടെന്നും അതുകൂടി സൂചിപ്പിക്കുന്ന തരത്തിലുള്ളതാണ് ഈ വ്യാഖ്യാനമെന്നും കരിമ്പുഴ രാമകൃഷ്ണൻ പറയുന്നുണ്ട്. പഠിതാക്കൾക്കും വ്യാഖ്യാതാക്കൾക്കും ഒരു പോലെ ഉപകരിക്കുന്ന ഒരു കൃതിയാണ് ലീലാഹൃദയം.

ആശാൻ- കാവ്യവീക്ഷണ പഠനങ്ങൾ

മഹാകവി കുമാരനാശാനെ ദാർശനിക കവിയെന്ന് മിക്ക നിരൂപകരും വിശേഷിപ്പിച്ചിട്ടുണ്ട്. മാനുഷ്യകത്തെ വ്യാഖ്യാനിക്കുവാനും ജീവിതത്തിന്റെ തത്വചിന്താപരമായ ഉള്ളടക്കത്തെ കണ്ടെടുക്കുവാനും ആശാൻ ശ്രമിച്ചിരുന്നു എന്നതുകൊണ്ടാണ് ഈ മട്ടിലുള്ള വിലയിരുത്തലുകൾ പല നിരൂപകരും നടത്തിയത്. ലീലാകാവ്യത്തെ അടിസ്ഥാനമാക്കി നടന്നിട്ടുള്ള മിക്ക പഠനങ്ങളും കവിയുടെ കാവ്യ വീക്ഷണത്തെക്കുറിച്ചുള്ള നിരീക്ഷണങ്ങൾ മുന്നോട്ടുവെയ്ക്കുന്നുണ്ട്. പി.കെ ബാലകൃഷ്ണൻ, എൻ. കൃഷ്ണപിള്ള, എം.കെ. സാനു, കെ.പി. ശങ്കരൻ, പ്രസന്ന രാജൻ മുതലായവർ ലീലാകാവ്യത്തെ ഈ രീതിയിൽ പഠിച്ചിട്ടുണ്ട്. ഇത്തരം പഠനങ്ങളിൽ ലീലാകാവ്യത്തിന്റെ ഇതിവൃത്തഘടന, കാവ്യത്തിന്റെ ഭാവാവിഷ്കാരസവിശേഷത, ശിൽപസൗന്ദര്യം, നിലനിൽക്കുന്ന സദാചാര മൂല്യബോധത്തോട് കവി എങ്ങനെ കലഹിക്കുന്നു തുടങ്ങിയവയെല്ലാം അന്വേഷണവിധേയമായിട്ടുണ്ട്.

പ്രണയത്തെക്കുറിച്ചുള്ള മഹാകവിയുടെ കാഴ്ചപ്പാടും മനുഷ്യഭാഗധേയത്തിൽ വിധിസങ്കൽപത്തിനുള്ള സ്ഥാനവും ഈ നിരൂപകരുടെ അന്വേഷണപരിധിയിൽ വന്നിട്ടുള്ള വിഷയങ്ങളാണ്. പ്രണയത്തെ എപ്രകാരമാണ് സ്വാതന്ത്ര്യപ്രഖ്യാപനമായി ലീലാകാവ്യത്തിൽ കവി അവതരിപ്പിക്കുന്നത് എന്നും ഈ വിമർശകർ തങ്ങളുടെ പഠനങ്ങളിൽ വിലയിരുത്തിയിട്ടുണ്ട്.

കാമുകപ്രേമമൊഴിച്ച് ജീവിതത്തിലെ മറ്റെല്ലാ സ്നേഹബന്ധങ്ങളും പിൻതള്ളി കാമുകാന്വേഷണത്തിനു തിരിക്കുന്ന ആശാന്റെ നായികമാർക്ക് ദർശനീയമായ പല പ്രത്യേകതകളുമുണ്ടെന്ന് പി.കെ. ബാലകൃഷ്ണൻ (1970/2009) 'കാവ്യകല കുമാരനാശാനിലൂടെ' എന്ന ഗ്രന്ഥത്തിൽ വിലയിരുത്തുന്നു. കാമുകദർശനവും സ്പർശനവും ആശാന്റെ നായികമാർക്ക് ജീവിതസാഫല്യം മാത്രമല്ല; ജീവിതത്തിന്റെ ആത്യന്തികനിമിഷങ്ങൾകൂടിയാണെന്ന് ലേഖകൻ പറയുന്നു.

സിദ്ധിയും കവിയുടെ ബോധപൂർവകമായ വൈഭവങ്ങളും

ഏറെക്കുറെ ശ്ലഥമായ ഭാവത്തിൽ ഒരു കാവ്യത്തിലൂടെ മുമ്പോട്ടു നീങ്ങുന്നതും സിദ്ധിയുടെ സഹജഭാവം സാധനാപരമായ വൈഭവങ്ങളെ ഒടുവിൽ സമൂലം നിമജ്ജനം ചെയ്യുന്നതുമായ രീതിയാണ് ആശാൻ ലീലയിൽ അനുവർത്തിച്ചിരിക്കുന്നത് എന്നാണ് ലേഖകന്റെ വിലയിരുത്തൽ. ലീല എഴുതുന്നതിന് തന്നെ പ്രേരിപ്പിച്ച ലക്ഷ്യമെന്തെന്നു സംശയത്തിനിടമില്ലാത്ത രീതിയിൽ കവി പ്രഖ്യാപിക്കുന്നുണ്ട്. ഈ പ്രഖ്യാപനങ്ങളുടെ അടിസ്ഥാനത്തിൽ വേണം ലീലയെ സമീപിക്കാനെന്നാണ് ലേഖകന്റെ കാഴ്ചപ്പാട്. മൂന്നാം സർഗത്തിൽ നടക്കുന്ന പ്രേമനാടകത്തിന് തയ്യാറെടുപ്പിക്കുന്ന പശ്ചാത്തലം മാത്രമാണ് ഒന്നും രണ്ടും സർഗങ്ങളെന്നും ഭാവതീക്ഷ്ണമായ മൂന്നാം സർഗത്തിലെ രംഗവേദിയിൽവെച്ച് സ്വജീവിതത്തിന്റെ നിർണയാകസന്ധിക്കു പ്രത്യഭിമുഖമായി നിൽക്കുമ്പോഴാണ് താൻ ആരാണെന്നു ലീല സ്വയം അറിയുന്നതും മറ്റുള്ളവരെ അറിയിക്കുന്നതുമെന്നും അദ്ദേഹം നിരീക്ഷിക്കുന്നു. കവിത്വസിദ്ധിയുടെയും കാവ്യകലാവിജ്ഞാനത്തിന്റെയും അപൂർവ്വമായ ഒരു ലയലാസ്യമാണ് ലീലയുടെ മൂന്നാം സർഗം. ആശാൻ കാവ്യകലയിൽ നേടിയ നേട്ടത്തിന്റെ പരമാവധിയെന്തെന്ന് ലീലയുടെ മൂന്നാംസർഗം കാണിക്കുന്നുവെന്ന് അദ്ദേഹം ചൂണ്ടിക്കാണിക്കുന്നു.

മഹാകവിയുടെ കവിത്വസിദ്ധി ലീലയിൽ രംഗപ്രവേശം ചെയ്യുന്നത് എപ്രകാരമാണെന്നും സമസ്തജീവിതസൗഭാഗ്യങ്ങൾക്കു നടുവിലും ഭാഗ്യംകെട്ടവളായ ഒരു സുന്ദരിയുടെ ദുരന്തപ്രേമത്തിന്റെ കഥയിലൂടെ മനുഷ്യജീവിതത്തിന്റെ ഗതിവിഗതികളെ വിലയിരുത്തുന്നത് എപ്രകാരമാണെന്നും വിശകലനം ചെയ്യാനാണ് ബാലകൃഷ്ണൻ ശ്രമിക്കുന്നത്. ലീലയെന്നസുന്ദരി തനി 'ചിത്തസ്വത്വ'മായി മാറുന്നതോടെ ലീലാകാവ്യത്തിന്റെ സ്വരവും അന്തരീക്ഷവും ഭാവവുമെല്ലാം തികച്ചും വ്യത്യസ്തമായിത്തീരുന്നുവെന്ന് ലേഖകൻ നിരീക്ഷിക്കുന്നുണ്ട്. കാവ്യമാകട്ടെ സമസ്തചരാചരങ്ങളും പങ്കെടുക്കുന്ന ഒരു വിശ്വമഹാദുരന്തമായി മാറുകയും ചെയ്യുന്നു. ലീലയെന്ന സുന്ദരിയും മദനനെന്ന വെറും നിഴലും വിശ്വമാകെ വ്യാപിച്ചുവർത്തിക്കുന്ന ഏതോ ഭാവങ്ങളുടെ പ്രതീകങ്ങളായി പരിവർത്തിക്കപ്പെടുകയാണ് ചെയ്യുന്നത്. കവിയറിയാതെയും കവി ഉദ്ദേശിക്കാതെയും ലീല സാമാന്യമായ മനുഷ്യഭാവം കൈവെടിയുന്നു. ഒരു വനദേവതയുടെ കേവലരൂപത്തിലുള്ള ആത്മാവ് മാത്രമായി മാറുന്നു. ആ ആത്മാവാണ് പ്രിയനെ കാണാതെ വിലപിക്കുന്നത്; ആ ആത്മാവാണ് പ്രിയനിൽ ലയിക്കാഞ്ഞു വലഞ്ഞു വിവശമാകുന്നത് എന്ന് ലേഖകൻ അപഗ്രഥിക്കുന്നു.

മാംസനിബദ്ധമല്ലാത്ത അനുരാഗത്തിന്റെ തലത്തെക്കുറിച്ചുള്ള കവിയുടെ കാഴ്ചപ്പാടും വിധിയുടെ അലംഘനീയതയെക്കുറിച്ചുള്ള ദർശനവും എപ്രകാരമാണ് ഒരു ദുരന്തകാവ്യത്തെ രൂപപ്പെടുത്തുന്നത് എന്ന അന്വേഷണം തത്ത്വചിന്താപരമായി നിർവഹിക്കുകയാണ് തന്റെ ലീലാപഠനത്തിൽ ബാലകൃഷ്ണൻ.

എൻ. കൃഷ്ണപിള്ളയുടെ (1992) 'തെരഞ്ഞെടുത്ത പ്രബന്ധങ്ങൾ' എന്ന പുസ്തകത്തിലെ ആശാൻ കവിതയ്ക്കൊരാമുഖം എന്ന സാമാന്യം നീണ്ട ലേഖനത്തിലാണ് ലീലാകാവ്യത്തെക്കുറിച്ച് വിവരിക്കുന്നത്.

ലീലാകാവ്യത്തിന്റെ തുടക്കത്തിലുള്ള മാധവിയുടെ 'പ്രണയപരവശേ', 'ഗുണവതി' എന്ന രണ്ടു സംബുദ്ധികളിലടങ്ങിയിരിക്കുന്നു നായികയായ ലീലയുടെ സവിശേഷവ്യക്തിമുദ്രകൾ. പ്രണയപാരവശ്യവും ഗുണവതീത്വവുമനുസരിച്ചായിരുന്നു ലീലയുടെ ജീവിതഗതിയെന്നു കാവ്യാവസാനത്തിൽ നമുക്ക് ബോധ്യപ്പെടുമ്പോഴാണ് ഈ സംബുദ്ധികളുടെ വ്യാപ്തിയും ഔചിത്യവും ശരിക്കും വിശദമാകുന്നത് എന്നാണ് ലേഖകന്റെ പക്ഷം.

ലീലയിൽ കവി നേരിട്ടുചെയ്യുന്ന കഥാഖ്യാനത്തിനാണ് പ്രാധാന്യമുള്ളത്. ലീലയുടെ അസാധാരണങ്ങളും സങ്കീർണങ്ങളുമായ ജീവിതാനുഭവങ്ങളെ അർഥശങ്കയ്ക്കിടവരാതെ വ്യാഖ്യാനിച്ച് അവയുടെ ഭാവശുദ്ധിയെ സമർഥിക്കേണ്ടതുണ്ട് കവിക്ക്. പ്രേമദുഃഖം നിമിത്തം വികലബുദ്ധിയായിത്തീർന്ന നായകനെക്കൊണ്ട് സംസാരിപ്പിക്കാൻ സാധ്യവുമല്ല. നാടകീയരീതിയിൽ ഗ്രന്ഥാരംഭം നിർവഹിക്കുകയും വിപരീതവീക്ഷണഗതികൾ അവലംബിക്കുന്ന ലീലയുടെയും മാധവിയുടെയും സംഭാഷണങ്ങളിലൂടെ നായികയുടെ പ്രണയസ്ഥൈര്യവും മനോഗുണങ്ങളും പ്രകടീകരിക്കുകയും ചെയ്യുന്നുണ്ടെങ്കിലും, കവിതന്നെ ദീർഘമായി പൂർവ്വകഥ വിവരിക്കുന്നതിന്റെ ഉദ്ദേശ്യം ഇതായിരിക്കാനാണിട എന്നാണ് കൃഷ്ണപിള്ളയുടെ നിഗമനം.

ആശാൻ കവിതാ പഠനത്തിന് ഒരു മുഖവുര എന്ന നിലയ്ക്ക് എം.കെ സാനു (2004) എഴുതിയ 'അശാന്തിയിൽ നിന്ന് ശാന്തിയിലേക്ക്' എന്ന ഗ്രന്ഥത്തിലെ ഒരു ലേഖനമാണ് 'അനുരാഗം സ്വാതന്ത്ര്യപ്രഖ്യാപനം' (ലീല) എന്നത്.

ലീലാകാവ്യത്തിന്റെ സത്ത വളരെ ഹ്രസ്വമായ വിവരണങ്ങളിലൂടെ ചിത്രീകരിക്കുന്ന ലേഖനമാണിതെന്നു പറയാം. ഇതിവൃത്തത്തിന്റെ കേന്ദ്രബിന്ദുവിലേക്ക് അനുവാചകശ്രദ്ധയെ ആകർഷിക്കുന്ന രണ്ടു ശ്ലോകങ്ങളെക്കുറിച്ച് ലേഖകൻ പ്രത്യേകം പരാമർശിക്കുന്നുണ്ട്. അവ താഴെ പറയുന്നവയാണ്.

'ക്ഷിതിയിലഹഹ! മർത്ത്യജീവിതം
പ്രതിജനഭിന്ന വിചിത്രമാർഗ്ഗമാം
പ്രതിനവരസമാമതോർക്കുകിൽ
കൃതികൾ മനുഷ്യകഥാനുഗായികൾ'

ഇതിലെ 'പ്രതിനവരസം' എന്ന പ്രയോഗത്തെ ലേഖകൻ പ്രമേയത്തോടു ചേർത്തും കാവ്യത്തോടു ചേർത്തും വ്യാഖ്യാനിക്കുന്നു. അവ ഇപ്രകാരമാണ്.

1. ഭൂമിയിൽ മർത്ത്യജീവിതം ഓരോ വ്യക്തിയിലും വ്യത്യസ്തവും വിചിത്രവുമായ മാർഗ്ഗത്തോടുകൂടിയതാകുന്നു. അത് പ്രതിനവരസവുമാകുന്നു. അതോർക്കുമ്പോൾ മനുഷ്യകഥ അനുഗാനം ചെയ്യുന്നവർ കൃതാർത്ഥരാണ്.

2. ഭൂമിയിൽ മർത്ത്യജീവിതം ഓരോ വ്യക്തിയിലും വിചിത്രവും വ്യത്യസ്തവുമായ മാർഗ്ഗത്തോടുകൂടിയതാകുന്നു. അതിനാൽ മനുഷ്യകഥാനുഗായികളായകൃതികൾ (കാവ്യങ്ങൾ) പുതിയ പുതിയ രസങ്ങളുള്ളതായി ഭവിക്കുന്നു.

പഴകിയ തരുവല്ലി മാറ്റിടാം
പുഴയൊഴുകും വഴി വേറെയാക്കിടാം
കഴിയുമവ - മനസ്വിമാർ മന -
സ്സൊഴിവതശക്യമൊരാളിലുന്നിയാൽ.

കാവ്യപ്രമേയം അസാധാരണമാം വിധം വ്യത്യസ്തമാണ് എന്ന സൂചനയാണ് ആദ്യത്തേത്. രണ്ടാമത്തേത്, നായികയുടെ സ്ഥിരചിത്തതയെക്കുറിക്കുന്നതാണ്. നായികയ്ക്ക് കവി നൽകുന്ന അനേകം വിശേഷണങ്ങളിലൂടെ ഈ സൂചന ദൃഢീഭവിക്കുകയും ചെയ്യുന്നുവെന്ന് ലേഖകൻ കണ്ടെത്തുന്നു.

ലീല താൻ ചെന്നുപെട്ട ദുർഘടാവസ്ഥയെക്കുറിച്ച് ബോധവതിയാകുന്നത് വിവാഹശേഷമാണ്. ദുർവിധിയുടെ ദുസ്സഹമായ ഭാരം അവളെ തളർത്തുന്നു, സമുദായം കരാളരൂപത്തോടെ അവളുടെ മനസ്സിൽ തെളിയുന്നു. എന്നാൽ ഇവയ്ക്കൊക്കെ മുകളിലായിരുന്നു അവളുടെ അനുരാഗത്തിന്റെ തിളക്കം. ഇത്രയും കാര്യങ്ങളുടെ പശ്ചാത്തലത്തിലാണ് 'പ്രണയപരവശേ, ശുഭം നിനക്ക്...' എന്നറിയിക്കാൻ മാധവി മടങ്ങിയെത്തുന്നത്. പ്രമേയഘടനയെക്കുറിച്ച് ലേഖകൻ നടത്തുന്ന അയത്ന ലളിതമായ ആഖ്യാനമാണിത്.

രണ്ടാം സർഗത്തിലെ സംഭാഷണത്തിൽ മാധവി ഉന്നയിക്കുന്ന ന്യായങ്ങളെല്ലാം ലൗകികമാണ്. ലീലയുടെ മനസ്സ് ലൗകികമായ അവസ്ഥയ്ക്കതീതമാണ്. മൂന്നാം സർഗത്തിലെത്തുമ്പോൾ, ഏതോ

ആറാമിന്ദ്രിയത്തിലൂടെ കാമുകസാന്നിധ്യം അറിയുന്ന ലീല കാമുകസന്നിധിയിലെത്താൻ കാണിക്കുന്ന ഉത്സാഹവും അവളുടെ ആത്മാലാപവുമാണ്. നായികാനായകസാമാഗമവും രേവാനദിയിലേക്കുള്ള പതനവുമെല്ലാം ക്ഷണനേരംകൊണ്ട് സംഭവിക്കുന്നു. രംഗത്തു ബാക്കിയാവുന്ന മാധവി 'സർവ്വമനാഥമിജഗത്തിൽ' എന്നു പറഞ്ഞുപോകുന്നു. എന്നാൽ മോഹനിദ്രയിൽ നിന്നുണർന്ന മാധവിയ്ക്ക് ചെയ്യാനുണ്ടായിരുന്നത് പരാർഥമായ കർമമാണ്.

നശ്വരതയ്ക്കപ്പുറം അനശ്വരതയുടെ പ്രതീക്ഷ വാഗ്ദാനം ചെയ്തുകൊണ്ടാണ് കാവ്യംസമാപിക്കുന്നതെങ്കിലും ദുരന്ത ഭാവമാണ് ശിൽപത്തിൽ തീവ്രതയോടെ നിറഞ്ഞു നിൽക്കുന്നതെന്ന് ഒരു സഹൃദയന് അനുഭവപ്പെട്ടുകൂടായ്കയില്ല എന്ന നിരീക്ഷണമാണ് സാനു മുന്നോട്ടു വെയ്ക്കുന്നത്.

ആശാന്റെ ലീലാകാവ്യം ആവർത്തിച്ചു വായിച്ചപ്പോൾ ഉണർന്ന പ്രതികരണങ്ങളുടെ അയഞ്ഞ ആഖ്യാനമെന്നാണ് കെ.പി. ശങ്കരൻ (2008) തന്റെ 'ചില 'ലീലാ' വിചാരങ്ങൾ' എന്ന ലേഖനത്തെ സ്വയം വിശേഷിപ്പിക്കുന്നത്.

തന്റെ മനോഗതം വിശദമാക്കാൻ സഹായിച്ചേക്കാവുന്ന ഒരു സംഗതിയെക്കുറിച്ച് അദ്ദേഹം പറയുന്നു. 'ഒരു കഥാപാത്രം പ്രതിക്കൂട്ടിൽ' എന്ന പേരിൽ മാതൃഭൂമി ആഴ്ചപ്പതിപ്പിൽ വന്ന മാരാരുടെ പ്രബന്ധം ആദ്യമായി അനുഭവിച്ചതിന്റെ വേഗസഞ്ചാരം ഇപ്പോഴും പുനരാവാഹിക്കാൻ കഴിയുമെന്നും ആ പ്രബന്ധത്തിന് വന്നിട്ടുള്ള പ്രതികരണങ്ങളും മറുപടിയുമടക്കം ചേർത്തു വന്ന സമന്വിതരൂപത്തിന്റെ ഭദ്രമായ യുക്തിശിൽപത്തെ അങ്ങേയറ്റം താനിഷ്ടപ്പെടുന്നുവെന്നും പറയുന്ന ലേഖകൻ ലീലയെ ഭർതൃഘാതിനിയായി ഗണിക്കുന്നതിനോട് യോജിക്കാതെ, 'യുക്തിയുടെ കോടതിയിൽ അപ്പീൽ കൊടുക്കാൻ കഴിയുമോ, എങ്കിൽ കവിതയുടെ കേസു പൊളിഞ്ഞതുതന്നെ, എന്ന എം.പി പോളിന്റെ നിരീക്ഷണപ്പൊരുളിന്റെ തണലിൽ നിൽക്കാനാണ് ആഗ്രഹിക്കുന്നതെന്ന് നയം വ്യക്തമാക്കുന്നു.

ലീലാ കാവ്യത്തെക്കുറിച്ചുള്ള കെ.പി ശങ്കരന്റെ നിരീക്ഷണങ്ങൾ ഇങ്ങനെ സംഗ്രഹിക്കാം.

അഗ്നിപരീക്ഷകളുടെതും അസാധാരണമായ അതിവർത്തനത്തിന്റേതും ആണ് ലീലാകാവ്യം എന്ന് കവി നമ്മെ ആവർത്തിച്ച് അനുസ്മരിപ്പിക്കുംപോലിരിക്കുന്നു. മലയാളകവിതയുടെ അന്നത്തെ സാഹചര്യത്തിൽ അസാധാരണമായിരുന്നു അഗാധമായ ദുരന്തബോധത്തിന്റെ ആവിഷ്കരണം, എല്ലാം തികഞ്ഞ പശ്ചാത്തലത്തിലുള്ള

നായികാവതരണം, പിന്നീട് ഹതവിധിയായ ഇരുളിനെപ്പറ്റിയുള്ള പ്രസ്താവം, എന്നിവ. 'യുവജനഹൃദയം സ്വതന്ത്രമാണവരുടെ കാമ്യപരിഗ്രഹേച്ഛയിൽ' (1.21) എന്ന ശ്ലോകാർധത്തിന്റെ അന്തസ്സത്ത എന്നത്, ദുരന്ത ബോധത്തിലേക്ക് ഇണക്കാവുന്ന ഇഴ എന്ന നിലയ്ക്കത്രേ. സ്വതന്ത്രത എന്ന സ്വത്വനിഷ്ഠയും ഇച്ഛാശക്തിയുമില്ലാത്ത വ്യക്തികൾക്ക് വിധിക്കപ്പെട്ടതല്ല ദുരന്തം. 'മനസ്വിമാർ മനസ്സൊഴിവതശക്യമൊരാളിലൂന്നിയാൽ' (1.24) എന്നതിലെ നേര് നീങ്ങുന്നത് ഇതിലേക്കാണ്. എന്നാൽ സ്വന്തം വ്യക്തിത്വത്തിന്റെ ഇഷ്ടാനിഷ്ടങ്ങളെ സ്വയം തിരിച്ചറിയുന്നത് പലപ്പോഴും പതുക്കെയാവാം. അതിനാൽ ലീല കരുമന പൂണ്ട് ലൗകികം കാട്ടിക്കളയുന്ന ദുർവിധിയെക്കുറിച്ചുള്ള ഉപാലംഭം ആവർത്തിക്കുക എന്നത് ആശാൻ കൃതികളുടെ അടിസ്ഥാനസ്വഭാവമാണ്. ദുർവിധി നേരിടുന്നതിന് വ്യക്തിയെ മിക്കതും ഒറ്റപ്പെടുത്തുക എന്നതത്രേ അദ്ദേഹത്തിന് അഭിമതം.

ഈ ലേഖനത്തിന്റെ രണ്ടാം ഭാഗത്ത് പറയുന്നത് ലീലാകാവ്യത്തിന്റെ പുനർവായനയിൽ കണ്ടെത്തിയ ചില വെളിച്ചങ്ങളെക്കുറിച്ചാണ്. 'ഊഢശക്തിയാം മനതാർവിങ്ങിയുടൻ വിടർന്ന പോൽ ഘനസൗരഭ്യമിയന്നവാക്കുകൾ' (2.55). പ്രകരണപരമായി ഇത് മാധവിയുടെ ഹിതോപദേശത്തോടുള്ള ലീലയുടെ പ്രതികരണത്തെ വിവരിക്കുകയാണ്. എന്നാൽ ആശാൻ കവിതയെ വിവരിക്കാൻ ഇതിലേറെ പാകമായി വേറൊരു വ്യപദേശം കാണാൻ വിഷമമാണെന്നാണ് ലേഖകന്റെ പക്ഷം. ഏത് ദുരന്തകാവ്യവും പ്രഭാതം ഉദിക്കാത്ത ഇരുട്ടിലേക്കാവില്ല നമ്മെ യഥാർത്ഥത്തിൽ ഉപനയിക്കുക എന്ന് ഈ ലേഖനം പറഞ്ഞുവെയ്ക്കുന്നു. ആശാന്റെ ലീലാകാവ്യത്തെക്കുറിച്ച് അയഞ്ഞതെങ്കിലും ഏറെക്കുറെ സമഗ്രമായ ഒരു പഠനം തന്നെയാണ് കെ.പി. ശങ്കരൻ നിർവഹിച്ചിരിക്കുന്നത്.

ലീലാകാവ്യത്തെ സമഗ്രമായി വിലയിരുത്തുന്ന ഒരു ഗ്രന്ഥമാണ് പ്രസന്നരാജ (2011)ന്റെ 'ലീലാ കാവ്യം വീണ്ടും പരിശോധിക്കുമ്പോൾ' എന്നത്. മനുഷ്യജീവിതത്തിന്റെ വ്യർത്ഥതയും മരണത്തിന്റെ അനിവാര്യതയും പ്രേമത്തിന്റെ ദുരന്തസ്വഭാവവും ഒരു കാവ്യത്തിന്റെ അന്തസ്സത്തയായി വർത്തിക്കുന്നതെങ്ങനെയെന്ന അന്വേഷണമാണ് ലേഖകൻ നടത്തുന്നത്.

മനോഹരമായൊരു പ്രേമകഥയുടെ ദുരന്തചിത്രീകരണത്തിലൂടെ പ്രപഞ്ചരഹസ്യത്തെക്കുറിച്ചുതന്നെ തീവ്രമായ അന്വേഷണം നടത്തുകയാണ് കുമാരനാശാൻ. ഏഴ് അധ്യായങ്ങളായി തിരിച്ചിരിക്കുന്ന പുസ്തകത്തിലെ ഒന്നാം അധ്യായമായ 'പ്രേമസങ്കൽപ്പ'ത്തിൽ സ്ത്രീ പുരുഷപ്രേമത്തെ ഒരാദ്ധ്യാത്മികാനുഭൂതിയായി കണ്ട കവി ലീല

എന്ന കാവ്യത്തിൽ അതെങ്ങനെ നിർവചിക്കുന്നു എന്ന് അന്വേഷിക്കുകയാണ്. 'ലീലാകാവ്യത്തിലെ ഇതിവൃത്തപ്പൂതുമ'യെക്കുറിച്ചുള്ള വിശകലനമാണ് അടുത്ത അധ്യായം. ലീല, മദനൻ, മാധവി എന്നീ മൂന്ന് കഥാപാത്രങ്ങളെയാണ് കാവ്യത്തിന്റെ മൂന്ന് സർഗങ്ങൾ സമർഥമായി പ്രതിനിധീകരിക്കുന്നത്. ലീലയ്ക്കുവേണ്ടി കവി നിർമ്മിച്ച സർഗമാണ് ആദ്യത്തേത്. മദനൻ സകല പ്രത്യേകതകളോടും കൂടി രണ്ടാംസർഗത്തിൽ നിറഞ്ഞു നിൽക്കുന്നു. അവസാനസർഗത്തിൽ ജ്വലിച്ചുയരുന്നത് മാധവിയാണ്. മൂന്ന് പ്രധാന പാത്രങ്ങളെ മൂന്ന് വ്യത്യസ്ത സർഗങ്ങൾ വഴി ചിത്രീകരിച്ചാണ് ജീവിതത്തെപ്പറ്റിയുള്ള തന്റെ സത്യാന്വേഷണം കവി നടത്തിയത്. ഇങ്ങനെ പോകുന്നു പ്രസന്നരാജിന്റെ നിരീക്ഷണം. 'രൂപാന്തരണം' എന്ന പേരിട്ടിരിക്കുന്ന അധ്യായത്തിൽ ലേഖകൻ പറയുന്നത് കവിയുടെ സ്വകാര്യ വ്യക്തിത്വത്തിന്റെ സവിശേഷതകൾ ഉള്ളിൽ കാത്തു സൂക്ഷിക്കുന്ന മാധവി ലീലാകാവ്യത്തിന്റെ നിർമാതാവ് തന്നെയാണെന്ന് സൂക്ഷ്മമായ നിരീക്ഷണങ്ങൾ തെളിയിക്കുമെന്നാണ്. പ്രക്ഷുബ്ധവികാരങ്ങളുടെ പ്രവാഹം എന്നു വിശേഷിപ്പിക്കാവുന്ന ലീലാവിലാപം കവിയുടെ മനഃശാസ്ത്രപരമായ ഉൾക്കാഴ്ച എടുത്തു കാണിക്കുന്നതാണെന്ന് 'ഉന്മാദത്തിന്റെ ഓടക്കുഴൽ' എന്ന നാലാം അധ്യായത്തിൽ ലേഖകൻ കണ്ടെത്തുന്നു. 'ലീലാകാവ്യത്തിലെ രഹസ്യപദ്ധതി'യായി ലേഖകൻ ചൂണ്ടിക്കാണിക്കുന്നത് ഇവയാണ്; ലീലാകാവ്യത്തിന് രണ്ട് ഇതിവൃത്തമുണ്ട്. കവി പദങ്ങളിലൂടെ പ്രത്യക്ഷമായി പറഞ്ഞതാണ് ഒന്ന്. വരികളുടെ വേരുകളിലൂടെ ഗവേഷണം നടത്തി മാനസികാപഗ്രഥനത്തിന്റെ സഹായത്തോടെ വിമർശകർ ഇതൾ വിരിയിക്കുന്നതാണ് അടുത്തത്. വിരൂപനായ കഥാനായകനെ ചിത്രീകരിച്ച് നിലവിലിരുന്ന സാഹിത്യരീതികളെ ധിക്കരിക്കുന്ന കവി ഭർതൃഘാതകിയായ നായികയിലൂടെയാണ് പ്രേമത്തിന്റെ പൊരുൾ തേടുന്നത്. സൃഷ്ടിയിലൂടെ അനുസരണമില്ലായ്മ പ്രദർശിപ്പിച്ച കവി പുതിയൊരു കാവ്യപാരമ്പര്യത്തിന് അടിസ്ഥാനമിടുകയാണ് ചെയ്തത്. 'വാക്കുകളും വാദ്യോപകരണങ്ങളും' എന്നാണ് ആറാം അധ്യായത്തിന് പേര്. സ്ത്രീപുരുഷ പ്രേമത്തിന്റെ അഗാധതയും ആഴവും പരുഷമായ പദങ്ങളിലൂടെ ധ്വനിപ്പിക്കുവാനാണ് ആശാൻ ശ്രമിച്ചതെന്നാണ് ലേഖകന്റെ കണ്ടെത്തൽ. അതോടൊപ്പം പദങ്ങളുടെ സംഗീതസാധ്യത പരമാവധി ചൂഷണം ചെയ്തുകൊണ്ടാണ് ലീലയുടെ ശിൽപി രചനയിലേർപ്പെട്ടത്. 'ദർശനം അപഗ്രഥിക്കുമ്പോൾ' എന്ന അവസാന അധ്യായത്തിൽ, ജീവിതത്തെപ്പറ്റി ആഴത്തിൽ ചിന്തിക്കുകയും, അഗാധമായ ദാർശനിക പ്രശ്നങ്ങളെ സൃഷ്ടിയുടെ ചൈതന്യമാക്കി മാറ്റുകയും ചെയ്ത കവി സമകാലികരായ കവികളിൽ നിന്ന് ബഹുദൂരം

അകന്നു നിൽക്കുന്നുവെന്നും ജീവിതത്തിന്റെ അലച്ചിൽ വ്യക്തമാക്കാൻ ലോകയാത്ര എന്ന കരുത്തുള്ള ബിംബമാണ് കവി ഉപയോഗിച്ചതെന്നും പറയുന്നു. ഇപ്രകാരം ലീലാകാവ്യത്തെ വിശദമായി പഠനവിധേയമാക്കുകയാണ് പ്രസന്നരാജൻ ചെയ്തിരിക്കുന്നത്.

ലക്കാൻ മനോവിശകലനവും പ്രത്യയശാസ്ത്ര വിമർശനവും

പവിത്ര (2002) ന്റെ 'ആശാൻ കവിത : ആധുനികാനന്തര പാഠങ്ങൾ' എന്ന ഗ്രന്ഥത്തിലെ 'നളിനി, ലീല, ചിന്താവിഷ്ടയായ സീത' എന്ന അഞ്ചാം അധ്യായത്തിലാണ് ഉപശീർഷകമായി ലീലയെക്കുറിച്ചുള്ള പഠനമുള്ളത്. ആധുനികാനന്തര സാഹിത്യസമീപനങ്ങൾ മലയാളത്തിൽ അത്രയൊന്നും പരിചിതമല്ലാത്ത ഒരു സമയത്ത് ലക്കാനിയൻ മനോവിശകലനവും പ്രത്യയശാസ്ത്രവിമർശനപദ്ധതികളും ഉപാധിയായി സ്വീകരിച്ചുകൊണ്ട് നടത്തിയ പഠനം എന്ന നിലയ്ക്ക് ഇത് വ്യത്യസ്തത പുലർത്തുന്നു.

ലീലയുടെ കർതൃസ്ഥാനം രൂപീകരിക്കപ്പെടുന്നത് ലീലയുടെ വാക്യങ്ങളിലൂടെയും കവിവാക്യങ്ങളിലൂടെയും സഖിയുടെ വചനങ്ങളിലൂടെയുമാണ് എന്ന കാഴ്ചപ്പാടാണ് ലേഖകൻ പുലർത്തുന്നത്. ഒന്നാം സർഗത്തിൽ ഒന്നാം ശ്ലോകത്തിലെ സഖീവചനങ്ങൾക്കുശേഷം കവികർത്തൃസ്ഥാനം പ്രത്യക്ഷമാകുന്നു. കഥാകഥനത്തിലൂടെ കവിയും അനുവാചകനും തമ്മിലൊരു ബന്ധം തുടങ്ങുന്നു. പറയുന്ന കവിയും കേൾക്കുന്ന അനുവാചകനും എന്ന നിലയ്ക്കാണത്. 'പ്രണയപരവശേ' എന്ന ആദ്യസംബോധന തോഴിയുടേതാണ്. കാവ്യത്തിലേക്ക് മുഴുവൻ പരക്കുന്ന ഈ സംബോധനവഴി വായനക്കാർക്ക് സഖീപക്ഷത്തുനിന്നുള്ള കാഴ്ചയുടെ ഒരു കേന്ദ്രം ലഭിക്കുന്നു. കവികർത്തൃത്വം ലീലയുമായി പുലർത്തുന്ന ആർദ്രതാബന്ധത്തിൽ സൗന്ദര്യത്തിന്റെയും സമ്പത്തിന്റെയും പിന്തുണയുണ്ട്. വിധിയെയും ദേശചര്യത്തെയും പറ്റി ലീല ദീർഘമായി പറയുന്നുണ്ട്. ഇങ്ങനെ ലീലയും കവിയും മാധവിയും കർത്തൃസ്ഥാനത്തുനിന്നുകൊണ്ടാണ് ലീലാകാവ്യത്തിന്റെ ഗതി നിർണയിക്കുന്നത്.

ഒരേ സമയം പതിയോട് അനുരാഗം കാണിക്കാത്തവളും വൈധവ്യം ബാധിച്ചവളും കാമുകനോട് അനുരാഗിയുമാണ് ലീല. മദനനെ തേടിപ്പോകുന്നതിന് തടസ്സം പറയുന്ന സഖിയോട് സ്നേഹതത്ത്വത്തെക്കുറിച്ച് വിശദമായി പറയുന്നുണ്ട് ലീല. ലീല-സഖി സംഭാഷണങ്ങൾക്ക് താത്ത്വികാർഥവും ഒപ്പം സൗഹൃദഭാവവുമുണ്ട്. ദേശചര്യത്തിന്റെ പ്രതിനിധിയായി പ്രത്യക്ഷപ്പെടുന്ന സഖി ലീലയോട് രൂക്ഷമായി പറയുന്നത് 'മുറമറന്ന് സ്വൈരിണിപോലെ

ചരിക്കുന്ന'തിനെക്കുറിച്ചാണ്.

മൂന്നാംസർഗത്തിൽ ലീല പ്രകൃതിയുടെ സാന്നിധ്യത്തിൽ മദനന്റെ അബോധ സാന്നിധ്യത്താലെന്നവണ്ണം വികാരവതിയായി കാണപ്പെടുന്നു. പവിത്രൻ പറയുന്നു; ചമ്പകപുഷ്പഗന്ധത്തിൽ അവൾ പ്രിയനോടൊത്തുള്ള പൂർവ്വസ്മൃതികളിലേക്ക് ഉണരുന്നു. പൂക്കളിൽവെച്ച് മദനന് ചമ്പകവും വനിതകളിൽ താനുമാണ് പ്രിയം. അങ്ങനെ മദനന്റെ സ്നേഹകേന്ദ്രമെന്ന കർത്തൃസ്ഥാനത്തേക്ക് അവൾ സ്വയം അവരോധിക്കുന്നു. 'ആഗ്രഹം എന്നാൽ അന്യന്റെ ആഗ്രഹമാണ്'' എന്ന് ലക്കാൻ പറയുന്ന അന്യന്റെ സ്നേഹവസ്തുവായിത്തീരാനുള്ള ആഗ്രഹം എന്ന ലക്കാനിയൻ സങ്കൽപം ഇവിടെ ഓർക്കാവുന്നതാണ്.

ലോകസാമാന്യതത്ത്വങ്ങളായ അർത്ഥാന്തരന്യാസങ്ങളിലൂടെയും പ്രപഞ്ചത്തെ മുഴുവൻ ഉൾക്കൊള്ളുന്ന മഹാദ്വന്ദ്വത്തെ അലങ്കാരകൽപനകളിൽ ചേർക്കുന്നതിലൂടെയുമാണ് ലീലയിലെ സ്വയം പൂർണമായ നിയമങ്ങളുടെ ലോകം സൃഷ്ടിക്കപ്പെടുന്നതെന്ന് പവിത്രൻ നിരീക്ഷിക്കുന്നു. ഇതേ പരിതസ്ഥിതികളിൽ വെച്ചാണ് ലീലാമദനൻമാരുടെ കർത്തൃത്വത്തിന്റെ അലങ്കാരസ്ഥാനങ്ങളും രൂപപ്പെടുന്നതെന്നും അദ്ദേഹം വ്യക്തമാക്കുന്നു. 'പത്മിനിപോലെ സുന്ദരി', 'കമലങ്ങൾകണക്കെ' എന്നിങ്ങനെ സസ്യസാദൃശ്യലോകവുമായി ലീലയെ ബന്ധിപ്പിക്കുന്നു. മദനനെയാകട്ടെ 'വനവഹ്നി തകർത്ത ശൈലം', 'തേഞ്ഞുപോകുന്ന തിങ്കളിൻകല', 'ദേവസമൻ' എന്നിങ്ങനെയാണ് പറയുന്നത്.

ചില ദ്വന്ദ്വകൽപനകളിലൂടെ സ്ത്രീപുരുഷന്മാരുടെ ആധികാരികതാഭേദങ്ങൾ ഉറപ്പിക്കപ്പെടുന്നതും കാവ്യപാരമ്പര്യത്തിന്റെ അബോധങ്ങളിലേക്ക് വായനക്കാരെ ആകർഷിക്കപ്പെടുകയും ചെയ്യുന്നതിനെക്കുറിച്ച് ലേഖകൻ പറയുന്നുണ്ട്.

പുരുഷൻ	**സ്ത്രീ**
രവി	രശ്മി
പർവ്വതം	മഹാനിപാതയാം തടിനി
തിങ്കൾ	വിധുരവലാക

സമഗ്രതയുടേതായ ഈ ദ്വന്ദ്വകൽപനയിലൂടെയാണ് ഇത് സാധിച്ചിരിക്കുന്നതെന്നാണ് അദ്ദേഹത്തിന്റെ നിഗമനം.

ഇപ്രകാരം പതിവ് രീതിയിൽനിന്ന് വ്യത്യസ്തമായി കാവ്യത്തെ പുത്തൻ ആശയതലങ്ങളിലൂടെയും അർത്ഥതലങ്ങളിലൂടെയും

വിലയിരുത്തുകയും സ്ഥാനപ്പെടുത്തുകയുമാണ് പവിത്രൻ ചെയ്യുന്നത്.

മേൽപ്പറഞ്ഞ ലീലാപഠനങ്ങളെല്ലാം തന്നെ കാവ്യസ്വഭാവത്തിലും ലീലയെന്ന നായികയുടെ സ്വഭാവസിവശേഷതകളിലൂന്നിയുള്ളതും കാവ്യത്തിന്റെ സൗന്ദര്യാത്മകവശങ്ങളെ അപഗ്രഥിക്കുന്ന തരത്തിലുള്ളതുമാണ്. അവയ്ക്ക് ധൈഷണിക ഭാഷാശാസ്ത്രത്തിന്റെ സമീപനരീതിയുമായി ബന്ധമില്ലെന്നു പറയാം.

തൻവായന

ആശാന്റെ ലീലയെക്കുറിച്ച് ധാരാളം പഠനങ്ങൾ ഉണ്ടായിട്ടുണ്ടെങ്കിലും നവീന ഭാഷാശാസ്ത്രപദ്ധതികളിലൊന്നായ ധൈഷണികഭാഷാശാസ്ത്രത്തിന്റെ അടിസ്ഥാനത്തിൽ ആശാന്റെ ലീലയുടെ സവിശേഷപഠനമെന്ന നിലയ്ക്ക് ഈ പഠനം പ്രസക്തമാകുന്നു. ധൈഷണികതയുമായി ബന്ധപ്പെടുത്തിയുള്ള ലക്ഷകസിദ്ധാന്തത്തിന്റെ അടിസ്ഥാനത്തിൽ ലീലാകാവ്യത്തെ പഠിക്കുന്നുവെന്നതാണ് ഈ കൃതിയുടെ പ്രസക്തി.

●

ജോർജ് ലക്കോഫിന്റെ ലക്ഷകസിദ്ധാന്തം

ധൈഷണികതയും ഭാഷയും

മനുഷ്യന്റെ ബുദ്ധിയുമായി ബന്ധപ്പെട്ട പ്രവർത്തനങ്ങളെയാണ് ധൈഷണികം എന്നു പറയുന്നത്. ജ്ഞാനാർജനശേഷിയും അതിന്റെ വിനിമയശേഷിയും മനസ്സിന്റെ സവിശേഷതയാണ്. അതായത് ഭാഷ ആർജിക്കാനുള്ള മനുഷ്യമനസ്സിന്റെ കഴിവ് ധൈഷണികവൃത്തിയാണ്. ഭാഷാപ്രയോഗത്തെ നിയന്ത്രിക്കുന്നത് ധൈഷണികപ്രക്രിയകളാണ്. 'മനുഷ്യമനസ്സിന്റെ ജ്ഞാനാർജനപ്രവർത്തനങ്ങളെയാണ് ധൈഷണികം (cognition) എന്നതുകൊണ്ട് ഉദ്ദേശിക്കുന്നത്. ഇന്ദ്രിയസംവേദനം, സ്മരണ, ചിന്ത, വിവരങ്ങൾ ഉൾക്കൊള്ളുന്നവിധം, യുക്തിചിന്ത, അപഗ്രഥനാത്മകചിന്ത, ശ്രദ്ധ, പൂർവധാരണ തുടങ്ങിയ മാനസികവൃത്തികളാണവ' (ഗിരീഷ്, 2012:15). മനുഷ്യന്റെ ആവാസവ്യവസ്ഥയുമായി ബന്ധപ്പെട്ട പ്രവർത്തനങ്ങളിൽ മനസ്സ് ഇടപെടുന്നുണ്ട്. എന്നാൽ മനുഷ്യനെ മറ്റു ജീവികളിൽനിന്ന് വ്യത്യസ്തനാക്കുന്ന അത്ഭുതപ്രതിഭാസമായ ഭാഷയുമായി ബന്ധപ്പെട്ടുകൊണ്ടുള്ള പ്രവർത്തനമാണ് ധൈഷണികവൃത്തികളിൽ പ്രധാനം.

ധൈഷണിക ഭാഷാശാസ്ത്രം

ഭാഷാശാസ്ത്രരംഗത്ത് നൂതനമായ ഒരു ഭാഷാശാസ്ത്രസമീപനമാണ് ധൈഷണികഭാഷാശാസ്ത്രം. ധൈഷണികമനഃശാസ്ത്രത്തിന്റെ പരികൽപനകളോടെയാണ് ധൈഷണികഭാഷാശാസ്ത്രം എന്ന ഭാഷാപഠനപദ്ധതി വികസിപ്പിച്ചെടുത്തത്. റൊണാൾഡ് ലങ്കാഗർ (1970) എന്ന ഭാഷാശാസ്ത്രജ്ഞനാണ് ഇത് വികസിപ്പിച്ചെടുത്തവരിൽ

പ്രമുഖൻ. അദ്ദേഹത്തെ കൂടാതെ ലിയോനാർഡ് ടാൽമി, വലാസ്കഫെ, ചാൾഡ് ഫിൽമോർ, ജോർജ് ലക്കോഫ് എന്നീ ഭാഷാശാസ്ത്രജ്ഞരാണ് ധൈഷണികഭാഷാശാസ്ത്രത്തിന്റെ പ്രധാനപ്പെട്ട മറ്റു സൈദ്ധാന്തികർ. ധൈഷണികശാസ്ത്രത്തിന്റെ ഒരു ശാഖയാണ് ധൈഷണികഭാഷാശാസ്ത്രം. എങ്ങനെയാണ് ഭാഷാവിജ്ഞാനം മനസ്സിനെ പ്രതിനിധീകരിക്കുന്നത്, അവ എങ്ങനെ ആർജ്ജിക്കുന്നു, എങ്ങനെ ഗ്രഹിക്കുകയും പ്രയോഗിക്കുകയും ചെയ്യുന്നു, എങ്ങനെ ധൈഷണികതയുടെ മറ്റു ഘടകങ്ങളുമായി ബന്ധം പുലർത്തുന്നു എന്നിവ മനസ്സിലാക്കലാണ് ഇതിന്റെ ലക്ഷ്യം.

വിശാലാർത്ഥത്തിൽ, ഭാഷയെന്നത് ഒരു ധൈഷണികവ്യവസ്ഥ മാത്രമല്ല. വൈകാരികാവസ്ഥ, വ്യക്തിബന്ധങ്ങൾ, സാംസ്കാരികോന്നതി, സാമൂഹികഘടന, വ്യക്തിത്വം എന്നിങ്ങനെ പെരുമാറ്റരീതികളുടെ സങ്കീർണരൂപം കൂടിയാണ്. എന്നാൽ ഇവയെല്ലാം മാനസികപ്രക്രിയയുടെ ഭാഗമായിട്ടുവേണം കരുതാൻ. ഈ മാനസികവൃത്തികളുടെ നേരിട്ടുള്ള പ്രതിഫലനമാണ് ഭാഷ നിർവഹിക്കുന്നത്.

ജോർജ് ലക്കോഫ്

ധൈഷണികഭാഷാശാസ്ത്രത്തിന്റെ പ്രധാന സൈദ്ധാന്തിക പഠനമേഖലയാണ് മെറ്റഫർ അഥവാ ലക്ഷകം. ധൈഷണികതയുമായി ബന്ധപ്പെടുത്തി ലക്ഷകത്തെക്കുറിച്ച് ആധികാരികമായി പഠിച്ചത് അമേരിക്കൻ ഭാഷാശാസ്ത്രജ്ഞനായ ജോർജ് ലക്കോഫ് (1980/2003) ആണ്. മാർക്ക് ജോൺസനുമായി ചേർന്ന് അദ്ദേഹം രചിച്ച 'മെറ്റഫേഴ്സ് വി ലിവ് ബൈ' എന്ന ഗ്രന്ഥത്തിലാണ് ലക്ഷകത്തെ ഒരു സിദ്ധാന്തമെന്ന നിലയിൽ രൂപപ്പെടുത്തുന്നത്. ഭാഷ, ചിന്ത, പ്രവൃത്തി, തുടങ്ങി മനുഷ്യൻ വ്യാപരിക്കുന്ന മണ്ഡലങ്ങളിലെല്ലാം ലക്ഷകങ്ങളുടെ സ്വാധീനമുണ്ടെന്നും ലക്ഷകങ്ങൾ മനുഷ്യന്റെ സങ്കൽപനവ്യവസ്ഥയുമായി അഭേദ്യമായ ബന്ധം പുലർത്തുന്നുവെന്നും ലക്കോഫ് സമർത്ഥിക്കുന്നു.

ലക്കോഫി(1987/1990)ന്റെ മറ്റൊരു ഗ്രന്ഥമാണ് 'വിമൻ ഫയർ ആന്റ് ഡയ്ഞ്ചറസ് തിങ്സ്'. ലക്ഷകങ്ങളും ധൈഷണികതയും തമ്മിലുള്ള ബന്ധത്തെക്കുറിച്ചുള്ള പഠനമാണ് ഈ കൃതി. 'ഉത്തമ ധൈഷണികമാതൃക' എന്ന പരികൽപനയെക്കുറിച്ചും ഉപാദാനലക്ഷണയെക്കുറിച്ചും ലക്കോഫ് ഈ പുസ്തകത്തിൽ വിശദീകരിക്കുന്നു. റോഷിന്റെ (1978) 'ഉത്തമദൃഷ്ടാന്തഫലസിദ്ധാന്ത'ത്തെ അടിസ്ഥാനമാക്കി ധൈഷണികവർഗീകരണവും ഭാഷാവർഗീകരണവും മനുഷ്യന്റെ സങ്കൽപനവ്യവ്യസ്ഥയെ എങ്ങനെ രൂപപ്പെടുത്തുന്നുവെന്ന്

വ്യക്തമാക്കുകയാണ് 'ഉത്തമധൈഷണികമാതൃക' എന്ന പരികൽപന കൊണ്ട് ലക്കോഫ് ചെയ്തത്. മനുഷ്യൻ തനിക്കു ചുറ്റുമുള്ള ലോകത്തിലെ പല കാര്യങ്ങളും മനസ്സിലാക്കുന്നത് വർഗ്ഗീകരിച്ചാണ്. ഇങ്ങനെ വർഗീകരിച്ച് മനസ്സിലാക്കുന്നതിന് മനുഷ്യനെ സഹായിക്കുന്നത് ഉത്തമധൈഷണികമാതൃകയാണ്.

മെറ്റഫർ -രൂപകം- സാരൂപ്യകൽപന-ലക്ഷകം

പാശ്ചാത്യരുടെ 'മെറ്റഫർ' എന്ന ആശയത്തെ കുറിക്കാൻ മലയാളത്തിൽ രൂപകം എന്നും സാരൂപ്യകൽപന എന്നും ഉപയോഗിക്കാറുണ്ട്. ചമൽക്കാരകാരകമായ സവിശേഷതകളുള്ളതും കവിതയുടെ മേഖലയിൽ വരുന്നതുമായ ഒരു സാമ്യമൂലകാലങ്കാരമാണ് രൂപകം. "ഒരു വസ്തുവിന് മറ്റൊന്നിന്റെ പേര് നൽകുന്നതാണ് സാരൂപ്യകൽപന. പേരുമാറ്റം എന്നതുകൊണ്ട് ഒന്നിന്റെ ധർമ്മം മറ്റൊന്നിൽ ആരോപിക്കുക എന്നാണ് ഉദ്ദേശിച്ചിട്ടുള്ളത്. ധർമ്മാരോപം സ്വാഭാവികമോ കൽപിതമോ ആകാം. സ്വാഭാവികമാണെങ്കിൽ (ചിരവയുടെ നാക്ക്, ചീർപ്പിന്റെ പല്ല് എന്ന പോലെ) അതിന് കാവ്യത്വത്തിലേക്ക് എത്താൻ കഴിയില്ല, കൽപിതമാണെങ്കിൽ കവിയുടെ രചനാതന്ത്രമായി കാവ്യപദവിയിലെത്തുന്നു" (പ്രഭാകരവാരിയർ, 2009:58-59). വാക്കുകളുടെ സംയോഗത്തിൽ സംഭവിക്കുന്ന അഭേദാരോപത്തെക്കുറിച്ചുള്ള അരിസ്റ്റോട്ടിലിന്റെ പരികൽപനകളാണ് ഇതിനാധാരം.

ധൈഷണിക ഭാഷാശാസ്ത്രത്തിന്റെ പ്രധാന പരികൽപനയായ മെറ്റഫറിന് ലക്കോഫ് ഒരു അലങ്കാരത്തെക്കാൾ പ്രാധാന്യം നൽകുന്നുണ്ട്. മാത്രമല്ല ഭാഷാപരമെന്നതിനെക്കാൾ അത് സങ്കൽപനപരവുമാണ്. അതുകൊണ്ട് രൂപകം, സാരൂപ്യകൽപന എന്നീ പദങ്ങൾ മെറ്റഫറിനെ കുറിക്കാൻ പര്യാപ്തമല്ല, 'ഭാരതീയരുടെ ലക്ഷണയുമായിട്ടാണ് ലക്കോഫിന്റെ മെറ്റഫർ, മെറ്റൊണമി എന്നിവയ്ക്ക് ബന്ധം. ചിലപ്പോൾ ചില വാക്യങ്ങൾ വാച്യാർഥംകൊണ്ടു മാത്രം വിരമിക്കാനാവാതെ വരും. വാച്യാർഥത്തിന് ബാധ വരുന്നു എന്നാണ് ഇതിനെപ്പറ്റി പറയുക. വക്താവ് മനഃപൂർവ്വം അങ്ങനെ പ്രയോഗിച്ചതാണെന്ന് ഉറപ്പുണ്ടെങ്കിൽ വാച്യാർഥം ഉപേക്ഷിച്ച് അതിനോട് ബന്ധപ്പെട്ട വേറൊരർത്ഥം സ്വീകരിക്കേണ്ടിവരുന്നു. ഈ മാതിരി പ്രയോഗത്തിനാണ് ലക്ഷണ എന്നു പറയുന്നത്. വാച്യമായ അർഥത്തിന് ബാധ വരുമ്പോൾ രൂഢിയെയോ പ്രയോജനത്തെയോ ആസ്പദമാക്കി അതിനോട് ബന്ധപ്പെട്ട ഒരർഥം കൽപിക്കുന്നത് ലക്ഷണ. ഇത് ആരോപിതമായൊരു ക്രിയയാണ് (ഗിരീഷ്, 2009 ജൂലൈ). 'ലക്ഷണ എന്ന വ്യാപാരത്താൽ ലഭിക്കുന്ന അർഥത്തിന് ലക്ഷ്യം എന്നും അങ്ങനെ ഉപയോഗിക്കുന്ന വാക്കുകൾക്ക് ലക്ഷകം എന്നും

പറയുന്നു' (ഭാസ്കരൻ, 1989:336). അതിനാൽ ഈ പുസ്തകത്തിൽ മെറ്റഫറിനെ കുറിക്കാൻ രൂപകത്തെക്കാൾ അർഥവ്യാപ്തിയുള്ള ലക്ഷകമെന്ന പദമാണ് ഉപയോഗിക്കുന്നത്.

ലക്കോഫിന്റെ ലക്ഷകസിദ്ധാന്തം

മെറ്റഫറുകളെക്കുറിച്ചുള്ള സാമാന്യധാരണയിൽനിന്ന് വ്യത്യസ്തമായ സൈദ്ധാന്തിക സമീപനമാണ് ലക്കോഫിനുള്ളത്. ലക്ഷകമെന്നാൽ ആലങ്കാരികസമൃദ്ധിയുള്ളതും സാമാന്യവ്യവഹാരഭാഷയിൽനിന്ന് വ്യത്യസ്തമായതുമാണെന്ന വ്യവസ്ഥാപിത ധാരണയെയാണ് ലക്കോഫ് തിരുത്തിയത്. അദ്ദേഹത്തിന്റെ അഭിപ്രായത്തിൽ ലക്ഷകം ഒരലങ്കാരമോ ഭാഷയുടെ ഒരു ഘടകമോ അല്ല, ഭാഷതന്നെ ലക്ഷകത്തിന്റെ നിർമിതിയാണ്. ഭാഷയിൽ മാത്രമല്ല ചിന്തയിലും പ്രവൃത്തിയിലും നിത്യവ്യവഹാരത്തിലാകെത്തന്നെയും ലക്ഷകങ്ങൾ നിറഞ്ഞു നിൽക്കുന്നു. മനുഷ്യന്റെ ധൈഷണികതയുമായി ബന്ധപ്പെട്ട ചിന്തയെ നിയന്ത്രിക്കുന്ന സങ്കൽപനങ്ങളാണ് നിത്യവ്യവഹാരത്തിലെ സൂക്ഷ്മതലങ്ങളെയും നിയന്ത്രിക്കുന്നത്. മനുഷ്യബന്ധങ്ങളെ രൂപപ്പെടുത്തുന്നതും നിലനിർത്തുന്നതും സങ്കൽപനങ്ങളാണ്. സങ്കൽപനങ്ങളുടെ അടിത്തറ ലക്ഷകാത്മകവുമാണ്. അതിനാൽ ലക്കോഫ് ലക്ഷകത്തെ സങ്കൽപനലക്ഷകങ്ങൾ എന്നു വിളിക്കുന്നു. ഈ സങ്കൽപനവ്യവസ്ഥയെ തിരിച്ചറിയാൻ ഭാഷയെത്തന്നെയാണ് പഠനവിധേയമാക്കേണ്ടത്. ഭാഷയെ പരിശോധിക്കുന്നതിലൂടെയും അപഗ്രഥിക്കുന്നതിലൂടെയും മാത്രമേ ലക്ഷകങ്ങളെ വ്യക്തമായി മനസ്സിലാക്കാൻ സാധിക്കുകയുള്ളൂ (ലക്കോഫ്, 2003:3) ലക്കോഫിന്റെ ലക്ഷക വിഭാഗങ്ങളിൽ പ്രധാനമാണ് ഘടനാലക്ഷകങ്ങൾ. സ്രോതസ്സ്ഥലം, ലക്ഷ്യതലം എന്നിങ്ങനെയുള്ള സങ്കൽപനതലങ്ങളെ അടയാളപ്പെടുത്തുന്നവയാണ് ഘടനാലക്ഷകങ്ങൾ.

സ്രോതസ്സ്ഥലവും ലക്ഷ്യതലവും

ലക്ഷകത്തിന് രണ്ടു തലങ്ങളുണ്ട്. സ്രോതസ്സ്ഥലവും ലക്ഷ്യതലവുമാണവ. സ്രോതസ്സ്ഥലത്തിൽ ലക്ഷകാത്മകഭാഷയ്ക്ക് വാച്യാർഥമാണുള്ളത്. സ്രോതസ്സ്ഥലത്തിൽ ഉപയോഗിച്ച വാച്യാർഥത്തിന്റെ സത്ത ആവിഷ്കരിക്കുന്ന തലമാണ് ലക്ഷ്യതലം. അതായത് സ്രോതസ്സ്ഥലവും ലക്ഷ്യതലവും തമ്മിലുള്ള വെറുമൊരു അടയാളപ്പെടുത്തലല്ല ലക്ഷകം. സ്രോതസ്സ്ഥലത്തിൽനിന്ന് ലക്ഷ്യതലത്തിലേക്ക് കൂടുതൽ സത്തകളും ബന്ധങ്ങളും കൂട്ടിച്ചേർക്കുകയാണ് ചെയ്യുന്നത്. ഒരു ലക്ഷകാത്മക അടയാളപ്പെടുത്തൽ അനേകം ഘടകങ്ങളുള്ളതാണ്. 'ബാല്യകാലത്തിൽ മനസ്സിലാക്കിയ അടിസ്ഥാനപരമായ ഇച്ഛാവൃത്തികൾ, സ്ഥലം, വികാരം, തുടങ്ങിയവയിൽനിന്നുമുണ്ടാകുന്ന

ധിഷണാപരമായ ലക്ഷകങ്ങൾകൊണ്ട് മനുഷ്യൻ തന്റെ ലോകാനുഭവങ്ങളെ മനസ്സിലാക്കുകയും ഘടിപ്പിക്കുകയും ചെയ്യുന്നു. ബാല്യകാലത്തെ ധാരണകളാണ് സ്രോതസ്ഥലം. അതാണ് പിന്നീട് ധിഷണാപരമായി ലക്ഷ്യതലത്തിലേക്ക് അടയാളപ്പെടുത്തുന്നത്. ഈ അടയാളപ്പെടുത്തൽ സാദൃശ്യാത്മകമാണ്'' (ഗിരീഷ്, 2009). ഒരു ഉദാഹരണം കൊണ്ട് ഇത് വ്യക്തമാക്കാം.

'അയാൾ അൽപം പച്ച പിടിച്ചിട്ടുണ്ട്''

ഇവിടെ സ്രോതസ്ഥലമെന്നത് പച്ചപ്പോടുകൂടി വളർന്നു വരുന്ന കൃഷിയോ ചെടികളോ ആണ്. ഇത് നമ്മുടെ ജീവിതാനുഭവവുമായി നേരിട്ടു ബന്ധപ്പെട്ടു നിൽക്കുന്ന തലമാണ്. ലക്ഷ്യതലം ഭൗതികമായ മെച്ചപ്പെടലുമാണ്. എന്തിനെയാണോ ലക്ഷകവത്കരിക്കുന്നത് അതാണ് ലക്ഷ്യതലം. ഭൗതികമായി മെച്ചപ്പെടുകയും ശാരീരികമായി പുഷ്ടിപ്പെടുകയും ചെയ്യുന്ന അവസ്ഥ ലക്ഷകത്തിന്റെ ധൈഷണികതലമാണ്.

ലക്ഷകനിർമിതി : സത്താപരവും ജ്ഞാനപരവും

ഒരു സങ്കൽപനലക്ഷകത്തിന്റെ രൂപഘടനയിൽ സ്രോതസ്ഥലത്തിലെയും ലക്ഷ്യതലത്തിലെയും ഒരുകൂട്ടം വിനിമയങ്ങൾ അടങ്ങിയിരിക്കുന്നു. ഈ വിനിമയങ്ങൾ രണ്ടു തരത്തിലുണ്ട്. സത്താപരവും ജ്ഞാനപരവുമാണവ. അതായത് സ്രോതസ്ഥലത്തെയും ലക്ഷ്യതലത്തെയും നിർണയിക്കുന്നത് സത്താപരവും ജ്ഞാനപരവുമായ വിനിമയങ്ങളാണ്. സ്രോതസ്ഥലത്തിലെ വസ്തുവിനെ ലക്ഷ്യതലത്തിലെ വസ്തുവുമായി ബന്ധിപ്പിക്കുന്നത് സത്താപരമായ വിനിമയങ്ങളാണ്. സത്താപരമായ വിനിമയങ്ങൾ സ്രോതസ്ഥലത്തിന്റെയും ലക്ഷ്യതലത്തിന്റെയും ഇടയ്ക്കുള്ള സത്തയാണെന്നർത്ഥം. രൂപപരമായോ ഗുണപരമായോ സ്വഭാവത്താലോ ഉള്ള സാദൃശ്യമാണ് ഇതിനാധാരം. ജ്ഞാനപരമായ വിനിമയമെന്നാൽ സ്രോതസ്ഥലത്തിന്റെയും ലക്ഷ്യതലത്തിന്റെയും പാരസ്പര്യത്തെക്കുറിച്ചുള്ള അറിവാണ്. സ്രോതസ്ഥലത്തിലെ വസ്തുവിനെക്കുറിച്ച് പൂർവധാരണയുണ്ടെങ്കിൽ മാത്രമേ ലക്ഷ്യതലത്തിലെ വസ്തുവുമായി ബന്ധിപ്പിക്കാനാവൂ.

ഉദാ: 'ചേനത്തണ്ടൻ' എന്ന നിരൂഢലക്ഷണയുടെ അടിസ്ഥാനത്തിൽ ഇക്കാര്യം വിശദീകരിക്കാം.

ചേനത്തണ്ടൻ എന്ന് ഒരു പ്രത്യേകയിനം പാമ്പിനെക്കുറിക്കാൻ ഉപയോഗിക്കുമ്പോൾ പാമ്പിന്റെ രൂപത്തിലുള്ള സവിശേഷതകളിലാണ് ഊന്നുന്നത്. നിലത്തുവീണു കിടക്കുന്ന, രൂപത്തിലുടനീളം കെട്ടുപുള്ളികളുള്ള ചേനത്തണ്ട് എന്ന ഭൗതികവസ്തുവാണ്

സത്താപരമായ വിനിമയം നടത്തുന്നത്. നമ്മുടെ ജീവിതപരിസരത്ത് നാം കണ്ടു പരിചയിച്ച ചേനത്തണ്ട് എന്ന വസ്തുവിനോട് സാദൃശ്യം പുലർത്തുന്ന പാമ്പിനെ കുറിക്കാൻ ഈ പേരുപയോഗിക്കുമ്പോൾ നടക്കുന്ന വിനിമയം ജ്ഞാനപരമാകുന്നു. ചേനത്തണ്ട് എന്ന വസ്തുവിന്റെ കെട്ടുപുള്ളിയും മറ്റും ചേർന്നിണങ്ങുന്ന രൂപമാണല്ലോ പാമ്പിന്റേത്. ചേനത്തണ്ടിനെക്കുറിച്ച് പൂർവധാരണയുണ്ടെങ്കിൽ മാത്രമേ ഇത്തരമൊരു ലക്ഷകനിർമിതി സാധ്യമാവുകയുള്ളൂ.

പുതുലക്ഷകങ്ങളുടെ സൃഷ്ടിയിലും സത്താപരവും ജ്ഞാനപരവുമായ ലക്ഷകങ്ങൾക്ക് പ്രസക്തിയുണ്ട്.

ഉദ: 1. ഈ പരികൽപനയിൽനിന്ന് പഠനം തുടങ്ങാം

2. ഈ ഖണ്ഡികയിൽനിന്ന് അടുത്ത ഖണ്ഡികയിലേക്ക് കടക്കാം.

3. ഒടുവിൽ നിഗമനത്തിലെത്താം.

സ്രോതസ്ഥലം	ലക്ഷ്യതലം
യാത്ര	ചിന്ത
യാത്രികൻ	ചിന്തകൻ
യാത്ര ആരംഭിക്കുക	പഠനം തുടങ്ങുക
ഒരിടത്തുനിന്ന് മറ്റൊരിടത്തേക്ക് പോവുക	ഖണ്ഡികയിൽനിന്ന് ഖണ്ഡികയിലേക്കുള്ള ആശയമാറ്റം
ഉദ്ദേശിച്ച സ്ഥാനത്ത് എത്തുക	നിഗമനത്തിലെത്തുക

സത്താപരമായ വിനിമയം

യാത്രികൻ യാത്ര ആരംഭിച്ച് ഒരിടത്തുനിന്ന് മറ്റൊരിടത്തിലൂടെ യാത്ര പുരോഗമിച്ച് അവസാനം ലക്ഷ്യസ്ഥാനത്ത് എത്തിച്ചേരുന്നു.

ജ്ഞാനപരമായ വിനിമയം

ചിന്തകൻ പഠനത്തിലൂടെ ആശയങ്ങളിൽനിന്ന് ആശയങ്ങളിലേക്ക് (ഖണ്ഡികയിൽനിന്ന് ഖണ്ഡികയിലേക്ക്) പുരോഗമിക്കുകയും അവസാനം നിഗമനത്തിലെത്തിച്ചേരുകയും ചെയ്യുന്നു.

ലക്ഷകവിഭജനം

ജോർജ് ലക്കോഫ്(2003:15-16) ലക്ഷകങ്ങളെ ലക്ഷ്യാത്മകം, സത്താപരം, ഘടനാപരം എന്നിങ്ങനെ മൂന്നായി വിഭജിച്ചിരിക്കുന്നു. സത്താപരമായ ലക്ഷകത്തിൽ പ്രധാനമായും വരുന്നത്

പാത്രലക്ഷകങ്ങളാണ്. വൈയക്തിക ലക്ഷകങ്ങളെ ഉപവിഭാഗമായി എടുക്കാം. ലക്ഷകങ്ങൾ ചിന്തയുടെ വാഹകങ്ങളായിത്തീരുന്നതെങ്ങനെയെന്ന് തെളിയിക്കുകയാണ് ലക്കോഫ് ഈ വിഭജനങ്ങളിലൂടെ ചെയ്യുന്നത്.

ലക്ഷ്യലക്ഷകങ്ങൾ

അന്തരീക്ഷം അല്ലെങ്കിൽ സ്ഥലം എന്ന ആശയത്തെ ആവിഷ്കരിക്കുന്ന ലക്ഷകങ്ങളെയാണ് ലക്ഷ്യലക്ഷകങ്ങൾ എന്നു പറയുന്നത്.' സ്ഥലം എന്നത് അടിസ്ഥാനതലമാണ്. അറിവിന്റെ ആധാരത്തെ അടിസ്ഥാനതലമെന്ന് വിളിക്കാം. സ്ഥലത്തെ മേൽ- കീഴ്, മുൻ-പിൻ, ഇടത്-വലത്, അടുത്ത്- അകലെ, കേന്ദ്രം- അതിർത്തി എന്നിങ്ങനെയാണ് മനസ്സിലാക്കുന്നത് (ഗിരീഷ്, 2009:55). സ്ഥലത്തെ മനസ്സിലാക്കുന്ന മാനസിക പ്രതിരൂപങ്ങളുടെ ഭാഷാവിഷ്കാരങ്ങളാണ് ലക്ഷ്യലക്ഷകങ്ങൾ. മനുഷ്യന്റെ ശരീരഘടനയും ഭൗതികാന്തരീക്ഷത്തിൽ ആ ശരീരഘടന നിർവഹിക്കുന്ന ധർമവുമാണ് ഈ ലക്ഷ്യലക്ഷകനിർണയം സാധ്യമാക്കിയത്. മനുഷ്യന്റെ ഭൗതികവും സാംസ്കാരികവുമായ അനുഭവങ്ങളിൽനിന്ന് ഓരോതരം ലക്ഷകാത്മക സങ്കൽപനവും എങ്ങനെയുണ്ടാകുന്നു എന്നതിനെക്കുറിച്ചുള്ള ഓരോ സന്ദർഭത്തിലെയും സൂചനകളാണ് ഇത്തരം ലക്ഷകങ്ങൾ. അനുഭവങ്ങളുടെ അടിസ്ഥാനത്തിൽ വികാരങ്ങളെ രൂപപ്പെടുത്തി ആവിഷ്കരിക്കുന്നത് ലക്ഷകങ്ങളായി മാറുന്നു.

ചില ദൃഷ്ടാന്തങ്ങൾ

1. സന്തോഷം ഉയർച്ചയും സങ്കടം താഴ്ചയുമാകുന്നു.

   * *സന്തോഷംകൊണ്ട് തുള്ളിച്ചാടി. സങ്കടംകൊണ്ട് തളർന്നുപോയി.*

ഭൗതികാടിസ്ഥാനം- തെളിഞ്ഞതും ഉന്മേഷം നിറഞ്ഞതുമായ അവസ്ഥ സന്തോഷത്തെയും വാടിയതും ഊർജരഹിതവുമായ അവസ്ഥ സങ്കടത്തെയും കാണിക്കുന്നു.

2. ബോധം ഉയർച്ചയും അബോധം താഴ്ചയുമാണ്.

   * *അയാൾ അബോധാവസ്ഥയിലേക്ക് കൂപ്പുകുത്തി.*
   * *അയാൾ ഉറക്കത്തിലേക്ക് വീണു.*
   * *പൂർവ്വാധികം ശക്തിയോടെ ഉണർന്നു പ്രവർത്തിച്ചു.*

** ഉത്തരവാദിത്വത്തെക്കുറിച്ച് ബോധവാനായി.*

ഭൗതികാടിസ്ഥാനം- മനുഷ്യനും മറ്റ് സസ്തനികൾ ഏറെയും ഉറങ്ങുന്നത് കിടന്നും ഉണരുന്നത് എഴുന്നേറ്റുമാണ്.

3. ആരോഗ്യവും ജീവിതവും ഉയർച്ചയും രോഗവും മരണവും താഴ്ചയുമാണ്.

** രോഗം മൂലം ആരോഗ്യം ക്ഷയിച്ച അയാൾ മരണത്തിലേക്ക് വീണു.*

** അയാളുടെ ആരോഗ്യനില നാൾക്കുനാൾ മെച്ചപ്പെട്ടു.*

ഭൗതികാടിസ്ഥാനം -ഗൗരവമായ രോഗങ്ങൾ നമ്മെ കിടക്കാൻ നിർബന്ധിക്കുന്നു.

മരിച്ചാൽ താഴെ കിടക്കുന്നു.

4. അധികം (കൂടുതൽ) ഉയർച്ചയും അൽപം (കുറവ്) താഴ്ചയുമാണ്.

** സ്വർണവില ഉയർന്നു.*

** അണക്കെട്ടിൽ ജലനിരപ്പ് ഉയർന്നു.*

** നാളികേരവില താഴ്ന്നു.*

ഭൗതികാടിസ്ഥാനം-ഒരു പാത്രത്തിൽ കൂടുതൽ വെള്ളമൊഴിക്കുമ്പോൾ അല്ലെങ്കിൽ വസ്തുക്കൾ നിറയ്ക്കുമ്പോൾ അതിന്റെ നില ഉയരുന്നു.

5. യുക്തിപരത ഉയർച്ചയും വൈകാരികത താഴ്ചയുമാണ്.

** വൈകാരികതലത്തിലേക്ക് പതിക്കാതെ കാര്യങ്ങൾ യുക്തിപരതയിലേക്ക് ഉയർത്താനായി.*

** അവൾക്ക് വൈകാരികതയിൽനിന്ന് ഉയരാനായില്ല.*

ഭൗതികവും സാമൂഹികവുമായ അടിസ്ഥാനം- യുക്തിപരമായി പെരുമാറാനുള്ള മനുഷ്യരുടെ അനന്യമായ കഴിവാണ് അവർക്ക് മറ്റു ജീവികൾക്കുമേൽ നിയന്ത്രണം നേടിക്കൊടുത്തത്. നിയന്ത്രണം ഉയർന്നതാണ് എന്നത് മനുഷ്യൻ ഉയർന്നതാണെന്നതിനും തൽഫലമായി യുക്തിപരത ഉയർന്നതാണെന്നതിനും അടിസ്ഥാനമാകുന്നു.

6. സദാചാരം ഉയർച്ചയും ദുരാചാരം താഴ്ചയുമാകുന്നു

** അവൾ ധർമനിഷ്ഠയും ഉയർന്ന മൂല്യങ്ങൾ വെച്ചു പുലർത്തുന്നവളുമാണ്.*

** ഞാൻ അത്രയ്ക്കങ്ങ് താഴില്ല*

** അതെന്റെ നിലവാരത്തിന് താഴെയാണ്.*

ഭൗതികവും സാമൂഹികവുമായ അടിസ്ഥാനം:- ഒരു സമൂഹം അല്ലെങ്കിൽ വ്യക്തി തന്റെ നന്മക്കുവേണ്ടി സൃഷ്ടിച്ച മൂല്യങ്ങൾക്കും നിലവാരങ്ങൾക്കുമനുസരിച്ച് പ്രവർത്തിക്കുന്നതാണ് സദാചാരം. സദാചാരപൂർണമായ പ്രവർത്തനങ്ങളും സമൂഹത്തിന്റെയോ വ്യക്തിയുടെയോ വീക്ഷണത്തിലെ പൊതുനന്മയും പരസ്പരാശ്രിതങ്ങളായതിനാലാണ് നന്മ ഉയർന്നതാകുന്നത്.

ഇവയിൽനിന്നെല്ലാം വ്യക്തമാകുന്നത് മനുഷ്യന്റെ അടിസ്ഥാന സങ്കൽപനങ്ങളേറെയും ചിട്ടപ്പെടുത്തിയിരിക്കുന്നത് ലക്ഷ്യലക്ഷകങ്ങളുടെ സങ്കേതങ്ങളെ ആധാരമാക്കിയാണ് എന്നാകുന്നു. വിവിധ ലക്ഷ്യലക്ഷകങ്ങൾക്കിടയ്ക്ക് ബാഹ്യമായൊരു വ്യവസ്ഥാപിതത്വംഉണ്ട്. അത് അവയ്ക്കിടയിലുള്ള പാരസ്പര്യത്തെ നിർവചിക്കുന്നു. 'നല്ലത് ഉയർച്ചയാകുന്നു' എന്ന ലക്ഷ്യലക്ഷകത്തെ നൽകുകയും ആ സ്ഥിതി നിർണയം 'സന്തോഷം ഉയർച്ചയാകുന്നു.' ജീവിച്ചിരിക്കുക ഉയർച്ചയാകുന്നു', 'ആരോഗ്യം ഉയർച്ചയാകുന്നു', 'നിയന്ത്രണം ഉയർച്ചയാകുന്നു', 'സദാചാരം ഉയർച്ചയാകുന്നു' എന്നീ സവിശേഷാവസ്ഥകളുമായി പാരസ്പര്യത്തിലാവുകയും ചെയ്യുന്നു.

ലക്ഷ്യലക്ഷകങ്ങളുടെയും വേരുകൾ കുടികൊള്ളുന്നത് ഭൗതികവും സാംസ്കാരികവുമായ അനുഭവങ്ങളിലാണ്; അവ ആകസ്മികങ്ങളല്ല.

ഉയർച്ച, താഴ്ച എന്നീ സ്ഥലസംബന്ധിയായ വസ്തുതകൾ സന്തോഷം, സങ്കടം, ബോധം, അബോധം, ആരോഗ്യം, രോഗം, ജീവിതം, മരണം, യുക്തിപരത, വൈകാരികത, സദാചാരം, ദുരാചാരം എന്നീ ഭൗതികസങ്കൽപനങ്ങളായി ലക്ഷകനിർമിതിയിൽ പ്രവർത്തിക്കുന്നു. മേൽപ്പറഞ്ഞവയിൽ ഉയർച്ചയും താഴ്ചയും സ്ഥലപരമായ ധാരണയും മറ്റുള്ളവയെല്ലാം അനുഭവങ്ങളുമാണ്. മനുഷ്യന്റെ ദൈനംദിന ജീവിതത്തിലെ ശാരീരികവും മാനസികവുമായ പ്രവർത്തനങ്ങൾ ലക്ഷ്യലക്ഷക നിർമിതിയിൽ പ്രസക്തവുമാണ്.

സത്താപരമായ ലക്ഷകങ്ങൾ

ദൈനംദിനജീവിതത്തിൽ നാം മനസ്സിലാക്കുന്നതും അനുഭവിക്കുന്നതു

മായ ഭൗതികവസ്തുക്കളിൽനിന്നും പദാർഥങ്ങളിൽനിന്നുമാണ് സത്താപരമായ ലക്ഷകങ്ങൾ ആവിർഭവിക്കുന്നത്. വസ്തുക്കളെക്കുറിച്ചുള്ള മനുഷ്യന്റെ വീക്ഷണഗതി, പ്രവർത്തനരീതി, വികാരം, ആശയം എന്നിവ ആവിഷ്കരിക്കുന്ന ലക്ഷകങ്ങളാണ് സത്താപരമായ ലക്ഷകങ്ങൾ. സ്വന്തം ശരീരമടക്കമുള്ള ഭൗതികവസ്തുക്കളുമായി ബന്ധപ്പെട്ട അനുഭവങ്ങൾ അസാധാരണവും വൈവിധ്യപൂർണവുമായ സത്താപരമായ ലക്ഷകത്തിന് അടിസ്ഥാനമായി വർത്തിക്കുന്നു. വിവിധ തരത്തിലുള്ള ഉദ്ദേശത്തെയാണ് ഇത് പ്രതിഫലിപ്പിക്കുന്നത്. ലക്കോഫ് (2003: 25-26) നൽകുന്ന ഉദാഹരണം വിലക്കയറ്റം എന്ന അനുഭവമാണ്. അതിനെ പണപ്പെരുപ്പം എന്ന പേരുവഴി ലക്ഷകാത്മകമായി ഒരു സത്ത എന്ന നിലയിൽ വീക്ഷിക്കാം. ഇത് അനുഭവത്തെക്കുറിച്ച് നിരൂപിക്കാനുള്ള വഴി നൽകുന്നു. അത് ഇപ്രകാരമാണ്.

- പണപ്പെരുപ്പം നമ്മുടെ ജീവിതനിലവാരത്തെ താഴ്ത്തുന്നു.
- പണപ്പെരുപ്പം വർധിക്കുകയാണെങ്കിൽ നമുക്കതിനെ അതിജീവിക്കാനാവില്ല.
- പണപ്പെരുപ്പം നിരോധിക്കേണ്ടത് ആവശ്യമാണ്.
- പണപ്പെരുപ്പം നമ്മെ ഒരരികിലേക്ക് തള്ളി മാറ്റും.

മനുഷ്യജിവിതത്തിൽ നേരിട്ടിടപെടുന്ന ഒരു ഘടകമായിട്ടാണ് ഇവിടെ പണപ്പെരുപ്പത്തെ കണക്കാക്കുന്നത്. അപകടകാരിയായാണ് പണപ്പെരുപ്പം നമ്മുടെ ജീവിതത്തിൽ ഇടപെടുന്നത്. ഇതുപോലുള്ള സത്താപരമായ ലക്ഷകങ്ങൾ മനുഷ്യാനുഭവങ്ങളെ യുക്തിയുക്തമായി കൈകാര്യം ചെയ്യാനുള്ള ശ്രമമെന്ന നിലയ്ക്ക് ആവശ്യമാകുന്നു.

സത്താപരമായ ലക്ഷകങ്ങൾ വ്യത്യസ്തതലങ്ങളിൽ വ്യാപരിക്കുകയും പ്രവർത്തിക്കുകയും ചെയ്യുന്നു. പരാമർശം, തിട്ടപ്പെടുത്തൽ, സ്വഭാവത്തെ അടയാളപ്പെടുത്തൽ, തിരിച്ചറിയാനുള്ള കാരണങ്ങൾ, ലക്ഷ്യത്തെ ക്രമീകരിക്കലും പ്രവർത്തനത്തെ പ്രചോദിപ്പിക്കലും എന്നിങ്ങനെയുള്ള വിവിധ തലങ്ങളിൽ സത്താപരമായ ലക്ഷകങ്ങൾ പ്രവർത്തിക്കുന്നുണ്ട്. അവ എങ്ങനെയെന്ന് താഴെ കൊടുക്കുന്നു.

1. പരാമർശം

- ഓരോ പൗരനും ലോകസമാധാനത്തിനുവേണ്ടി നിലകൊള്ളണം.

- സ്ഥാപനത്തിന്റെ സൽപ്പേരിനുവേണ്ടി ഓരോ വ്യക്തിയും പ്രവർത്തിക്കണം.

2. തിട്ടപ്പെടുത്തൽ

* ഈ ജോലി തീർക്കാൻ ഞാൻ ധാരാളം ക്ഷമിക്കേണ്ടിവരും.

* നിനക്ക് വളരെയധികം ആതിഥ്യമര്യാദയുണ്ട്.

3. സ്വഭാവത്തെ അടയാളപ്പെടുത്തൽ

* അവന്റെ വ്യക്തിത്വത്തിന്റെ തൽസ്വരൂപം പുറത്തുവന്നു.

* ആധുനിക ജീവിതത്തിന്റെ ഗതിവേഗത്തിനൊത്ത് എത്താൻ എനിക്ക് പറ്റുന്നില്ല.

4. തിരിച്ചറിയാനുള്ള കാരണങ്ങൾ

* അവന്റെ വീഴ്ചയ്ക്കു കാരണം ഉത്തരവാദിത്വമില്ലായ്മയാണ്

* കോപം കാരണം അവനത് ചെയ്തു.

5. ലക്ഷ്യത്തെ ക്രമീകരിക്കലും പ്രവർത്തനത്തെ പ്രചോദിപ്പിക്കലും.

* യശസ്സും ഭാഗ്യവും തേടിയാണ് അവൻ വിദേശത്തേക്ക് പോയത്.

* നിങ്ങളുടെ സാമ്പത്തിക സുരക്ഷ ഉറപ്പാക്കാൻ ഇതാണ് ചെയ്യേണ്ടത്.

സത്താപരമായ ലക്ഷകങ്ങളുടെ പ്രാതിനിധ്യസ്വഭാവം ഇവയിൽ കാണാം.

നമ്മുടെ സംസ്കാരത്തെ വെളിപ്പെടുത്തുന്ന ഒരു ലക്ഷകമാണ് 'മനസ്സ് സത്തയാകുന്നു' എന്നത്. 'മനസ്സൊരു യന്ത്രമാകുന്നു', 'മനസ്സ് എളുപ്പം ഉടയുന്ന വസ്തുവാകുന്നു' എന്നിവയിൽ വ്യത്യസ്ത തരം സത്തകളെ ലക്ഷകകൽപനയ്ക്ക് ആധാരമാക്കുന്നു. 'യന്ത്ര'മെന്ന ലക്ഷകം നൽകുന്നത് മനസ്സിന് അകം- പുറം എന്ന അവസ്ഥയും കഴിവിന്റെ തലവും ഉൽപാദനക്ഷമതയും ഉണ്ട് എന്ന സങ്കൽപനമാണ്. ഈ രണ്ട് ലക്ഷകങ്ങളും മാനസികാനുഭവങ്ങളുടെ തലങ്ങളെ ഭാഗികമായി ഉൾക്കൊള്ളുന്നു.

ഉദാ: അവൾ തകർന്നു(മനസ്സൊരു യന്ത്രമാകുന്നു)

അവൾ പൊട്ടിത്തകർന്നു(മനസ്സൊരു ഉടയുന്ന വസ്തുവാകുന്നു)

ഒരാൾ ദുർബലനാകുമ്പോൾ ക്ഷുഭിതനും അക്രമാസക്തനുമാകും. അതിനെക്കുറിക്കാൻ ഉപയോഗിക്കുന്ന ലക്ഷകം 'അവൻ പൊട്ടിത്തകർന്നു' എന്നാണ്. അതേസമയം ഒരാൾ ബോധം കെടുകയും മാനസികമായ കാരണങ്ങൾകൊണ്ട് പ്രവർത്തിക്കാനാവാതെ വരികയും ചെയ്യുമ്പോൾ നാം പറയുക 'അവൻ തകർന്നു' എന്നാണ്. ഇത്തരത്തിലുള്ള സത്താപരമായ ലക്ഷകങ്ങളെല്ലാം സ്വാഭാവികവും വ്യാപനശക്തിയുള്ളതുമാണ്.

പാത്രലക്ഷകം

മനുഷ്യന്റെ വീക്ഷണഗതിയെ പാത്രസങ്കൽപവുമായി ബന്ധിപ്പിച്ച് ആവിഷ്കരിക്കുന്ന ലക്ഷകങ്ങളെയാണ് ലക്കോഫ്(2003:10) പാത്രലക്ഷകങ്ങൾ എന്നു പറയുന്നത്. പാത്രത്തിനകത്തും പാത്രത്തിനുപുറത്തും എന്ന അർത്ഥത്തിൽ അകം- പുറം വ്യവസ്ഥയെ അടിസ്ഥാനമാക്കിയാണ് പാത്രലക്ഷകം രൂപപ്പെട്ടിരിക്കുന്നത്. ഒരു പാത്രത്തിനുള്ളിലേക്കും പുറത്തേക്കും എന്ന മട്ടിൽ ആശയങ്ങളെ ആവിഷ്കരിക്കാം. ഒന്നിൽനിന്ന് മറ്റൊന്നിലേക്കുള്ള മാറ്റത്തെ പാത്രവ്യവസ്ഥയുടെ അടിസ്ഥാനത്തിൽ മനസ്സിലാക്കാം. ഒപ്പം കാര്യങ്ങൾ വർഗീകരിച്ച് മനസ്സിലാക്കുകയും ചെയ്യാം. 'ലോകത്തിലെ ചില കാര്യങ്ങൾ അഥവാ സംപ്രത്യയങ്ങൾ മനസ്സിലാക്കുന്നത് ഒരു പാത്രത്തിന്റെ അകവും പുറവും എന്ന മട്ടിലാണ്. പാത്രവ്യവസ്ഥ കാര്യങ്ങളെ വർഗീകരിച്ച് മനസ്സിലാക്കുവാൻ സഹായിക്കുന്നു' (ഗിരീഷ്, 2009:52).

വീട്, സമൂഹം, പ്രദേശം, രാഷ്ട്രം എന്നിങ്ങനെ മനുഷ്യൻ വ്യാപരിക്കുന്ന സമസ്ത മണ്ഡലങ്ങളെയും പാത്രലക്ഷകത്തിന്റെ പരികൽപനയിൽ വീക്ഷിക്കാവുന്നതാണ്

ചില ദൃഷ്ടാന്തങ്ങൾ

* വീടിന്റെ അകം, വീടിന്റെ പുറം

വീട്ടിനകത്തെ ഒരു മുറിയിൽനിന്ന് മറ്റൊരു മുറിയിലേക്ക് പോകുന്നത് ഒരു പാത്രത്തിൽനിന്ന് മറ്റൊന്നിലേക്ക് പോകുന്നതുപോലെയാണ്. അതായത് ഒരു മുറിയിൽനിന്ന് പുറത്തേക്കും മറ്റൊന്നിന്റെ അകത്തേക്കും. വീടിനെ പാത്രമായി പരിഗണിക്കുമ്പോൾ അതിന് അകം- പുറം എന്നിങ്ങനെ രണ്ടു വശങ്ങളുണ്ടാകും.

വീടിന്റെ അകം വ്യവസ്ഥ

കോപം എന്ന വികാരം വീടിന്റെ അകം വ്യവസ്ഥയിൽ എങ്ങനെ പ്രവർത്തിക്കുന്നുവെന്നു നോക്കാം.

വീട്ടിൽ കുടുബാംഗങ്ങൾ തമ്മിൽ പല കാര്യങ്ങളിലും അഭിപ്രായ വ്യത്യാസങ്ങൾ ഉണ്ടാകുമല്ലോ. അത് അവരെ കോപാവസ്ഥയിലേക്ക് എത്തിക്കുന്നു. 'നമ്മുടെ ഉള്ളിലുള്ള വികാരങ്ങൾ, വേണ്ടതരത്തിൽ സമയവും കാലവും നോക്കി പ്രകടിപ്പിക്കാനുള്ള പരിശീലനം നമുക്ക് കിട്ടിയിട്ടില്ല. വികാരം ഉള്ളിലുണരുമ്പോൾ, അത് ഏതുവിധേനയും പ്രകടിപ്പിക്കുകയാണ് നാം ചെയ്യുന്നത്' (അജിതൻ നമ്പൂതിരി, 2012:11). അങ്ങനെവരുമ്പോൾ ചിലപ്പോഴെങ്കിലും പൊട്ടിത്തെറിയിലാവും അവസാനിക്കുക.

ഉദാ: അച്ഛന് മകനോട് കോപിക്കേണ്ടിവരുന്ന സന്ദർഭങ്ങൾ തുടർച്ചയായി ഉണ്ടായെന്നിരിക്കട്ടെ. അപ്പോൾ കോപത്തിന്റെ തോത് ക്രമാനുഗതമായി ഉയരുകയും അവസാനം അച്ഛൻ കോപംകൊണ്ട് പൊട്ടിത്തെറിക്കുകയും ചെയ്യുന്നു.

ഇവിടെ കോപം വഹിക്കുന്ന ശരീരം ചൂടുള്ള ദ്രാവകം വഹിക്കുന്ന പാത്രവുമായി സത്താപരമായി യോജിക്കുന്നു. മറ്റു ലക്ഷക വിഭാഗങ്ങളെപ്പോലെ ഈ കോപലക്ഷകത്തിനും സത്താപരവും ജ്ഞാനപരവുമായ വിനിമയങ്ങളുണ്ട്. സ്രോതസ്ഥലം ജ്ഞാനപരവും ലക്ഷ്യതലം സത്താപരവുമാണ്. ഇതിന്റെ സ്രോതസ്ഥലവും ലക്ഷ്യതലവും താഴെ കൊടുക്കുന്നു.

സ്രോതസ്ഥലം	ലക്ഷ്യതലം
ചൂടുള്ള ദ്രാവകത്തിന്റ തീവ്രതയുടെ ഫലമാണ് പാത്രത്തിന്റെ ചൂടും ആന്തരിക മർദ്ദവും,	കോപത്തിന്റെ തീവ്രതയുടെ ഫലമാണ് ശരീരതാപവും ആന്തരികമർദ്ദവും
നിശ്ചിത പരിധിയിലധികം ദ്രാവകം ചൂടാകുമ്പോൾ മർദ്ദം കൂടുകയും പാത്രം പൊട്ടിത്തെറിക്കുകയും ചെയ്യുന്നു.	കോപം വർധിച്ച് നിശ്ചിതപരിധി കടക്കുമ്പോൾ സമ്മർദ്ദം വർധിക്കുകയും വ്യക്തിക്ക് നിയന്ത്രണം നഷ്ടപ്പെടുകയും ചെയ്യുന്നു.
സ്ഫോടനം പാത്രത്തെ നശിപ്പിക്കുകയും സമീപത്തുള്ളവയെ അപകടത്തിലാക്കുകയും ചെയ്യുന്നു.	നിയന്ത്രണം നഷ്ടപ്പെടുന്നത് വ്യക്തിയെ നശിപ്പിക്കുകയും സമീപത്തുള്ളവരെ അപകടപ്പെടുത്തുകയും ചെയ്യുന്നു.

സത്താപരമായ വിനിമയം

പാത്രം ശരീരവും പാത്രത്തിനകത്തെ ദ്രാവകത്തിന്റെ ചൂട് കോപവുമാകുന്നു. പാത്രത്തിന്റെ താപം ശരീരത്തിന്റെ താപവും

പാത്രത്തിനകത്തെ മർദ്ദം ശരീരത്തിന്റെ ആന്തരികമർദ്ദവുമാകുന്നു. പാത്രത്തിലെ മർദ്ദം അധികരിക്കുമ്പോൾ അത് പൊട്ടിത്തെറിക്കും. കോപം അധികരിക്കുമ്പോൾ നിയന്ത്രണം വിട്ട് വ്യക്തിയും പെട്ടി ത്തെറിക്കും.

ജ്ഞാനപരമായ വിനിമയം

ചൂടുള്ള ദ്രാവകത്തിന്റെ തീവ്രതയുടെ ഫലമായുള്ള പാത്രത്തിന്റെ താപവും ആന്തരികമർദ്ദവും നിമിത്തം നിശ്ചിതപരിധി കഴിയു മ്പോൾ ദ്രാവകത്തിന്റെ മർദം കൂടുകയും പാത്രം പൊട്ടിത്തെറിക്കു കയും ചെയ്യും. ആ സ്ഫോടനം പാത്രത്തെ നശിപ്പിക്കുകയും അടുത്തു നിൽക്കുന്നവരെ അപകടത്തിലാക്കുകയും ചെയ്യുന്നു. കോപത്തിന്റെ തീവ്രതയുടെ ഫലമായി ശരീരതാപവും ആന്തരികമർദ്ദവും കൂടുകയും നിശ്ചിതപരിധികഴിയുമ്പോൾ വ്യക്തിയുടെ നിയന്ത്രണം നഷ്ടപ്പെ ടുകയും വ്യക്തി പൊട്ടിത്തെറിക്കുകയും അടുത്തു നിൽക്കുന്നവരെ അപകടപ്പെടുത്തുകയും ചെയ്യുന്നു.

വീടിന്റെ പുറംവ്യവസ്ഥ

മനുഷ്യൻ വ്യാപരിക്കുന്ന മേഖലകളധികവും വീടിന് പുറത്താണ്. അവയിൽ ചിലതാണ് വിദ്യാലയം, ചന്ത, ഔദ്യോഗികസ്ഥാപന ങ്ങൾ മുതലായവ.

വിദ്യാലയം ഉദാഹരണമായെടുക്കാം.

വിദ്യാലയത്തെ പാത്രമായി കാണാം.

വിദ്യാലയത്തിനകത്ത് അധ്യാപകരും, വിദ്യാർഥികളും തമ്മി ലുള്ള പെരുമാറ്റം തികച്ചും ഔപചാരികമാണ്. ഔപചാരികമായ പെരുമാറ്റങ്ങൾക്ക് നിയന്ത്രണവും കരുതലും സൂക്ഷ്മതയുമുണ്ട്. അധ്യാ പകർ വിദ്യാർഥികളോട് പെരുമാറുമ്പോഴും വിദ്യാർഥികൾ അധ്യാ പകരോട് പെരുമാറുമ്പോഴും പുലർത്തുന്ന നിശ്ചിത അകലം ഈ ഔപചാരികതയുമായി ബന്ധപ്പെട്ടതാണ്. പക്ഷേ, അവിടെ വിദ്യാർ ഥികളെക്കാൾ സ്വതന്ത്രരാണ് അധ്യാപകർ. മാത്രമല്ല അധികാരം പ്രയോഗിക്കാൻ കഴിയുന്നവരുമാണ്. ഒരേ സമയം അധ്യാപകർ - വിദ്യാർഥികൾ എന്ന വ്യത്യാസവും മുതിർന്നവർ - കുട്ടികൾ എന്ന വ്യത്യാസവും അധ്യാപകരെ തുണയ്ക്കുന്നു. പല കാരണങ്ങൾകൊണ്ട് അധ്യാപകർക്ക് വിദ്യാർഥികളോട് കോപിക്കേണ്ടിവരുന്നു. (പഠി ക്കാത്തതുകൊണ്ട്, ഗൃഹപാഠം ചെയ്യാത്തതുകൊണ്ട്, അനുസരണ ക്കേടുകൊണ്ട്...)

കോപതീവ്രതയുടെ തോത് കോപം വരാനുണ്ടായ

സാഹചര്യത്തിന്റെ /കാര്യത്തിന്റെ തോതനുസരിച്ച് വ്യത്യാസപ്പെടുന്നു. അധ്യാപകർ കുട്ടികളോട് കോപം പ്രകടിപ്പിക്കാൻ ചെയ്യുന്നത്

കണ്ണുരുട്ടുന്നു

പുരികം/നെറ്റിചുളിക്കുന്നു.

മുഖഭാവത്തിൽ വ്യത്യാസം വരുത്തുന്നു.

പരിഹാസവാക്കുകൾ പ്രയോഗിക്കുന്നു.

അധ്യാപകർ കോപം നിയന്ത്രിക്കുന്നതിന് നിശ്ചിതതോതിൽ സഹിഷ്ണുത പുലർത്തുന്നു. ആ സഹിഷ്ണുതയെ കോപതോതിന്റെ പരിധിയായി കാണാം. കോപത്തിന്റെ തീവ്രത ആ പരിധിക്കപ്പുറം പോയാൽ കോപം നിയന്ത്രിക്കാൻ കഴിയാതെ വരും. അപ്പോൾ അധ്യാപകൻ പൊട്ടിത്തെറിക്കുകയോ കത്തിജ്വലിക്കുകയോ ചെയ്യും.

എന്നാൽ വിദ്യാലയത്തിനു പുറത്ത് അധ്യാപകരെന്നോ വിദ്യാർഥികളെന്നോ ഉള്ള വിലാസമല്ല ഇവർക്കുള്ളത്. അവിടെ അവർ സമൂഹത്തിന്റെ ഭാഗമായ മുതിർന്നവരും കുട്ടികളുമാണ്. സമൂഹത്തിന്റെ നിയമങ്ങളും വ്യവസ്ഥകളും മറ്റുള്ളവർക്കെന്നപോലെ ഇവർക്കും ബാധകമാണ്. വീട് എന്ന പാത്രത്തിലെ അവസ്ഥയിൽനിന്ന് വ്യത്യസ്തമാണ് വിദ്യാലയമെന്നപാത്രം. അതായത് പാത്രത്തിനനുസരിച്ച് ലക്ഷകങ്ങളിലും മാറ്റം സംഭവിക്കുന്നു.

പ്രദേശമെന്ന പാത്രലക്ഷകം

ഒരു പാത്രത്തെ നിർവചിക്കാൻ പറ്റുന്ന തരത്തിൽ പ്രകൃത്യാ ഭൗതികമായ അതിർത്തിയില്ലെങ്കിൽ പോലും ഒരു പ്രദേശത്തിന് അകവും പുറവും ഉണ്ടാക്കാൻ ഒരു മതിലോ വേലിയോ കെട്ടിയാൽ മതി. കാട് വെട്ടിത്തെളിച്ച ഒരു കൃഷിസ്ഥലത്തിന് കാട് തന്നെ അതിർത്തിയാകുമ്പോൾ കൃഷിസ്ഥലത്തിനകത്തെന്നും പുറത്തെന്നുമുള്ള വിന്യാസക്രമമുണ്ടാകുന്നു.

നിരൂഢപാത്രലക്ഷകങ്ങൾ

വാച്യാർഥം പോലെ ഭാഷയിൽ ഉറച്ചുപോയ പാത്രലക്ഷകങ്ങളെയാണ് നിരൂഢപാത്രലക്ഷകങ്ങൾ എന്നു പറയുന്നത്. 'അരമനരഹസ്യം അങ്ങാടിപ്പാട്ടായി' എന്ന പഴഞ്ചൊല്ലിൽ പാത്രലക്ഷകത്തിന്റെ പ്രവർത്തനം താഴെ പറയും പ്രകാരമാണ്.

അരമന പാത്രത്തിന്റെ അകവും, (അടഞ്ഞവ്യവസ്ഥ) അങ്ങാടി പാത്രത്തിന്റെ പുറവു (തുറന്നവ്യവസ്ഥ)മാണ്. രഹസ്യം അകവും പാട്ടാവുക - പരസ്യം- പുറവുമാണ്. 'അടുക്കളയിൽനിന്ന്

അരങ്ങത്തേക്ക്' എന്നതിൽ വീട്ടിനകത്ത്, വീട്ടിനുപുറത്ത് എന്ന ക്രമത്തോടൊപ്പം നമ്മുടെ സാംസ്കാരിക വിപ്ലവത്തിന്റെ ഈടുവെയ്പിനെ കുറിക്കുന്നതാകുന്നു അരങ്ങ്.

മനുഷ്യന്റെ ദൈനംദിന ജീവിതത്തിലെ പല സന്ദർഭങ്ങളിലും അറിഞ്ഞോ അറിയാതെയോ പാത്രലക്ഷകങ്ങൾ ഉപയോഗിക്കുന്നുണ്ട്. കളത്തിനുപുറത്ത്; കളരിക്കുപുറത്ത്, അകത്താവുക, പുറത്താവുക, പടിയിറങ്ങുക, പടിക്കുപുറത്ത്, പരിധിക്കുപുറത്ത് ഇത്യാദി പ്രയോഗങ്ങളെല്ലാം നിത്യജീവിതത്തിൽ സാധാരണമാണല്ലോ.

'ദൃശ്യമണ്ഡലങ്ങളെല്ലാം പാത്രങ്ങളാണ്' എന്നു സ്ഥാപിക്കാൻ ലക്കോഫ് നൽകുന്ന ഉദാഹരണങ്ങൾ താഴെ പറയുന്നവയാണ്.

- അവനെ ഞാൻ നേരിട്ട് കണ്ടു.
- വഴിയിൽ ഒരു മരമുള്ളതിനാൽ എനിക്കവനെ കാണാൻ പറ്റുന്നില്ല.
- അവനിപ്പോൾ കാഴ്ചയ്ക്കു പുറത്താണ്.
- അവിടെ കാഴ്ചക്കായി ഒന്നുമില്ല.

പാത്രത്തിനുള്ളിലേക്ക് വസ്തുവിനെ വെക്കുന്നതുപോലെയാണ് വസ്തുവിലേക്കുള്ള നോട്ടം. നോട്ടം പിൻവലിക്കലാവട്ടെ പാത്രത്തിൽ നിന്ന് വസ്തു മാറ്റുന്നതുപോലെയും. കാഴ്ചയുടെ പരിധി അകം - പുറം വ്യവസ്ഥയുടെ അതിർത്തിയായി വർത്തിക്കുന്നു.

ആന്തരികവും ബാഹ്യ (അകം - പുറം)വുമായ ഉണർവുകളുടെ വാഹകരാണ് മനുഷ്യർ.

വൈയക്തിക ലക്ഷകങ്ങൾ

വൈയക്തിക ലക്ഷകമെന്നത് ഒരു സാമാന്യതരംതിരിവാണ്. അത് വളരെ വിസ്തൃതമായ തലത്തിലുള്ള ലക്ഷകങ്ങളെ ഉൾക്കൊള്ളുന്നു. വൈയക്തികവത്കരണത്തിലൂടെ സാധ്യമാകുന്ന ഓരോ ലക്ഷകത്തിനുമുള്ള പൊതുസ്വഭാവം സത്താപരമായ ലക്ഷകങ്ങളുടെ ദീർഘിക്കലാണെന്നും അവ ഈ ലോകത്തിലെ മനുഷ്യാവസ്ഥയുടെ പ്രതിഭാസത്തെക്കുറിച്ചുള്ള ബോധം രൂപപ്പെടുത്തുന്നവയാണെന്നും ലക്കോഫ് (2003: 34) നിരീക്ഷിക്കുന്നു.

വ്യക്തിയെ കേന്ദ്രമാക്കി ചോദനകളുടെയും ലക്ഷ്യങ്ങളുടെയും പ്രവർത്തനങ്ങളുടെയും സ്വഭാവവിശേഷങ്ങളുടെയും അടിസ്ഥാനത്തിൽ ഈ അവസ്ഥകളെ മനസ്സിലാക്കാൻ പറ്റും. അതായത്

വൈയക്തികവത്കരണം ഒറ്റയായ ഏകീകൃത സാമാന്യ പ്രക്രിയയല്ല. ഓരോ വൈയക്തികവത്കരണലക്ഷകവും വ്യത്യസ്തമാവുന്നത് വ്യക്തിയുടെ വ്യത്യസ്ത അനുഭവതലങ്ങളെ പുറത്തുകൊണ്ടുവരുന്നതിലൂടെയാണ്. അത് ഗുണവശമോ ദോഷവശമോ ആവാം. അനുഭവങ്ങളുമായി നേരിട്ടു ബന്ധമില്ലാത്ത ആശയങ്ങൾ, ചിന്തകൾ, പ്രവൃത്തികൾ തുടങ്ങിയവ വൈയക്തികവത്കരണത്തിലൂടെ ലക്ഷകങ്ങളായി പരിണമിക്കുന്നു.

ഉദാ:- പണപ്പെരുപ്പം സാമ്പത്തികാടിത്തറ തകർത്തുകളയും.

ഇവിടെ പണപ്പെരുപ്പമെന്നത് മനുഷ്യന്റെ പ്രതിയോഗിയായി മാറുന്നു. വ്യക്തിസ്വഭാവത്തിന്റെ സൂക്ഷ്മവശമായ 'ശത്രുത'യിലേക്കാണ് ഇത് കേന്ദ്രീകരിക്കുന്നത്. ഈ കാര്യമാണ് വൈയക്തികലക്ഷകനിർമിതിയായി പരിണമിക്കുന്നത്.

ലക്ഷകങ്ങളും വ്യാക്ഷേപകങ്ങളും

ദൈനംദിന ജീവിതാനുഭവങ്ങളിൽനിന്ന് ഉടലെടുക്കുന്ന സങ്കൽപന ലക്ഷകങ്ങൾക്ക് വൈകാരികവും മാനസികവും തത്വചിന്താപരവുമായ പ്രാധാന്യമുണ്ട്. വൈകാരികാവസ്ഥകളുടെ വ്യത്യസ്തതോതുകളെ ആവിഷ്കരിക്കാൻ വ്യാകരണരൂപങ്ങളും ലക്ഷകാവസ്ഥ കൈവരിക്കുന്നുണ്ട്. അതിലൊന്നാണ് വ്യാക്ഷേപകം. വ്യാക്ഷേപകത്തെ വാക്യഘടനയ്ക്ക് അകത്താക്കിയാലും പുറത്താക്കിയാലും അതിനെ ഗർഭവാക്യമാക്കിയാലും ലഘുവാക്യമാക്കിയാലും അത് വൈകാരികഭേദങ്ങളെയാണ് ആവിഷ്കരിക്കുന്നതെന്ന കാര്യത്തിൽ തർക്കമില്ല.

ഉദാ: ഹാ!, അഹഹ!, അഹോ!

ഇത്തരം വ്യാക്ഷേപകങ്ങൾ ആശ്ചര്യചിഹ്നവും ചേർത്താണ് പ്രയോഗിക്കുന്നത്. അത്ഭുതമെന്ന വികാരത്തെയാണ് അത് മുഖ്യമായും വിനിമയം ചെയ്യുന്നത്. എന്നാൽ ഉപയോഗിക്കുന്ന സന്ദർഭത്തിനനുസരിച്ച് അവ വ്യത്യസ്ത വികാരങ്ങളെ സങ്കൽപനം ചെയ്യുന്നു.

ഉദാ:- ആഹ്ലാദം, സന്തോഷം, ശോകം, വേദന, നിരാശ, ദൈന്യത, മനുഷ്യജീവിതത്തിന്റെ ക്ഷണികത, പതനത്തിന്റെ ആഘാതം, വിലാപത്തിന്റെ ആഴം എന്നിങ്ങനെ ജീവിതവുമായി ബന്ധപ്പെട്ട പല അവസ്ഥകളെയും സങ്കൽപനം ചെയ്യാൻ ഇത്തരം വ്യാക്ഷേപകങ്ങൾക്ക് കഴിയുന്നതിനാൽ അവയെ ലക്ഷകമായി കണക്കാക്കാം. വ്യവഹാരഭാഷയെ അപേക്ഷിച്ച് കാവ്യഭാഷയിലാണ് ഇവയ്ക്ക് ഏറെ പ്രാധാന്യം ലഭിക്കുന്നത്.

ലക്ഷകങ്ങളും ആവർത്തിതപദരൂപങ്ങളും

പദങ്ങളുടെ ആവർത്തിതപ്രയോഗത്തിലൂടെ കാവ്യഭംഗി വർധിപ്പിക്കുകയോ ആശയത്തെ കൂടുതൽ ഫലപ്രദമായോ തീവ്രമായോ ആവിഷ്കരിക്കുകയോ ചെയ്യാം. എല്ലാ ഭാഷകളും ആവർത്തിതപ്രയോഗത്തിന്റെ ലക്ഷകാത്മകചാതുര്യം ഉപയോഗിക്കുന്നുണ്ട്. അർഥത്തിന്റെ തീവ്രതയ്ക്കോ, പൂർത്തീകരണത്തിനോ തുടർച്ചയ്ക്കോ, ആശയത്തെ ഉഗ്രമാക്കാനോ ഉയർത്താനോ ഒക്കെ വേണ്ടിയാണ് ആവർത്തിതപദരൂപങ്ങൾ ഉപയോഗിക്കുന്നത് (ലക്കോഫ്, 2003: 126-127)

ഉദാ: അവൻ വളരെവളരെവളരെ നീണ്ടിട്ടാണ്.

മനുഷ്യന്റെ ആറടിപ്പൊക്കം എന്ന അവസ്ഥയിൽനിന്നും നീളമുള്ളവനാണ് അവനെന്ന് കാണിക്കാൻ നീളമെന്ന സങ്കൽപനത്തെ ലക്ഷകവത്കരിക്കുകയാണിവിടെ. മറ്റൊരു ഉദാഹരണം

ചൊകചൊകെച്ചുകപ്പ്

സ്വതവേ കടുംനിറത്തിന്റെ ആകർഷകത്വം മൂലം വ്യക്തിശ്രദ്ധ നേടുന്ന നിറമാണ് ചുകപ്പ്. ചുകപ്പിന്റെ തീവ്രത കൂടുതലാക്കാൻ ഈ ആവർത്തിതപദപ്രയോഗത്തിന് കഴിയുന്നു. കടുത്തനിറമെന്ന സങ്കൽപനത്തെയാണിവിടെ ലക്ഷകവത്കരിക്കുന്നത്.

ഉപാദാനലക്ഷണ

ഭാരതീയർ ലക്ഷണയെ ജഹല്ലക്ഷണ, അജഹല്ലക്ഷണ, ജഹാജഹല്ലക്ഷണ, ലക്ഷിതലക്ഷണ എന്നിങ്ങനെ നാലായി തിരിച്ചിരിക്കുന്നു. ഇതിൽ അജഹല്ലക്ഷണയുടെ മറ്റൊരു നാമമാണ് ഉപാദാനലക്ഷണ (ഗിരീഷ്, 2012: 18) വാച്യാർത്ഥത്തിനു പുറമേ മറ്റൊരു ആശയത്തെക്കൂടി സൂചിപ്പിക്കുന്നതാണ് ഉപാദനലക്ഷണയെന്ന് ക്രോഫ്റ്റ് നിരീക്ഷിക്കുന്നുണ്ട് (ക്രോഫ്റ്റ്, 2004: 48).

ലക്ഷകത്തെപോലെത്തന്നെ ഉപാദാനലക്ഷണയും നമ്മുടെ ഭാഷയെ മാത്രമല്ല ചിന്തയെയും സമീപനങ്ങളെയും പ്രവൃത്തികളെയും രൂപപ്പെടുത്തുന്നു. ലക്ഷകാത്മകസങ്കൽപനങ്ങൾപോലെത്തന്നെ ഉപാദാനലക്ഷണ സങ്കൽപനങ്ങളും മനുഷ്യന്റെ അനുഭവങ്ങളുടെ അടിസ്ഥാനത്തിലുള്ളതാണ്. എന്നാൽ ലക്ഷകത്തിനും ഉപാദാനലക്ഷണയ്ക്കും അടിസ്ഥാനപരമായ വ്യത്യാസങ്ങളുണ്ട്. ലക്ഷകത്തിന് സ്രോതസ്ഥലം, ലക്ഷ്യതലം എന്നിങ്ങനെയുള്ള രണ്ടുതലമുണ്ട്. ഉപാദാനലക്ഷണയ്ക്കാവട്ടെ ഒരു തലം മാത്രമേയുള്ളൂ.

ഉപാദാനലക്ഷണയുടെ പൊതുഗുണങ്ങൾ:

1. ഉപാദാനലക്ഷണ വാച്യാർഥത്തിൽനിന്ന് പൂർണമായും ലക്ഷ്യാർഥത്തിലേക്ക് മാറുന്നില്ല.
2. ആശയങ്ങൾ ആവിഷ്കരിക്കുവാനുള്ള ധൈഷണികതയുടെ അടിസ്ഥാനവൃത്തിയാണ് ഉപാദനലക്ഷണ.
3. അർഥവ്യാപനത്തിന് കാരണമാകുന്നു. (ഗിരീഷ്, 2012: 79)

ഉപാദാനലക്ഷണ മനുഷ്യന്റെ ദൈനംദിന ജീവിതാനുഭവങ്ങളും സംസ്കാരവുമായി അഭേദ്യമായി ബന്ധപ്പെട്ടു കിടക്കുന്നു. ഒരു വ്യക്തിയുടെ ചിന്തയെയും പ്രവൃത്തിയെയും വ്യക്തമാക്കാൻ ഉപാദാനലക്ഷണയ്ക്ക് കഴിയുന്നു. അംശംകൊണ്ട് പൂർണത്തെയും, ഉത്പന്നത്തിനു പകരം ഉത്പന്നത്തെയും, ഉപകരണംകൊണ്ട് അതുപയോഗിക്കുന്ന വ്യക്തിയെയും, ജനങ്ങളുടെ ഉത്തരവാദിത്വത്തെ സ്ഥാപനംകൊണ്ടും, സ്ഥാപനങ്ങളെ സ്ഥലംകൊണ്ടും എന്നിങ്ങനെ ഉപാദാനലക്ഷണ മനുഷ്യജീവിതത്തിന്റെ സമസ്തമണ്ഡലങ്ങളിലും ആഴത്തിൽ പതിഞ്ഞു കിടക്കുന്നു.

ഉപാദാനലക്ഷണയുടെ വ്യത്യസ്ത ആവിഷ്കാരങ്ങൾ

ജീവിതത്തിന്റെ വൈവിധ്യമേഖലകളെ ആവിഷ്കരിക്കാൻ ഉപാദാനലക്ഷണകൾക്ക് കഴിയുന്നു.

* പൂർണത്തിനു പകരം അംശം.

വ്യക്തിയുടെ മുഖം - വ്യക്തി എന്ന പൂർണത്തെ മുഖം എന്ന അംശംകൊണ്ട് മനസ്സിലാക്കുന്നത് ഉപാദാനലക്ഷണബന്ധത്തിന്റെ അടിസ്ഥാനത്തിലാണ്. മനുഷ്യ സംസ്കാരത്തിൽ മുഖത്തിന് വളരെയധികം പ്രാധാന്യമുണ്ട്. മുഖത്തിനു പകരം കാൽതൊട്ട് കഴുത്ത് വരെയുള്ള ഭാഗമാണ് കാണുന്നതെങ്കിൽ അത് അപരിചിതവും അസംതൃപ്തവും ഒട്ടൊക്കെ ഭീതിദവുമായിത്തീരും.

മുഖം നോക്കാതെ നടപടിയെടുക്കുക

മുഖം രക്ഷിക്കുക

മുഖം കറുക്കുക, മുഖം തരാതിരിക്കുക.

വ്യക്തിയുടെ മുഖം എന്ന ഉപാദാനലക്ഷണബന്ധം ഭാഷയുടെ മാത്രം കാര്യമല്ലെന്നു വരുന്നു. ഒരു വ്യക്തിയെകുറിച്ചുള്ള അടിസ്ഥാനപരമായ ധാരണ രൂപപ്പെടുന്നത് ആ വ്യക്തിയുടെ മുഖത്തിൽനിന്നാണ്. വ്യക്തികൾ പരസ്പരം കാണുമ്പോൾ മുഖത്തേക്കാണ് നോക്കുക.

മുഖസൗന്ദര്യം, മുഖലക്ഷണം എന്നിവയെല്ലാം സൗന്ദര്യത്തിന്റെയും പ്രാപ്തിയുടെയുമെല്ലാം പ്രതിഫലനമായാണ് കണക്കാക്കുന്നത്.

** അംശംകൊണ്ട് പൂർണം.*

പത്രം വന്നു - പത്രം എന്ന അംശംകൊണ്ട് പത്രക്കാരൻ എന്ന പൂർണത്തെകാണിക്കുന്നു.

പാൽ വന്നു - പാൽ എന്ന അംശം പാൽക്കാരൻ എന്ന പൂർണത്തെ കാണിക്കുന്നു.

** ഉത്പന്നത്തിന് പകരം ഉത്പന്നം*

അവൾ ധാത്രി വാങ്ങി.

** ഉപകരണം ഉപയോഗിക്കുന്ന വ്യക്തിയെ സൂചിപ്പിക്കുക.*

കള്ളവണ്ടി കയറുക - ടിക്കറ്റെടുക്കാതെയുള്ള ഒരു വ്യക്തിയുടെ യാത്രയെയാണല്ലോ ഇത് സൂചിപ്പിക്കുന്നത്

** ജനങ്ങളുടെ ഉത്തരവാദിത്വത്തെ സ്ഥാപനംകൊണ്ട് സൂചിപ്പിക്കുക*

സുപ്രീംകോടതി മുന്നറിയിപ്പ് നൽകി.

** സ്ഥാപനങ്ങളെ സ്ഥലംകൊണ്ട് സൂചിപ്പിക്കുക.*

കൂടംകുളത്തിന്റെ സുരക്ഷ ശക്തമാക്കി.

** സംഭവങ്ങളെ സ്ഥലംകൊണ്ട് സൂചിപ്പിക്കുക*

ഹിരോഷിമ, നാഗസാക്കി - അണുവിസ്ഫോടനത്തെ കുറിക്കുന്നു.

ഇപ്രകാരം ഉപാദാനലക്ഷണസങ്കൽപനങ്ങളെല്ലാം ലക്ഷകസങ്കൽപനങ്ങൾപോലെത്തന്നെ വ്യവസ്ഥാപിതമാണ്. മുകളിൽ കൊടുത്തിരിക്കുന്ന വാക്യങ്ങളൊന്നും തന്നെ പെട്ടെന്ന് ഉണ്ടായവയല്ല. ഒരു സമൂഹം എങ്ങനെ ചിന്തിക്കുന്നു, എങ്ങനെ പ്രവർത്തിക്കുന്നു എന്നതിന്റെയൊക്കെ ആകെത്തുകയാണ്. അതായത് അനുഭവങ്ങളുടെ അടിസ്ഥാനത്തിൽനിന്നുതന്നെയാണ് ലക്ഷകത്തെപ്പോലെ ഉപാദാനലക്ഷണയുമുണ്ടാകുന്നത്. എന്നാൽ ലക്ഷകത്തെക്കാൾ വ്യക്തതയുള്ളതാണ് ഉപാദാനലക്ഷണ. അത് നേരിട്ടുള്ള കാര്യകാരണബന്ധത്തിലും ഭൗതിക സാഹചര്യത്തിലുമാണ് നിലകൊള്ളുന്നത്.

●

ലീലയിലെ കാവ്യസങ്കൽപ്പം

പ്രമേയം

ഉദയപുരം എന്ന സ്ഥലത്തെ സമ്പന്നനായ വർത്തകപ്രമാണിയാണ് അർത്ഥപാലകൻ. അയാളുടെ ഏകമകളാണ് ലീല. സൽഗുണസമ്പന്നയായ ലീലയെപിതാവും പ്രകൃതിയും മത്സരിച്ചാണ് വളർത്തിയത്. തന്റെ വീടിന്റെ തൊട്ടടുത്തുള്ള മദനൻ എന്ന യുവാവിൽ അനുരക്തയായിരുന്നു ലീല. അച്ഛൻ കച്ചവടത്തിനു പോകുമ്പോൾ ഒരിക്കൽ അവളെയും കൊണ്ടുപോയി. അന്നാദ്യമായാണ് അവൾ പുറംലോകം കാണുന്നത്.

വഴിക്കുവെച്ച് മറ്റൊരു വ്യാപാരിയുടെ പുത്രന് മകളെ വിവാഹം ചെയ്തുകൊടുക്കാൻ അർത്ഥപാലകൻ തീരുമാനിച്ചു. ഗുരുജനവചനം, കുലക്രമം, സ്ത്രീകളുടെ അസ്വതന്ത്രത എന്നിവയോർത്ത് അവൾ തന്റെ ഇംഗിതം മറച്ചുവെച്ച് പുറമേയ്ക്ക് സമ്മതം കാണിച്ചു. യുവകോമളനും സമ്പന്നനുമായ വരൻ തന്റെ മകൾക്ക് അനുരൂപൻ തന്നെയെന്ന് ഒറ്റനോട്ടത്തിൽതന്നെ പിതാവ് തീരുമാനിച്ചു. മകൾക്കാവട്ടെ മദനനെ മറക്കാനുമായില്ല. അതുകൊണ്ടുതന്നെ അവളുടെ ശരീരം മാത്രമേ ഭർത്താവിന് വഴങ്ങിയുള്ളൂ. മനസ്സ് മദനനിൽത്തന്നെ ഉറച്ചുനിന്നു. ജീവിതം ആ നിലയ്ക്ക് തുടരുന്നത് അസാധ്യമാണെന്ന് അവൾക്ക് തോന്നി. വർഷം ഒന്നു കഴിഞ്ഞു. അവളോടൊപ്പം കിടന്നുറങ്ങിയിരുന്ന ഭർത്താവ് ഒരുനാൾ രാവിലെ ഉറക്കമുണർന്നില്ല. ദുഃഖിതയായ അവൾ സ്വന്തം വീട്ടിലേക്ക് തിരിച്ചു. അവിടെയെത്തിയപ്പോഴാണ് മറ്റൊരു ദുരന്തം തന്നെ കാത്തിരിക്കുന്നതായി അവളറിഞ്ഞത്. അച്ഛൻ മരിക്കുകയും അമ്മ സതിയനുഷ്ഠിക്കുകയും ചെയ്തിരിക്കുന്നു. സമ്പന്നയായ അവളെ സ്വന്തമാക്കാൻ പലരും ആശിച്ചു. അവളാകട്ടെ

മദനനെമാത്രം ചിന്തിച്ചുകൊണ്ടിരുന്നു. അവൾ വിവാഹിതയായ വിവരമറിഞ്ഞ അന്നുതന്നെ നാടുവിട്ടു പോയിരുന്നു മദനൻ. ലീലയുടെ ആവശ്യപ്രകാരം തോഴിയായ മാധവി മദനനെ അന്വേഷിച്ചു കാട്ടിലെത്തി.

വിന്ധ്യപർവ്വതത്തിന്റെ ചുറ്റുമുള്ള കാടുകളിൽ 'ലീല, ലീല' എന്നു പാടിക്കൊണ്ട് ഒരു യുവാവ് അലഞ്ഞു നടക്കുന്നതു കണ്ടെന്ന് വേടത്തികൾ പറഞ്ഞ് അവളറിഞ്ഞു. മനുഷ്യസമ്പർക്കം വെടിഞ്ഞ് കാട്ടുജന്തുക്കളോടൊപ്പം കഴിയുന്ന മദനനെക്കുറിച്ച്, തിരിച്ചെത്തിയ മാധവി ലീലയെ അറിയിച്ചു. അതുകൊണ്ട് മദനനെ നേടാമെന്ന ചിന്ത ഉപേക്ഷിക്കാൻ മാധവി ലീലയോട് ആവശ്യപ്പെട്ടു. എന്നാൽ അതിനെ തൃണവത്ഗണിച്ച് ലീല കാട്ടിലേക്ക് പുറപ്പെട്ടു. ആചാരം, ഔചിത്യം, ആപത്ത് എന്നിവയോർത്ത് മാധവി ലീലയെ തടയാൻ ശ്രമിച്ചെങ്കിലും ഫലിച്ചില്ല. ഒടുവിൽ വിന്ധ്യേശ്വരീദർശനത്തിന് പോകുന്നുവെന്ന് ആളുകളെ ധരിപ്പിച്ച് അവർ യാത്രയായി. കാടിന്റെ പരിസരത്ത് പരിജനങ്ങളെ നിർത്തി അവരിരുവരും ഉൾക്കാട്ടിലേക്ക് പോയി. കാട്ടിലലഞ്ഞു തളർന്ന സമയത്ത് കാറ്റിൽ ചമ്പകഗന്ധം വരുന്നതുപോലെ തോന്നി. കാറ്റുവന്ന വഴിയേ പോയപ്പോൾ ചമ്പകവനത്തിലെത്തി.

പൂത്ത ചമ്പകമരങ്ങൾക്കിടയിൽ നിന്നപ്പോൾ മദനൻ അവിടെത്തന്നെയുണ്ടെന്ന് ലീലയ്ക്ക് ഉറപ്പായി. പൂക്കളിൽ ചമ്പകത്തെയും സ്ത്രീകളിൽ ലീലയെയും മാത്രമായിരുന്നു മദനൻ സ്നേഹിച്ചത്. തോഴിയോട് അവൾ തന്നെ അലങ്കരിക്കാൻ ആവശ്യപ്പെട്ടു. തോഴി അവളെ അലങ്കരിച്ചു.അൽപമൊന്നു വിശ്രമിക്കാനായി അവരവിടെ ഇരുന്നു.

പാറപ്പുറത്തിരുന്ന അവൾ തന്റെ കദനകഥ കല്ലുപോലും അലിഞ്ഞു പോകുന്ന തരത്തിൽ പാടിക്കൊണ്ടിരുന്നു. കാട്ടുമുഴുവൻ അവളുടെ വിലാപത്തിൽ പങ്കുകൊള്ളുന്ന വിധത്തിൽ അനങ്ങാതെ നിന്നു. പെട്ടെന്ന്, ഒരു നിഴലെന്ന് തോഴി പറഞ്ഞത് ആകാശഭാഷിതം പോലെ അവൾ കേട്ടു. തിരിഞ്ഞുനോക്കിയപ്പോൾ അസ്ഥിമാത്രശേഷനായ മദനൻ മുന്നിൽ നിൽക്കുന്നു. അവൾ അയാളുടെ കാൽക്കൽ നമസ്കരിച്ചു. ഉടനെ എഴുന്നേറ്റ് ആലിംഗനവും ചെയ്തു. ലീലയുടെ പ്രേമവും ലാളനയും കൊണ്ട് മദനന് സ്വബോധം തിരിച്ചു കിട്ടിയതുപോലെ തോന്നി. അയാൾ അലിവോടുകൂടി അവളെ മുകർന്നു. ഭയപ്പെട്ടിട്ടെന്ന പോലെ പെട്ടെന്നുതന്നെ പിൻവാങ്ങുകയും ചെയ്തു. കൺതുറന്ന അവൾ കണ്ടത് ഓടിയകലുന്ന മദനനെയാണ്. അവൾ പിന്നാലെ ഓടി. അയാൾ കാട്ടിൽ അപ്രത്യക്ഷനായി. പിന്നെ അവൾ

കാണുന്നത് രേവാനദിയിലേക്ക് ചെങ്കുത്തായി നിൽക്കുന്ന ഒരു പാറപ്പുറത്തേക്ക് അവൻ കയറുന്നതാണ്. ഞൊടിയിടയ്ക്കുള്ളിൽ രേവാനദിയിൽ വെള്ളപ്പൊക്കമുണ്ടായി. മദനൻ അപ്രത്യക്ഷനമായി. മറ്റൊന്നും ചിന്തിക്കാതെ ലീലയും രേവയിലേക്ക് എടുത്തുചാടി. ഓടിയെത്തിയ തോഴി കണ്ടത് രേവയുടെ കയത്തിലേക്ക് ഒരു കൊള്ളിമീൻ പോലെ താഴ്ന്നു പോകുന്ന ലീലയെയാണ്.

ലീലാമദനൻമാരുടെ ദേഹവിയോഗത്തിനുശേഷം വിധിയെക്കുറിച്ചും മനുഷ്യജീവിതത്തിന്റെ നശ്വരതയെക്കുറിച്ചുമെല്ലാം വിലപിച്ച് കരഞ്ഞുമയങ്ങിയ മാധവിയുടെ മുമ്പിൽ മുഖസൗന്ദര്യം തികഞ്ഞ രണ്ടുപേർ പ്രത്യക്ഷപ്പെട്ടു. അവർ ഇപ്രകാരം പറഞ്ഞു 'അല്ലയോ തോഴി, ദേഹം വെടിഞ്ഞു എന്നതുകൊണ്ട് ഈ ലോകത്തുനിന്ന് ഒന്നും മറയുന്നില്ല അത്മാവിന്റെ ദേഹബന്ധവും തീരുന്നില്ല. അതുകൊണ്ട് ദുഃഖം മതിയാക്കുക'. ഇത്രയും പറഞ്ഞ അവർ അപ്രത്യക്ഷരായി. മാധവി പുതിയൊരു സൂര്യോദയത്തിലേക്ക് കൺതുറന്നു. പിന്നീട് മാധവി ലൗകികസുഖം കൊതിക്കാതെ മറ്റുള്ളവർക്കായി ജീവിതം നയിച്ചു.

പ്രമേയഘടന

മൂന്ന് സർഗങ്ങളും 231 ശ്ലോകങ്ങളുമുള്ള ഒരു ഖണ്ഡകാവ്യമാണ് ലീല. 1911-ൽ നളിനി എഴുതിത്തീരുന്നതിനു മുമ്പുതന്നെ, ഇതുപോലുള്ള മറ്റൊരു കൃതികൂടി എഴുതണമെന്ന് ആശാൻ തീരുമാനിച്ചതിന്റെ ഫലമാണ് ലീല. ലീലയുടെ മുഖവുരയിൽ കവി ഇക്കാര്യം വ്യക്തമാക്കുന്നുണ്ട്. 'നളിനി അവസാനിക്കുന്നതിനുമുമ്പുതന്നെ ആ മാതിരി ഒരു ചെറിയ കാവ്യം കൂടി എഴുതേണ്ട ആവശ്യകത തോന്നിയിരുന്നു' (1975/1998:91) ഒരു കാവ്യം എഴുതി തീരുന്നതിനുമുമ്പു തന്നെ ആ മാതിരിയുള്ള മറ്റൊന്നിന്റെ ആവശ്യതകതയെക്കുറിച്ച് കവി ബോധവാനായത് എന്തുകൊണ്ടാണെന്നും അദ്ദേഹം വ്യക്തമാക്കുന്നു.'നളിനിയിലെ നായികാനായകന്മാർ രാജസം മിക്കവാറും വിട്ട് സാത്വികാവസ്ഥയിൽ എത്തിനിൽക്കുന്ന പുണ്യാത്മാക്കളാണ്. അതിനു മുമ്പുള്ള അവസ്ഥകളിലാണല്ലോ ജീവിതത്തിന്റെ കഷ്ടതകളും മാനസികരഹസ്യങ്ങളും അധികം അടങ്ങിയിരിക്കുന്നത്. അതുകൊണ്ട് നളിനിയിലെ പാത്രങ്ങളുടെ അടുത്ത താണപടിയിൽ എത്തിയിട്ടുള്ള ജീവിതങ്ങളെപ്പറ്റിയാണ് പിന്നെ എഴുതേണ്ടതായി തോന്നിയത് (1975/1998:91).

ജീവിതത്തിന്റെ കഷ്ടത എന്നതുകൊണ്ട് കവി ഉദ്ദേശിച്ചത് അതിജീവനവുമായോ ഉപജീവനവുമായോ ബന്ധപ്പെട്ട

പ്രശ്നങ്ങളായിരുന്നില്ല. ലൗകികാർഥത്തിൽ സാഫല്യമടയുന്നതും എന്നാൽ സാഫല്യമടയാനിടയില്ലാത്തതുമായ രണ്ടു തരത്തിലുള്ള പ്രണയം ജീവിതത്തിന്റെ ഭാഗമാണെന്ന് അഥവാ ജീവിതത്തിനുണ്ടെന്ന് കവിക്കറിയാം. 'രതിസാക്ഷാത്കാരമെന്ന പോലെ സാക്ഷാത്കാരാതീതമായ കണ്ണീരിൽകുതിർന്ന ദിവ്യപ്രേമവും അന്തരാത്മാവിന്റെ ഒരംശത്തെ ഉണർത്തുന്നു. ജീവിതത്തിൽ രണ്ടുമുണ്ടെന്നതുതന്നെകാരണം' എന്നാണ് ഡോ. എം. ലീലാവതി (1986:8) യുടെ നിരീക്ഷണം. വ്യവസ്ഥാപിതമായ ധാരണകളിൽ യഥാർത്ഥ പ്രണയം സാക്ഷാത്കരിക്കപ്പെടാനിടയില്ലെന്ന് വ്യക്തമാക്കുന്ന ഇതിവൃത്തഘടനയാണ് ലീലാകാവ്യത്തിന്റേത്.

കവി കാവ്യത്തിന്റെ ഇതിവൃത്തഘടന രൂപകൽപന ചെയ്തിരിക്കുന്ന വിധം വളരെ നാടകീയമായാണ്. ഒന്നാം സർഗത്തിലെ ഒന്നാം ശ്ലോകം ആരംഭിക്കുന്നത് 'പ്രണയപരവശേ, ശുഭം നിനക്കുണരുക, ഉണ്ടൊരു ദിക്കിൽ നിൻ പ്രിയൻ (1:1) എന്നാണ്. പ്രണയപാര വശ്യത്താൽ മോഹനിദ്രയിൽ കഴിയുന്ന ലീലയ്ക്ക് മാധവിയുടെ വാക്കുകൾ 'പിച്ചിമേൽ വിരളനവാംബുദബിന്ദുവെന്നപോൽ' (1:2)ആണ് അനുഭവപ്പെട്ടത്.

കാവ്യത്തിന്റെ ആറാംശ്ലോകം മുതൽ ലീലയുടെ പൂർവ്വകഥ പറയുകയാണ് കവി. ഒരു വർഷത്തെ തിരച്ചിലിനൊടുവിലാണ് മാധവി മദനനെ കണ്ടെത്തിയത് എന്നു സൂചിപ്പിക്കുന്ന ഒന്നാം സർഗത്തിലെ അവസാനശ്ലോക(76)മാണ് ആദ്യശ്ലോകവുമായി ബന്ധം പുലർത്തുന്നതെങ്കിലും 'പ്രണയപരവശേ' എന്ന സംബോധനയ്ക്കുള്ള പ്രതികരണം രണ്ടാംസർഗത്തിലെ ഒന്നാംശ്ലോകത്തിലാണുള്ളത്.

മൊഴികേട്ടിമവെട്ടി വീർത്തുടൻ
മിഴി ചാച്ചമ്പൊടു നോക്കി തോഴിയേ (2.1)

എന്ന് വളരെ നാടകീയമായാണ് ആശാൻ ആഖ്യാനം നിർവഹിക്കുന്നത്. ഇത്തരമൊരു കാവ്യരചനാരീതി മലയാള കാവ്യപരിസരത്ത്, അന്നത്തെ കാലത്ത് (1914) പുതുമയുള്ളതാണ്.

വികാരജനകമായ ആഖ്യാനത്തിനും വർണനകൾക്കും ഒന്നാം ഭാഗത്തിൽ വേണ്ടുവോളം സാധ്യതകളുണ്ടായിട്ടും രണ്ടും മൂന്നും ഭാഗങ്ങളിലേക്ക് വികസിക്കുന്ന കാവ്യഭംഗിയ്ക്ക് ഒരടിത്തറ എന്ന നിലയ്ക്കു മാത്രമാണ് ഒന്നാം ഭാഗത്തിൽ കവി വിവരങ്ങൾ ഉൾക്കൊള്ളിച്ചത് എന്ന് എം.കെ സാനു (2003/2004:55) ഇതിവൃത്തഘടനയെ വിലയിരുത്തുന്നുണ്ട്.

ലീല തേടുന്ന പ്രണയം ആരിലാണോ ഉള്ളത് അയാൾ

ഉന്മാദിയായിക്കഴിഞ്ഞിരിക്കുന്നു. മദനനെ ഉന്മാദത്തിലേക്ക് നയിച്ചത് അയാൾ ഉള്ളിൽ പേറുന്ന ദിവ്യപ്രേമമാണ്. അല്ലെങ്കിൽ പ്രണയത്തിന്റെ പാരമ്യാവസ്ഥയായ ഉന്മാദത്തിലെത്തിക്കഴിഞ്ഞിരിക്കുന്നു മദനൻ. നിശിതകുശാഗ്രബുദ്ധിയുള്ളവളായാണ് ലീല വളർന്നത്. പക്ഷേ അവൾസ്വതന്ത്രയായിരുന്നില്ല. അതുകൊണ്ട് വിവാഹകാര്യം വന്നപ്പോൾ വ്യവസ്ഥാനുകൂലിയായ അച്ഛന്റെ ഹിതത്തിനു വഴങ്ങാനേ അവൾക്കായുള്ളൂ.

ഗുരു ജനവചനം, കുലക്രമം
തരുണികൾ തന്നുടെയസ്വതന്ത്രത,
കരുതിയിവ മറച്ചു കാമിതം,
കരുമന പൂണ്ടിവൾ കാട്ടി ലൗകികം(1.25)

അതുകൊണ്ട്,

വിനയവതിയുഴിഞ്ഞു വിട്ടിടാം
ജനകഹിതത്തിനു തന്നെ തൻഹിതം (1.26)

എന്നവൾ കരുതി.

യുവജനഹൃദയം സ്വതന്ത്രമാ-
ണവരുടെ കാമ്യപരിഗ്രഹേച്ഛയിൽ (1.21)

എന്ന കവിയുടെ പ്രഖ്യാപനം, ജീവിതത്തോട് കവി പുലർത്തുന്ന കാഴ്ചപ്പാടാണ്. വിവാഹം കഴിച്ചു നൽകിയതിന്റെ സാധൂകരണമാവട്ടെ നാട്ടാചാരവും നാട്ടുമര്യാദയും പുലർത്തിയതും. അപ്പോഴും 'മനസ്വിമാർ മനസ്സൊഴിവതശക്യമൊരാളിലൂന്നിയാൽ' (1.24) എന്ന് കവി ഊന്നിപ്പറയുന്നുണ്ട്. ഈ മട്ടിൽ ലീലാകാവ്യത്തിന്റെ ഒന്നാം സർഗത്തിൽ പ്രണയത്തിന്റെ അചഞ്ചലതയെക്കുറിച്ച് കവി ബോധവാനാകുന്നുണ്ട്. എന്നാൽ ദേശചര്യം ഒരു കൻമതിൽപോലെ വഴിമുടക്കിക്കൊണ്ട് മുന്നിലുണ്ട്. കവിക്ക് ഈ ദേശചര്യത്തിൽനിന്ന് പ്രണയത്തെ മുക്തമാക്കേണ്ടതുണ്ട്. അതുകൊണ്ടാണ് ഭർത്തൃമതിയായിത്തീർന്ന ലീലയ്ക്ക് മദനനോടുള്ള പ്രണയത്തിൽ കുറ്റബോധം തോന്നാതിരുന്നത്. വിധിയുടെ അപരിഹാര്യത അവളെ വിധവയാക്കിയെങ്കിലും വിധിയെ പഴിച്ച് ജീവിതം തള്ളിനീക്കുന്ന ഒരു സാധാരണ സ്ത്രീയായി കവി ലീലയെ ഒതുക്കി നിർത്തിയില്ല. മറിച്ച്,

കളത്രഝടിതി പറിച്ചു ഖിന്നമാം
മുളയതുപോലെ മുതിർന്നുപൊങ്ങുവാൻ (1.46)

എന്ന് മദനോത്സുകമായ ഒരു യാത്രയ്ക്കായി അവളെ തയ്യാറാക്കുകയായിരുന്നു. അതോടെ ലീലയുടെ ലക്ഷ്യത്തിലേക്ക് മൂർത്തമായൊരു വഴി തെളിഞ്ഞുകിട്ടി. ഇപ്പോൾ അവൾക്ക് തരുണികളുടെ അസ്വതന്ത്രതയെക്കുറിച്ചോ, ദേശചര്യത്തെക്കുറിച്ചോ ഭയമില്ല. 'എല്ലാ

പ്രതിബന്ധങ്ങളും തട്ടിമാറ്റി ഒരു ലക്ഷ്യത്തിലേക്ക കുതിക്കുന്ന നേർവരയുടെ ഘടനയാണ് ലീലാകാവ്യത്തിന്റേത്'' എന്ന് അജയകുമാർ (1999:12)ചൂണ്ടിക്കാണിക്കുന്നുണ്ട്.

പരമാമുഖമൊന്നു കാണുവാൻ
ത്വരയുള്ളിൽ തരമാകുമോ സഖീ ? (2.11)

എന്നാണ് ലീല മാധവിയോട് ചോദിക്കുന്നത്. ദേശചര്യയുടെ വക്താവായ മാധവി മറ്റൊരു ജീവിതത്തിനാണ് അവളെ ഉപദേശിക്കുന്നത്,

കൃശമാക്കൊല കേണു ജീവിതം,
കുശലേ, നിൻകുശലം നിനയ്ക്ക നീ; (2.31)

എന്നാൽ മാധവിയുടെ അതിസമർഥമായ ഉപദേശങ്ങൾ ലീലയുടെ സൈഥര്യത്തെ ബാധിച്ചില്ല.

'അയി, ചാരുതരാന്തരംഗ, നെൻ
ദയിതൻ ദേവസമൻ, മഹാമതി
സ്വയമോർപ്പവനല്ല തോഴി, മൂൺ-
മയമീഭംഗുരഭംഗിയാമുടൽ' (2.37)

അന്തരംഗത്തിൽ സൗന്ദര്യമുള്ളവനാണ് തന്റെ ദയിതൻ. ഉടൽ, നശിക്കുന്ന സൗന്ദര്യത്തോടുകൂടിയതാണ്. ഉടലിനുമപ്പുറമുള്ള വ്യക്തിസത്തയുടേതായ ആത്മീയസൗന്ദര്യമാണ് താൻ തേടുന്നതെന്ന് വ്യക്തമാക്കുകയാണ് ലീല. 'ദമിതമാക്കപ്പെട്ടതും അടിത്തട്ടിൽ ദാഹിച്ചുകിടന്നതുമായ ലീലയുടെ സ്വാതന്ത്ര്യവാഞ്ഛ വെറുമൊരുടലിന്റേതല്ല, മറിച്ച് ഒരു സ്വത്വത്തിന്റേതാണ്. അതിനുവേണ്ടി നിഷേധം ഒരനിവാര്യതയായിത്തീരുന്നു. പ്രണയം സർഗാത്മകമാകുന്നതപ്പോഴാണ്'' (ബിനീഷ്, 2014:38) എന്ന നിരീക്ഷണം പ്രസക്തമാണ്.

മദനൻ എവിടെയാണെങ്കിലും കണ്ടെത്തുക എന്നതാണ് തന്റെ ലക്ഷ്യമെന്ന് ലീല അർത്ഥശങ്കയ്ക്കിടയില്ലാതെ മാധവിയെ ധരിപ്പിച്ചതാണ്.

വനവഹ്നി തകർത്ത ശൈലമൊ-
ത്തനവദ്യാകൃതിയസ്ഥിശേഷനായ് (2.16)

മാറിയിരിക്കുന്ന മദനൻ എന്ന് മാധവി പറയുന്നു. മാത്രമല്ല വിന്ധ്യപർവ്വതത്തി ന്റെ സാനുപ്രദേശത്തുള്ള പച്ചക്കാടുകളുടെ മറുവശത്തുള്ള രേവാനദിയുടെ തീരത്ത് അവൻ കൂട്ടുകൂടി നടക്കുന്നത്,

മൃഗപക്ഷികളോടു ചേർന്നുടൻ
ഭുഗുവിൽ പ്രേതസമം നടന്നിടും (2.17)

എന്നമാണ്. ഈ ശ്ലോകങ്ങളിലെല്ലാം കവി മദനനെ വികലാത്മാവായിത്തന്നെയാണ് ചിത്രീകരിക്കുന്നത്. കവിയെ സംബന്ധിച്ചിടത്തോളം അനുരാഗം എന്ന അവസ്ഥ വളരെ അപൂർവമായ ഒന്നാണ്.

അറികില്ലനുരാഗമേറെയാ-
ളറിവോർ തെറ്റിട്ടു, മൊക്കെയൊക്കുകിൽ (2.8)

ഈ അപൂർവത മനുഷ്യജീവിതത്തിന്റെ ലൗകികാനുഭവങ്ങൾക്കപ്പുറത്തുള്ള അല്ലെങ്കിൽ അഭൗമമായ ഒന്നാണെന്ന വിലയിരുത്താവുന്ന തരത്തിലാണ് കവി ലീലാകാവ്യത്തിന്റെ പ്രമേയഘടന വിഭാവനം ചെയ്തതെന്നു പറയാം. കഥാഗതിയിലെവിടെയും ലൗകികമായ പ്രണയസാക്ഷാത്കാരത്തെക്കുറിച്ചുള്ള സൂചനപോലുമില്ല. അപ്പോൾ കവി ചിത്രീകരിക്കുന്ന അഭൗമലോകത്തിന്റെ അപൂർവരീതി എന്തായിരിക്കാം? 'നിത്യയാഥാർത്ഥ്യങ്ങളിൽനിന്ന് എത്രയോ അകലത്ത് പറന്നെത്തി കവി വിരചിക്കുന്ന വിചിത്രലോകത്തെ സംബന്ധിച്ചസത്യം ഗ്രഹിക്കണമെങ്കിൽ ആ വശ്യമോഹനമായ കാവ്യാന്തരീക്ഷത്തിൽ നിന്ന് അൽപം മാറിനിന്ന് നാം ചില ചോദ്യങ്ങൾ ചോദിച്ചേ മതിയാവൂ' എന്നാണ് പി.കെ ബാലകൃഷ്ണന്റെ (1970/2009:134) അഭിപ്രായം. ആ ചോദ്യങ്ങൾ ഇതാണ്; എവിടുത്തെ സ്ത്രീഹൃദയവും എന്തുതരം സ്ത്രീ പുരുഷപ്രേമവുമാണ് നളിനിയിലും ലീലയിലും കരുണയിലും മറ്റും കവി ചിത്രീകരിച്ചു വെച്ചിരിക്കുന്നത്? ഈ കൃതികളിലെ നായികമാർ എന്തൊരു വക സ്ത്രീകളാണ്? ഇവരുടേത് എന്തൊരു വക പ്രേമമാണ്? (1970/2009: 134). കലയിലെ സത്യത്തെക്കുറിച്ചുള്ള മൗലികചിന്തയിലേക്കു കൂടിയാണ് ഇത് നമ്മെ നയിക്കുകയെന്നാണ് അദ്ദേഹത്തിന്റെ പക്ഷം. ബ്രഹ്മത്തെധ്യാനിച്ച്, ബ്രഹ്മത്തിൽ ലയിക്കാൻ ആർത്തിപൂണ്ടു വർത്തിക്കുന്ന ബ്രഹ്മജ്ഞാനോപാസകനായ ആശാന്റേതുപോലുള്ള സ്തോത്രകൃതികൾ രചിക്കാൻ കഴിഞ്ഞ ഒരു കവിക്കല്ലാതെ നളിനിയും ലീലയും പോലുള്ള പ്രേമ കാവ്യങ്ങൾ രചിക്കുവാൻ ഒരിക്കലും കഴിയുകയില്ലെന്നും സ്തോത്രരചയിതാവായ കവിക്കുണ്ടായ സ്വാഭാവിക വളർച്ചയുടെ വികസ്വരഘട്ടത്തെ മാത്രമാണ് നളിനിയും ലീലയും ഉദാഹരിക്കുന്നത്, (1970/2009:136)എന്നുമാണ് അദ്ദേഹത്തിന്റെ നിരീക്ഷണം.

മദനൻ ലൗകികമായ ജീവിതാവസ്ഥയിൽ നിന്ന് വേർപെട്ടു കഴിഞ്ഞിരിക്കുന്നു. ജീവിതത്തിന്റെ ഭൗതിക മണ്ഡലത്തിൽ യഥാർത്ഥ പ്രണയത്തിന്റെ സാഫല്യം സാധ്യമല്ലെന്ന് കവി കരുതിയിരിക്കണം. യഥാർത്ഥ പ്രണയത്തെക്കുറിച്ച് ആശാന്റെ സങ്കൽപം ജീവിതത്തിന്റെ വ്യവസ്ഥാപിതനിയമങ്ങളെ ഉല്ലംഘിക്കുന്നതാണ്.

ജീവിതത്തിന്റെ ഭൗതികമായ ധാരണകൾ, ആചാരങ്ങൾ, സമ്പ്രദായങ്ങൾ ഇവയൊന്നും യഥാർത്ഥപ്രണയത്തെ അംഗീകരിക്കാൻ പര്യാപ്തമല്ല എന്നാണ് ആശാൻ ലീലാകാവ്യത്തിലൂടെ വ്യക്തമാക്കുന്നത്. എന്തു കൊണ്ടെന്നാൽ യഥാർത്ഥ പ്രണയം ഉള്ളിൽ വഹിക്കുന്നതിനാൽ മദനൻ മൃതതുല്യനായി അഥവാ മനസ്സിന്റെ നിയന്ത്രണം നഷ്ടപ്പെട്ടവനായി മാറിയിരിക്കുന്നുവെന്നാണ് കവികൽപന.

തോഴി ലീലയോട് പറയുന്നത്,

നിലനിൽക്കുവതെത്രകാലമു-
ജ്ജ്വലമാമീ പ്രണയോഷ്ണരശ്മിയിൽ
വിലയോൻമുഖമായ തിങ്കളിൽ-
കലപോൽ ഹാ! സഖി തേഞ്ഞുതേഞ്ഞുവൻ (2.30)

എന്നാണ്. തേഞ്ഞുതീരുന്ന ചന്ദ്രക്കലപോലെ മദനനും തേഞ്ഞില്ലാതാവുകയാണ്. പ്രണയത്തിന്റെ ഉഷ്ണരശ്മി അത്രയ്ക്കും കഠിനമായി അവനെ ഉലയ്ക്കുന്നുണ്ട്. മാത്രമല്ല ഭൗതിക ജീവിതത്തിൽ നിന്ന് പുറത്താക്കപ്പെട്ട കാമുകൻ ഭൗതികമായും ഇല്ലാതായെന്നു വരാം.

കൃശമാക്കൊല കേണു ജീവിതം,
കുശലേ, നിൻ കുശലം നിനയ്ക്കുനീ;
ശിശിരാർദ്ദിതമാദലം സഖീ,
ഭൃശമിത്തെന്നലിൽ വീണടിഞ്ഞുപോം (2.31)

തോഴി അവനെ മറക്കണമെന്നു പറയുന്നുണ്ട്. കുലത്തെ നിലനിർത്താനതാവശ്യമാണ്. എന്നാൽ കുലത്തിന് നാഥയാവണമെന്ന തോഴിയുടെ ഉപദേശം ചെവികൊള്ളാതെ ലീല തന്റെ പ്രണയത്തെ അന്വേഷിച്ച് യാത്രയാവുകതന്നെയാണ്. കവിയുടെ വീക്ഷണം സവിശേഷമായ പ്രേമസങ്കൽപത്തെ വെളിപ്പെടുത്തുന്നു.

രതി നിത്യമൊരാൾക്കൊരാളിലായ്
സ്ഥിതി ചെയ്കിൽ സഖീ, പെണ്ണിനാണിനും
അതിലും - വലുതില്ലഹോ! വ്രതം
ധൃതിമാ, നെന്തൊരു ധന്യനെൻ പ്രിയൻ (2.38)

അതുകൊണ്ടാണ് ജീവിതേശ്വരൻ മരുവുന്ന ദിക്കിലേക്ക് തന്നെ നയിക്കണമെന്ന് ലീല സഖിയോട് ആവശ്യപ്പെടുന്നത്. അനുരാഗികളെ സംബന്ധിച്ചിടത്തോളം ധർമരഹസ്യം അന്തരാനിഹിത (2.56)മാണെന്നാണ് കവിയുടെ തീർപ്പ്. സ്നേഹം കുടികൊള്ളുന്നത് അന്തരാത്മവിലാണെന്നും ഉടൽ എന്നത് ബാഹ്യാവസ്ഥയാണെന്നും ലീല തോഴിയോട് പറയുന്നുണ്ട്.

ഉടലോർക്കുക ബാഹ്യമായതിൽ

തടവും ലോകമതീവ ബാഹ്യമാം;
സ്ഫുടസൗഹൃദമാന്തരാത്മികം
വെടിയുന്നെങ്ങനെതോഴി! ദേഹികൾ(2.59)

മദനനോടുള്ള സ്നേഹത്തിന്റെ വിശുദ്ധിക്ക് ഒരു കൊല്ലത്തെ വിവാഹ ജീവിതം പോറലേൽപ്പിച്ചില്ല എന്ന് ലീലാവതി (1999:117) നിരീക്ഷിക്കുന്നു.

തന്റെ പ്രിയൻ തന്നെ വെടിഞ്ഞുകൊണ്ട് ജീവിതമവസാനിപ്പിക്കുകയില്ലെന്നാണ് ലീലയുടെ ബോധ്യം

സ്ഫുടമെൻ സഖീ, ചൊൽവനെൻ പ്രിയൻ
വെടികില്ലെന്നെ വെടിഞ്ഞു ജീവിതം; (2.65)

അതുകൊണ്ടാണ് വിന്ധ്യസാനുവിലെ കാട് ലക്ഷ്യമാക്കി ലീലയും തോഴിയും സഞ്ചരിക്കുന്നത്.

പിന്നിൽത്തള്ളിപ്പരിജനമതും,
സ്വപ്നമാകും പ്രപഞ്ചം -
തന്നിൽ ബാഹ്യേന്ദ്രിയമകലെയായ്
ചിത്തസത്വങ്ങൾ പോലെ (2.70)

സമുദായത്തെയും ലോകജീവിതത്തെയും പിന്നിൽത്തള്ളി ലീലയും മാധവിയും 'ചിത്തസത്വങ്ങൾ' മാത്രമാവുന്ന ഘട്ടത്തിലാണ് - അഥവാ കവി ബോധപൂർവ്വം ചമച്ച സമുദായ ബന്ധങ്ങളെയും ജീവിതബാധ്യതകളെയും ദൂരെയ്ക്കു ചവിട്ടിമാറ്റി ലീലയെന്ന സുന്ദരിയെ തനി 'ചിത്തസത്വ'മാക്കി മാറ്റിക്കൊണ്ടാണ് - ആശാന്റെ സഹജസിദ്ധി സർവ്വശക്തമായി ലീലയിൽ രംഗപ്രവേശം ചെയ്യുന്നത് എന്നാണ് ഇതിനെ ബാലകൃഷ്ണൻ (1970/2009:147) വ്യാഖ്യാനിക്കുന്നത്. മൂന്നാം സർഗത്തിലെത്തുന്നതോടെ കാവ്യഗതിക്ക് വരുന്ന മാറ്റം ശ്രദ്ധേയമാണ്. അസാമാന്യമായ കൈത്തഴക്കത്തോടെ നാടകീയ രംഗമൊരുക്കുകയും കഥാഖ്യാനം നടത്തുകയും ചെയ്യുകയാണ് കവി. മനുഷ്യാംശവും പ്രകൃത്യംശവും ഒരു പോലെ മേളിക്കുന്ന ഭാവതീക്ഷ്ണമായ രംഗഭൂമിയായി മാറുകയാണ് വിന്ധ്യപർവ്വതസാനുപ്രദേശം. ലീലയുടെ ഹൃദയാഹ്ലാദം സകലചരാചരങ്ങളിലേക്കും വ്യാപിക്കുന്നു. പ്രകൃതി മുഴുവൻ മനുഷ്യനുവേണ്ടി നിലകൊള്ളുന്നു.

അളിപടലികൾ മൂളി; രന്ധ്രമേല്ലം
മുളകൾ മരത്തിലുലഞ്ഞു മെല്ലെയൂതി;
തളിർനിര മൃദുതാളമേകി;യേവം
കളകളമായതിമോഹനം വനത്തിൽ (3.35)

വനാന്തരീക്ഷമാകെ ഉത്സവാന്തരീക്ഷത്തിന് വഴിമാറി.

ചമ്പകപ്പൂക്കളുടെ മാദകഗന്ധവും പക്ഷിമൃഗാദികളുടെ പ്രണയാനുകൂലചേഷ്ടാവിശേഷങ്ങളും ലീലയോട് സഹഭാവം പുലർത്തുന്നു. ഇത്തരമൊരു അവസ്ഥയിലാണ് മദനന്റെ രൂപം ലീല കാണുന്നത്.

വിരൂപനും അസ്ഥിരൂപനുമായ മദനനെ ചിറകുവിതിർത്ത കപോതിപോലെ (3.56) യാണ് അവൾ അണയുന്നത്. ശുഷ്കമായ മരത്തിൽ മോഹനവല്ലി പോലെയാണ് ലീല ശരീരം അവനിലേക്ക് അണച്ചു നിന്നത്. ലീലയുടെ അനുരാഗാസക്തി ഈയൊരു വർണനയിൽ പൂർണത നേടുന്നുണ്ട്. അങ്ങനെയുള്ള നിൽപിനിടയ്ക്കാണ് അവന്റെ പെട്ടെന്നുള്ള തിരോധാനം. 'വൻമഴക്കാറിടയിലിളം പിറപോലെ ലീലനായി' (3.65) എന്നാണ് കവി പറയുന്നത്. തുടർന്നു സംഭവിക്കുന്നത് ദുരന്തത്തിന്റെ ജലശബ്ദഘോഷമാണ്.

സമയമതില്ലുയർന്ന ഘോരവാരി-
ഭ്രമമൊടകാലികവൃദ്ധി രേവയാർന്നു,
ഘുമഘുമരയഘോഷമേറ്റിയാരാൽ
യമപുരിതന്നിലടിച്ച ഭേരി പോലെ (3.70)

ഒട്ടും താമസിയാതെ മദനന്റെ വഴിതന്നെ പിൻതുടർന്ന ലീല ഒരു കൊള്ളിമീൻ പോലെ 'രേവ' നീട്ടിയ തരംഗങ്ങളിലേക്ക് പതിച്ചു.

രാജസമായ സ്ത്രീപുരുഷ പ്രേമം ചിത്രീകരിച്ച കവി ലൗകികജീവിതത്തിന്റെ അതിർത്തിയിൽവെച്ച് അഭൗമമായ ഭാവപ്പകർച്ചയിലേക്ക് അതിനെ കൊണ്ടെത്തിക്കുന്നു.

രവി ജലധിയിലാശുമുങ്ങി, രേവാ-
സവിധവനങ്ങളിൽ നിന്നു രശ്മി നീങ്ങി;
പവന നഥ വിട്ടു ചമ്പകത്തേ,
ഭുവനവുമപ്പൊഴുതപ്രസന്നമായി (3.71)

വിശ്വപ്രകൃതിയുടെ സൂക്ഷ്മസ്വഭാവത്തിലൂടെയാണ് ദുരന്തത്തിന്റെ ദുഃഖസാന്ദ്രമായ അന്തരീക്ഷം കവി അവതരിപ്പിക്കുന്നത്.

ലീലയുടെയും മദനന്റെയും കഥ ഇവിടെ അവസാനിക്കുമ്പോൾ, അല്ലെങ്കിൽ ശരീരാധിഷ്ഠിതമായ പ്രേമമെന്ന സാമാന്യബോധത്തെ തകർത്തു കഴിയുമ്പോൾ സ്വാഭാവികമായും കാവ്യവും ഇവിടെ അവസാനിപ്പിക്കാം എന്നൊരു തോന്നൽ അനുവാചകന് വന്നുകൂടെന്നില്ല. എന്നാൽ കവി അതിനുമപ്പുറം ഒരു മറുകര ജീവിതത്തിനുണ്ടെന്ന് നമ്മെ ബോധ്യപ്പെടുത്തുകയാണ് ചെയ്യുന്നത്. ഏത് ദുരന്തത്തിനൊടുവിലും നാളെ ഒരു പുതിയ സൂര്യോദയം ഉണ്ടാകുമെന്നും അവിടെ ജീവിതം തുടരേണ്ടതുണ്ടെന്നും ശരീരം വെടിഞ്ഞുവെന്നതുകൊണ്ട് തീരുന്നതല്ല പ്രണയം കൊണ്ടു കെട്ടുപിണഞ്ഞ

ദേഹിയുടെ ദേഹബന്ധം എന്നും കവി വ്യക്തമാക്കുന്നു. പിന്നീട് മാധവി ദോഷസ്പർശമില്ലാത്ത വ്രതം സ്വീകരിച്ച് അന്യർക്കുവേണ്ടി സന്തോഷത്തോടെ ജീവിതം നയിച്ചു.

ലീല, മദനൻ, മാധവി എന്നീ കഥാപാത്രങ്ങളിലൂടെ പ്രണയത്തിന്റെയും ജീവിതത്തിന്റെയും കഥ പറയുന്ന കവി പ്രണയത്തെ ഉച്ചതലത്തിലേക്കുയർത്തുകയും ജീവിതത്തെ ഒരു തുടർപ്രക്രിയയാക്കി ആവിഷ്കരിക്കുകയും ചെയ്തു. മനുഷ്യജീവിതം മരണത്തോടെ അവസാനിക്കുന്നില്ല എന്ന വിശ്വാസം കവിയുടെ ജീവിത ദർശനമാണെന്നു പറയാം.

കാവ്യഭാഷ

മനുഷ്യജീവിതത്തിന്റ നശ്വരതയെ രേഖപ്പെടുത്തുകയും വ്യവസ്ഥാപിത പ്രണയ സങ്കൽപത്തെ പൊളിച്ചെഴുതുകയും ചെയ്ത കാവ്യമാണ് ആശാന്റെ ലീല. എന്നാൽ ക്ഷണഭംഗുരമായ ജീവിതത്തെക്കാൾ അഭൗമമായ പ്രണയത്തിനാണ് ആശാൻ പ്രാമുഖ്യം നൽകിയത്. താൻ വിഭാവനം ചെയ്ത പ്രണയത്തെ ആവിഷ്കരിക്കാൻ ശ്രമിച്ച കവിയുടെ മുന്നിൽ വിലങ്ങുതടിയായി നിന്നത് സാമുദായികാചാരമാണ്. ആചാരാനുഷ്ഠാനങ്ങൾക്കനുസൃതമായി ജീവിക്കുന്ന ജനതതിയുടെള്ളിൽനിന്ന് സ്ത്രീപുരുഷപ്രണയത്തെ സ്വതന്ത്രമായൊരു വിഹായസ്സിലേക്ക് മോചിപ്പിക്കേണ്ടതുണ്ട്. ഒപ്പം മനുഷ്യജീവിതത്തിന്റെ നിസ്സാരതയെ തുറന്നു കാണിക്കേണ്ടതുമുണ്ട്. ഇവ രണ്ടും ആവിഷ്കരിക്കാൻ കവി ഉപയോഗിച്ച കാവ്യഭാഷയുടെ സവിശേഷതയാണ് ഇവിടെ വിശകലനം ചെയ്യുന്നത്.

'പ്രണയപരവശേ, ശുഭം നിനക്ക്' എന്നാണ് കാവ്യം ആരംഭിക്കുന്നത്. വളരെ നാടകീയമായൊരു കാവ്യാരംഭമാണിത്. ദുർവിധി തളർത്തിക്കളഞ്ഞ ജീവിതഭാരവും പേറിക്കഴിയുന്നവളാണ് ലീല. തന്റെ ജീവിതത്തിലെ ഏക പ്രതീക്ഷയായ ഇഷ്ടപ്രണയത്തെ കൈവരിക്കാനാവുമെന്ന വിശ്വാസവുമായി സുമവനത്തിൽ തളർന്നു കിടക്കുകയാണവൾ. അവളെയാണ് തോഴി മാധവി സംബോധന ചെയ്യുന്നത്. ആ വിളിയിൽത്തന്നെ ലീല ഉള്ളിൽ വഹിക്കുന്ന പ്രണയത്തിന്റെ ആഴത്തെക്കുറിച്ചുള്ള തിരിച്ചറിവുണ്ട്. അടുത്ത പദമാകട്ടെ ശുഭം എന്നാണ്. 'നിന്റെ പ്രതീക്ഷ മംഗളകരമായിരിക്കുന്നു' എന്ന് ധ്വനി. ഈ രണ്ട് പദപ്രയോഗങ്ങളിലൂടെ കാവ്യഭാഷയുടെ ശക്തിസൗന്ദര്യങ്ങളെ സമന്വയിപ്പിക്കുകയും തന്റെ കാവ്യദൗത്യം ഏതാണ്ട് നിറവേറ്റുകയും ചെയ്യുന്നു കവി. ലീല കേൾക്കാനാഗ്രഹിക്കുന്നത് ആദ്യം പറയുകയും ബാക്കിയെല്ലാം പിന്നാലെ വിസ്തരിക്കുകയും ചെയ്യുന്ന

രചനാതന്ത്രം പുതുമയുണർത്തുന്നത് മാത്രമല്ല കാവ്യം ആവശ്യപ്പെട്ടുന്ന പ്രഥമ പരിഗണനയുമാണ്.

'സമകാലികകവിതയിൽ നിലനിന്നിരുന്ന അനുകരണവാസനയെയും അർത്ഥശൂന്യമായ ചിത്രീകരണങ്ങളെയും സൃഷ്ടിയിലൂടെ നിഷേധിക്കുകയും, വിമർശനങ്ങളിലൂടെ അവഹേളിക്കുകയും ചെയ്ത ലീലയുടെ സ്രഷ്ടാവ് പുതിയ ഒരാവിഷ്കരണ സമ്പ്രദായത്തിനുവേണ്ടി നടത്തിയ സാർത്ഥകമായ തീർത്ഥാടനത്തിന്റെ ഫലമായാണ് പുതിയൊരു ആവിഷ്കരണരീതി കണ്ടെത്തിയത്'' (പ്രസന്നരാജൻ, 2011 18-19). എന്ന നിരീക്ഷണം പ്രസക്തമാണ്. താൻ അന്വേഷിച്ച് കണ്ടെത്തിയ പരമപ്രധാനമായൊരു സത്യം ലീലയോട് വേഗം പറയേണ്ടതിന്റെ തിടുക്കം മാധവിയുടെ സ്വരത്തിലുണ്ട്. ഒരു തരത്തിൽ ആ തിടുക്കം കവിയുടേതുമാണ്. കാരണം ലീല ആഗ്രഹിക്കുന്ന പ്രണയം കവി ആഗ്രഹിക്കുന്ന പ്രണയം കൂടിയാണ്. ഇത് അനുവാചകരിലേക്കുകൂടി പകർന്നുനൽകുന്ന രചനാരീതിയാണ് കവിയുടേത്. ഒന്നാം സർഗാവസാനം വരെ നീളുന്ന പൂർവകഥാഖ്യാനമാണ് പിന്നീടുള്ളത്. ലീലയുടെ ആത്മഗതങ്ങളും കവിവാക്യങ്ങളും അതിൽപ്പെടുന്നു. കവിവാക്യങ്ങൾ പലതും കവിയുടെ ഇടപെടലുകളായി പുതിയ മാനം കൈവരിക്കുന്നതായി കാണാം.

യുവ ജനഹൃദയം സ്വതന്ത്രമാ-
ണവരുടെ കാമ്യപരിഗ്രഹേച്ഛയിൽ (1.21)

ലീലയുടെ പിതാവിനെ സംബോധന ചെയ്തുകൊണ്ടുള്ളൊരു കവിവാക്യമാണിത്. പിതാവിനെ സംബന്ധിച്ചിടത്തോളം അയാൾ അനിഷേധ്യനാണ്. തന്റെ ഇഷ്ടമാണ് തന്റെ കുടുംബത്തിന്റെയും ഇഷ്ടം എന്നു കരുതുന്ന ശുദ്ധഗതിക്കാരൻ. അത്തരക്കാരോടുള്ള കവിയുടെ പ്രഖ്യാപനമാണിത്. ഇത് നവലോകത്തിന്റെ സ്വാതന്ത്ര്യസങ്കൽപമാണ്. എന്നാൽ പുതിയൊരു ലോകത്തിലേക്ക് നടന്നുകയറുക എളുപ്പമല്ലെന്നും കവിക്കറിയാം. ദേശചര്യത്തെ മറികടക്കുക എന്നതാണ് ഏറ്റവും ദുർഘടം.

ഗുരുജനവചനം, കുലക്രമം
തരുണികൾ തന്നുടെയസ്വതന്ത്രത
കരുതിയവ മറച്ചുകാമിതം
കരുമന പൂണ്ടിവൾ കാട്ടി ലൗകികം (1.25)

എന്ന് ദേശചര്യത്തിന്റെ സ്വഭാവ സവിശേഷതകളെയും അവയോട് ഒരു സ്ത്രീ എങ്ങനെ വിധേയപ്പെടുന്നുവെന്നതിനെയും വളരെ കൃത്യമായി അടയാളപ്പെടുത്തുകയാണ് കവി. ദേശചര്യം അകതളിരിനെ അറുക്കുകയും ബുദ്ധിഭ്രമം ഉണ്ടാക്കുകയും നിർമലരായ

ജനങ്ങളെ പകയോടെ കൊല്ലുകയും ചെയ്യുന്ന പിശാചാണെന്ന് കവി പറയുന്നുണ്ട്. 'പിശാചവൃത്തിയായ ദേശചര്യം ആശാന്റെ സ്ഥിരശത്രുവാണ്. ഇതിനെ പൊളിച്ചെഴുതലായിരുന്ന ആശാന്റെ കവിതയുടെയും ജീവിതത്തിന്റെയും ലക്ഷ്യം' (വിജയൻ, 1986: 125) എന്ന നിരീക്ഷണം ലീലാകാവ്യത്തെ സംബന്ധിച്ചിടത്തോളം വളരെ അർത്ഥവത്താണ്. ദേശചര്യത്തോട് പോരാടിക്കൊണ്ടല്ലാതെ അതിനെ മാറ്റിനിർത്തിക്കൊണ്ട് കവിക്ക് മുന്നോട്ട് പോവാനാവില്ല. ഏത് തരത്തിലുള്ളൊരു ഭൂമികയിൽനിന്നുകൊണ്ടാണ് കവി തന്റെ കാവ്യദർശനവും ജീവിതവീക്ഷണവും രൂപപ്പെടുത്തിയതെന്ന് അനു വാചകന്കൂടി അനുഭവവേദ്യമാകുമ്പോഴാണ് കാവ്യം സാർത്ഥകമാകുന്നത്.

പൂർവകഥാഖ്യാനത്തിനുശേഷം ഒന്നാം സർഗത്തിന്റെ അവസാന ശ്ലോകമാണ് ആദ്യശ്ലോകവുമായി കഥയെ ചേർത്തുനിർത്തുന്നത്. രണ്ടാംസർഗത്തിലെ 'മൊഴികേട്ടിമവെട്ടി വീർത്തുടൻ മിഴിചാച്ചമ്പോടുനോക്കി തോഴിയെ' എന്നു തുടങ്ങുന്ന ഭാഗത്തേക്ക് നീളുന്നതാണ് പ്രണയപരവശേ എന്ന സംബോധന.

ജീവിതത്തിന്റെ നിസ്സാരതയെ പ്രത്യക്ഷമായും പരോക്ഷമായും ധ്വനിപ്പിക്കുന്ന സന്ദർഭങ്ങൾ കാവ്യത്തിലുണ്ട്. വിധിയുടെ ക്രൂരമായ സാന്നിധ്യമായാണ് കവി അത് അടയാളപ്പെടുത്തുന്നത്. 'നെടുമോഹനിദ്ര'യിൽ കഴിയുന്ന ലീലയുടെ ശ്രവണധാരണയെ സൂചിപ്പിക്കുന്നത് 'വിധിവാട്ടിയ കർണവീഥി' എന്നാണ്. ദുരന്തം കാണുന്നതുപോലെ ഭീതിദമാണ് ദുരന്തവാർത്ത കേൾക്കുന്നതും. ഭർത്താവിന്റെ മരണം കാണുകയും മാതാപിതാക്കളുടെ മരണവാർത്തയും മദനന്റെ തിരോധാനവാർത്തയും കേട്ടുകേട്ട് തളരുകയും ചെയ്തവളാണ് ലീല. പ്രത്യക്ഷാനുഭവത്തിന്റെ നൊമ്പരം കേൾവിയിലൂടെ സഹിച്ച് തളർന്നവശയായ ലീലയുടെ ശ്രവണധാരണയെ കുറിക്കാൻ 'വിധിവാട്ടിയ കർണവീഥി' എന്ന് പ്രയോഗിക്കുമ്പോൾ കവി ഉപയോഗിക്കുന്ന പദസംവിധാനം വിശിഷ്ടമാവുന്നു. അതുപോലെ, മറ്റൊരാളുടെ പത്നിയായി പോവേണ്ടിവന്ന സമയത്ത് ലീല അച്ഛന്റെ ഹിതത്തിനുവേണ്ടി തന്റെ ഇഷ്ടം ബലികഴിക്കാമെന്നും എന്നാൽ അനന്യരാഗനായ മദനനെ എങ്ങനെ ദുഃഖത്തിലാഴ്ത്തുമെന്നും കരുതി മദനനിൽ ചെന്നുപറ്റിയ ഹൃദയവുമായി കഴിഞ്ഞു. കവി പറയുന്നത്,

കദനമതൊഴിയാതെ കഷ്ടമീ
മദനഗതാശയ മാഴ്കി - നിഷ്ഫലം;
വിദയനിയതി, ദുസ്തരൗഘ,യാ
നദിയെയെതിർത്തൊരു ജന്തു നീന്തുമോ (1.27)എന്നാണ്.

ഇവിടെ പദങ്ങൾക്കിടയിൽ കവി സൂക്ഷിക്കുന്നത് വികാരങ്ങളുടെ തള്ളിച്ചയുംനിസ്സാഹയതയുടെ മൂകവേദനയുമാണ്. അതാവട്ടെ അനുവാചകനോട് വാചാലമായി സംവദിക്കുന്നതുമാണ്. കവി ഉചിതപദങ്ങളുടെ തെരഞ്ഞെടുപ്പും കൂട്ടിച്ചേർപ്പുമാണ് നടത്തിയിരിക്കുന്നത്. ആ പദങ്ങൾക്ക് ചിലപ്പോൾ പരുക്കൻ സ്വഭാവമാവാം. എന്നാലും കാവ്യത്തിൽ ഭാവവും ഭാഷയും ഏകീഭവിപ്പിക്കാൻ കവിക്കുള്ള പാടവം അന്യാദൃശമാണ്.

താളലയം പോലെ താളഭംഗവും കവിതയ്ക്കു ഭൂഷണമാകുന്ന സന്ദർഭങ്ങൾ ലീലയിലുണ്ട്. വൈവിധ്യമാർന്ന വൈകാരികാവസ്ഥകളെ അടയാളപ്പെടുത്താൻ താളലയവുംതാളഭംഗവും കവി ഉപയോഗിക്കുന്നുണ്ടെന്നു ചുരുക്കം. ലീലാമദനൻമാർ രേവാനദിയിൽ അപ്രത്യക്ഷരായതിനെത്തുടർന്ന് മാധവി വിലപിക്കുന്നത് ഇപ്രകാരമാണ്,

എവിടമിവിടെ, മെങ്ങു വാസഭൂ? വേ-
തിവരുടെ കാംക്ഷിത? മെന്തു സംഭവിച്ചു?
അവിദിത പരിണാമമൊക്കെയോർക്കിൽ
ശിവ! ശിവ! സർവമനാഥമീ ജഗത്തിൽ (3.77)

മാധവി ഏകയായി പോയതുകൊണ്ടുള്ള അനാഥത്വവും അനിശ്ചിതത്വവും മൂലമുണ്ടായ വേദനയും ദുഃഖവും വെപ്രാളവും ദ്യോതിപ്പിക്കുന്ന ഈ വരികൾ താളഭംഗത്തോടുകൂടിയതാണ്. ചോദ്യരൂപേണയുള്ള പദവിന്യാസംകൊണ്ടുള്ള ഭാവാവിഷ്കാരമാണ് കവി നടത്തുന്നത്. ലയവും ഭംഗവും ഒരുപോലെ മനുഷ്യജീവിതസന്ദർഭങ്ങൾക്ക് അനുയോജ്യമാണെന്നു മനസ്സിലാക്കിയ ഒരു കവിക്കേ അത് പ്രയോജനപ്പെടുത്തുവാനും കഴിയുകയുള്ളൂ. ശിവ! ശിവ! എന്ന ആവർത്തിതപദപ്രയോഗത്തിലൂടെ ഈ ലോകത്ത് എല്ലാ അനാഥമാണ് എന്നതിന്റെ സാരസർവ്വസ്വത്തെ ഉള്ളടക്കം ചെയ്യാനും സാധിച്ചിരിക്കുന്നു. എന്നാൽ മരണത്തോടുകൂടി ജീവിതം അവസാനിക്കുമെന്ന വിശ്വാസം കവിക്കില്ല, മനുഷ്യസ്നേഹം മരണത്തെയും അതിജീവിച്ച് ഭൂമിയിൽ തുടർന്നുകൊണ്ടേയിരിക്കുമെന്ന സ്നേഹദർശനം പുലർത്തിയ കവി മാധവിയിലൂടെയാണ് അതിന് പിൻതുടർച്ച നൽകുന്നത്. അങ്ങനെയാണ് അവസാനം മാധവി അന്യർക്കുവേണ്ടി ജീവിതം സന്തോഷത്തോടെ നയിച്ചത്.

ദ്വിതീയാക്ഷര പ്രാസത്തിലൂന്നിയുള്ള ശ്ലോകങ്ങളാണ് ലീലാകാവ്യത്തിന്റെ ഘടനാവിശേഷമെന്നു പറയാം. കാവ്യത്തിലെ ഭാഷാരീതിയെക്കുറിച്ച് കവി സാക്ഷ്യപ്പെടുത്തുന്നത് ഇപ്രകാരമാണ്. 'ഭാഷാ രീതിയെ സംബന്ധിച്ച്, നളിനിയുടെ അവതാരികയിൽ മഹാമഹിമ ശ്രീ എ. ആർ. രാജരാജവർമ്മ കോയിത്തമ്പുരാൻ

തിരുമനസ്സുകൊണ്ട് കുറയ്ക്കേണ്ടതായി സൂചിപ്പിച്ചിരുന്ന നിർബന്ധങ്ങൾ പാട്ടുള്ളത്ര കുറപ്പാൻ ശ്രമിച്ചിട്ടുണ്ട്. ആ ശ്രമം തൃപ്തികരമാംവണ്ണം സാധ്യമല്ലെന്നു കാണുന്നതിൽ വ്യസനിക്കുന്നു. ചിരപരിചയം കൊണ്ട് ഉറച്ചുപോയ ശൈലി മാറ്റുന്നത് ക്ഷിപ്രസാധ്യമല്ലെങ്കിലും ഇനിയും ശ്രമിച്ച തിരുമനസ്സിലെ പൂർണപ്രസാദത്തിനു പാത്രമാകാൻ നോക്കുന്നതാണ്'' (1914:23). പ്രാസവാദപ്രതിവാദത്തിൽ ആശാൻ നിലയുറപ്പിച്ചിരുന്നത് ദ്വിതീയാക്ഷരപ്രാസത്തിനെതിരെയായിരുന്നെങ്കിലും അദ്ദേഹത്തിന്റെ ചിരപരിചയം കൊണ്ട് കൃതികളിൽ പ്രാസം അനുവർത്തിച്ചുപോന്നു. അതിനുള്ള ക്ഷമാപണമായിത്തോന്നുന്നതാണ് മേൽപറഞ്ഞ പ്രസ്താവന.

ദ്വിതീയാക്ഷരപ്രാസം ദീക്ഷിച്ചുവെന്നതുകൊണ്ട് കാവ്യശരീരത്തിന് അഭംഗിയോ അർത്ഥച്യുതിയോ വന്നിട്ടില്ല. കാവ്യശരീരത്തെക്കുറിച്ച് കവിക്ക് നല്ല ബോധ്യമുണ്ടായിരുന്നു. അത് ലീലയുടെ മനോവ്യാപാരങ്ങളായാലും, മാധവിയുടെ ഉപദേശങ്ങളായാലും, കവിവാക്യങ്ങളായാലും എന്ത് എങ്ങനെ പറയണമെന്ന ഉറച്ച തീരുമാനം അദ്ദേഹത്തിനുണ്ടായിരുന്നു. 'ദ്വിതീയാക്ഷരംപ്രാസം പോലുള്ള രൂപഭംഗികളെ ഉപേക്ഷിക്കാതെതന്നെ കാവ്യത്തിൽ ഭാവഭദ്രത ദീക്ഷിക്കാൻ സാധ്യമാവുമെന്ന് ആശാൻ സ്വകൃതികളിൽ തെളിയിച്ചു. ശബ്ദാർത്ഥങ്ങളെ സമന്വയിപ്പിക്കുക, കാവ്യത്തെ ധ്വന്യാത്മകമാക്കുക എന്നീ ലക്ഷ്യങ്ങളോടുകൂടിയാണ് ആശാൻ കാവ്യരചനയിൽ ഏർപ്പെട്ടത്. ഈ ലക്ഷ്യം സാക്ഷാത്കരിക്കുവാൻ വേണ്ടിവന്ന നിരന്തരമായ അന്വേഷണവും കഠിനമായ അധ്വാനവും ആശാന്റെ കൈയെഴുത്തുപ്രതികളിലെ തിരുത്തുകൾ വ്യക്തമാക്കുന്നു (ബഷീർ, 2005: 61) എന്ന കണ്ടെത്തൽ തന്റെ ദർശനവും കാവ്യശൈലിയും തമ്മിൽ ഇണക്കിച്ചേർക്കുന്നതിൽ ആശാൻ പുലർത്തിയ അതീവശ്രദ്ധയെ ന്യായീകരിക്കുന്നു.

കാവ്യഘടനയെ രൂപപ്പെടുത്തുന്ന മറ്റൊരു ശബ്ദവിശേഷമാണ് വൃത്തം. അപരവക്ത്രം, പുഷ്പിതാഗ്ര, പ്രഹർഷിണി, പൃഥ്വി, ശാർദ്ദൂലവിക്രീഡിതം, മന്ദാക്രാന്ത, മാലിനി, വസന്തതിലകം, നർക്കുടകം തുടങ്ങിയവയാണ് ആശാൻ ലീലയിൽ ഉപയോഗിച്ചിരിക്കുന്ന വൃത്തങ്ങൾ. ഇവയെല്ലാം സംസ്കൃതവൃത്തങ്ങളാണ് എന്നത് ശ്രദ്ധേയമാണ്. സംസ്കൃതഭാഷയിൽ ആശാൻ നേടിയ പ്രാവീണ്യം കാവ്യരചനാവേളയിൽ ഭാവാവിഷ്കാരത്തിന് ഉതകുന്ന രീതിയിലുള്ള താളം കണ്ടെത്താനും അത് നിയതമായ വർണ്ണനിയമങ്ങൾക്ക് വിധേയമാക്കി വിവിധതരം വൃത്തങ്ങൾ സ്വീകരിക്കാനും കവിക്ക് തുണയായി. ശക്തമായ വൃത്തബോധത്തിൽനിന്നു മാത്രമേ ഒറ്റകാവ്യത്തിൽ

ഇത്രയും വൈവിധ്യമാർന്ന വൃത്തങ്ങൾ പ്രയോഗിക്കാൻ സാധിക്കു കയുള്ളൂ. ഓരോ വൃത്തത്തിനും ഭാവാവിഷ്കാരത്തിനുള്ള സിദ്ധിയുണ്ട്. അത് കണ്ടെത്തി പ്രയോജനപ്പെടുത്താൻ കഴിയുന്നതാണ് കവിയുടെ നേട്ടം. ശബ്ദാർത്ഥസഹിതമായ കാവ്യത്തിൽ ഭാവരൂപങ്ങളുടെ സമന്വയത്തിലൂടെ തന്റെ കൃതി ശ്രേഷ്ഠമാക്കിത്തീർക്കണമെന്ന ആത്മാർത്ഥതയാവാം ഇത്തരം സന്ദർഭങ്ങളിൽ അദ്ദേഹം പുലർത്തിയത്.

പഴയ കാവ്യസമ്പ്രദായത്തിന്റെ വഴിയിൽനിന്നുകൊണ്ട് ദ്വിതീയാക്ഷരം പ്രാസം, വൃത്തം തുടങ്ങിയ കാവ്യരീതികളെ അവഗണിക്കാതെ അവയെ കാവ്യത്തിന്റെ ശക്തിസൗന്ദര്യങ്ങളാക്കി മാറ്റിത്തീർത്ത്, നവഭാവുകത്വകാവ്യവഴി തുറക്കുകയാണ് ആശാൻ ചെയ്തത്. ഭാഷയുടെ അപൂർണതയെക്കുറിച്ച് ബോധ്യമുള്ള കവി പക്ഷേ ഭാഷയുടെ അർത്ഥവ്യാപ്തിയെയും ആന്തരികസത്തയെയും പരമാവധി ഉപയോഗിച്ചുകൊണ്ടാണ് ലീലാകാവ്യം രചിച്ചത്.

●

ലീലയിലെ ലക്ഷകങ്ങൾ

ലക്ഷക ഘടന

സ്രോതസ്സ്ഥലവും ലക്ഷ്യതലവും ചേർന്നതാണ് ലക്ഷകത്തിന്റെ ഘടന യെന്ന് മുമ്പ് സൂചിപ്പിച്ചിട്ടുണ്ട്.

ലക്ഷക വൈവിധ്യം

ലക്ഷ്യലക്ഷകം, വികാരലക്ഷകം, മനുഷ്യലക്ഷകം, ഹരിതലക്ഷകം, ലോഹലക്ഷകം എന്നിവയും ആവർത്തിതപദരൂപം, വ്യാകരണ രൂപം എന്നിങ്ങനെയുള്ളവ ലക്ഷകങ്ങളായി മാറുന്നതും ലീലാകാ വ്യത്തെ സംബന്ധിച്ചിടത്തോളം എത്രമാത്രം പ്രസക്തമാണെന്നാണ് ഈ അധ്യായത്തിൽ പരിശോധിക്കുന്നത്.

ലക്ഷ്യലക്ഷകം

അന്തരീക്ഷം അല്ലെങ്കിൽ സ്ഥലം എന്ന ആശയത്തെ ആവിഷ്കരിക്കു ന്ന ലക്ഷകത്തെയാണ് ലക്ഷ്യലക്ഷകമെന്ന് പറയുന്നത് (ലക്കോഫ്, 2003:14).

മുകളിൽ- താഴെ, അരികിൽ-അകലെ, അകം-പുറം, മുൻ-പിൻ ഇത്തരം ധാരണകളിലൂടെയാണ് ലക്ഷ്യലക്ഷകങ്ങൾ ആശയത്തെ അവതരിപ്പിക്കുന്നത്.

ലക്ഷ്യലക്ഷകവുമായി വളരെ അടുപ്പം പുലർത്തുന്നവയാണ് വികാരലക്ഷകം. വൈകാരികാവസ്ഥകളുടെ ഉയർച്ചയോ താഴ്ചയോ ആണ് വികാരലക്ഷകത്തിന്റെ പ്രധാന ആവിഷ്കരണമെന്നതിനാൽ ലക്ഷ്യലക്ഷകങ്ങളുടെ പ്രധാനവിഭാഗമാണ് വികാരലക്ഷകങ്ങളും എന്നു പറയാം.

വികാരം

മനുഷ്യന്റെ സ്വാഭാവികമായ ജന്മചോദനയാണ് വികാരം. ശിശു വായിരിക്കുമ്പോൾ വിശപ്പ്, വേദന തുടങ്ങിയവയിൽനിന്നുള്ള മുക്തിക്കുവേണ്ടിയാണ് കുഞ്ഞുങ്ങൾ കരയുന്നത്. ഇതൊരു ജൈവി കവൃത്തിയാണ്. അടിസ്ഥാനപരമായി എല്ലാ ജീവികളിലും ഈ ജൈവികവൃത്തിയുണ്ട്. എന്നാൽ കുഞ്ഞുങ്ങൾ വളരുമ്പോൾ, ധൈഷ ണികവൃത്തികൾ ആർജ്ജിക്കുന്നതിനനുസരിച്ച് അവരുടെ മനോവ്യാ പാരങ്ങളിൽ മാറ്റം വരുന്നു. തൻമൂലം വികാരങ്ങൾക്ക് വൈവിധ്യവും വരുന്നു. മനുഷ്യന്റെ ബന്ധങ്ങൾ, ചുറ്റുപാടുകൾ, സന്ദർഭം, മനോനില, സാമൂഹികപദവി തുടങ്ങി അനവധി കാര്യങ്ങൾ വൈവിധ്യമാർന്ന വികാരങ്ങൾക്ക് കാരണമായിത്തീരുന്നു.

വികാരലക്ഷകം

വികാരങ്ങൾ സങ്കൽപനങ്ങളാകയാൽ അവയെ ആവിഷ്കരിക്കാനുള്ള ശക്തമായ ഉപകരണമാണ് മെറ്റഫർ അഥവാ ലക്ഷകം. ലക്ഷക ത്തിന് സ്രോതസ്ഥലമെന്നും ലക്ഷ്യതലമെന്നും രണ്ടു തലങ്ങളുള്ളതിൽ ലക്ഷ്യതലം ഏതെങ്കിലുമൊരു വികാരത്തെ സങ്കൽപനം ചെയ്യുകയാ ണെങ്കിൽ അത് വികാരലക്ഷകമാകുന്നു.

ഉദാ : വിശപ്പിന്നു വിഭവങ്ങൾ വെറുപ്പോളമശിച്ചാലും
വിശിഷ്ടഭോജ്യങ്ങൾ കാൺകിൽ കൊതിയാമാർക്കും

(കുമാരനാശാൻ, 1975/1998:555)

ഈ വരികളുടെ,

സ്രോതസ്ഥലം	ലക്ഷ്യതലം
വിശപ്പ്	ആസക്തി
വിഭവങ്ങൾ	കാമുകർ
വിശിഷ്ടഭോജ്യം	ഇഷ്ടപ്പെട്ട കാമുകൻ
കൊതി	അനുരാഗാസക്തി

വാസവദത്തയ്ക്ക് ഉപഗുപ്തനോട് തോന്നുന്ന പ്രണയത്തെയാണ് ഇവിടെ സൂചിപ്പിക്കുന്നത്. വിശപ്പ് മാറാനായി വയർ നിറച്ച ഭക്ഷണം കഴിച്ചാലും ഇഷ്ടപ്പെട്ടതും വിശിഷ്ടവുമായ ഭക്ഷണം കാണുമ്പോൾ അതിനോട് കൊതിതോന്നിപ്പോകും. അനവധി കാമുകരുണ്ടെങ്കിലും താൻ ഏറെ ആഗ്രഹിച്ച കാമുകനെ കാണുമ്പോൾ അനുരാഗാസക്തി യുണ്ടാകും. ഇവിടെ ലക്ഷ്യതലം അനുരാഗം എന്ന വികാരത്തെയാണ് സങ്കൽപനം ചെയ്തിരിക്കുന്നത്.

കവിത അടിസ്ഥാനപരമായും വികാരങ്ങളാകയാൽ ലക്കോഫ് മുന്നോട്ടുവെയ്ക്കുന്ന വികാരലക്ഷകങ്ങൾ കവിതാപഗ്രഥനത്തിൽ പ്രസക്തമാണ്.

ലക്ഷ്യലക്ഷകങ്ങളും വികാരലക്ഷകങ്ങളും

സാജാത്യവൈജാത്യങ്ങളോട്ടുകൂടിയവയാണ് ലക്ഷ്യലക്ഷകങ്ങളും വികാരലക്ഷകങ്ങളും

സാജാത്യം

വൈകാരികാവസ്ഥകളുടെ ഉച്ചനീചത്വമോ സങ്കീർണതയോ ആണ് വികാരലക്ഷകത്തിലൂടെ ആവിഷ്കരിക്കപ്പെടുന്നത്. അതിനാൽത്തന്നെ സ്ഥലകാലദൂരസങ്കൽപനങ്ങളെ ആവിഷ്കരിക്കുന്ന ലക്ഷ്യലക്ഷകവുമായി ഇവയ്ക്ക് ഏറെ അടുപ്പമുണ്ട്.

ഉദാ: അവർ തമ്മിൽ അടുത്തു. അവർ വല്ലാതെ അകന്നു.

അടുപ്പവും അകൽച്ചയും വൈകാരികതയുടെ ഏറ്റക്കുറച്ചിലുകളെ അടയാളപ്പെടുത്തുന്നു. അതേസമയം, അരികിൽ - അകലെ എന്ന ലക്ഷ്യലക്ഷകാശയത്തെ സൂചിപ്പിക്കുകയും ചെയ്യുന്നു.

മനുഷ്യന്റെ ശരീരഘടനയും ഭൗതികാന്തരീക്ഷത്തിൽ ആ ശരീരഘടന നിർവഹിക്കുന്ന ധർമവുമാണ് ലക്ഷ്യലക്ഷകനിർണ്ണയം സാധ്യമാക്കുന്നത് (ലക്കോഫ്, 2003:14).

മനുഷ്യശരീരമാകട്ടെ വികാരങ്ങളിലധിഷ്ഠിതമാണ്. അപ്പോൾ വികാരങ്ങളുടെ വിരുദ്ധാവസ്ഥകൾ ഉയർച്ച താഴ്ചകളെ കുറിക്കും.

ഉദാ: സുഖം-ദുഃഖം, സന്തോഷം- സങ്കടം, ആവേശം- പരവേശം.

വൈജാത്യം

മനസ്സുമായി ബന്ധപ്പെട്ടു കിടക്കുന്നതാണ് വികാരം. എന്നാൽ വീക്ഷണവുമായി ബന്ധപ്പെട്ടുകിടക്കുന്നതാണ് ലക്ഷ്യലക്ഷകം. മനുഷ്യന്റെ വീക്ഷണഗതിയനുസരിച്ച് ഉന്നതമൂല്യം പുലർത്തുന്ന പല ഗുണങ്ങളും വൈകാരികമായി അങ്ങനെയാവണമെന്നില്ല.

ഉദാ: സദ്ഗുണങ്ങളെല്ലാം ഉന്നതമാണ് (ലക്കോഫ്, 2003).

സദ്ഗുണങ്ങളായ ബുദ്ധി, ധൈര്യം, സാമർത്ഥ്യം തുടങ്ങിയവ വൈകാരികപ്രധാന്യമുള്ളവയല്ല. അതുപോലെ വൈകാരികമായി ഉന്നതാവസ്ഥയിലുള്ള ഗുണങ്ങൾ പലതും ലക്ഷ്യലക്ഷകപ്രകാരം താഴ്ന്ന അവസ്ഥയെയാണ് സങ്കൽപനം ചെയ്യുന്നത്.

ഉദാ: വികാരാധീനൻ. വികാരത്തിന് കീഴ്പ്പെട്ടവനാണ് വികാരാധീനൻ. വൈകാരികതയുടെ തള്ളിച്ചയാണ് ഇവിടെയുള്ളത്. എന്നാൽ ലക്ഷ്യലക്ഷക പ്രകാരം കീഴ്പ്പെടൽ പതനത്തെയാണ് രേഖപ്പെടുത്തുന്നത്.

ലീലാകാവ്യത്തിലെ ലക്ഷ്യലക്ഷകങ്ങളും വികാരലക്ഷകങ്ങളും

ലക്ഷ്യലക്ഷകങ്ങളുടെ പ്രധാന വിഭാഗമായി വികാരലക്ഷകങ്ങളെ പരിഗണിക്കുന്നതിനാൽ അവ രണ്ടും ചേർത്തുള്ള അപഗ്രഥന രീതിക്ക് പ്രസക്തിയുണ്ട്. കാവ്യം തുടങ്ങുന്നത് പ്രണയപരവശേ, എന്ന സംബോധനയോടെയാണ്.

പ്രണയപരവശേ, ശുഭം നിന-
ക്കുണരുക, ഉണ്ടൊരു ദിക്കിൽ നിൻ പ്രിയൻ
ഗുണവതി, നെടുമോഹനിദ്ര വി-
ട്ടുണരുക, ഞാൻ സഖി, നിന്റെ മാധവി (1.1)

അനുരാഗപരവശയായ ലീല പൂന്തോട്ടത്തിൽ മോഹാലസ്യനിദ്രയിൽ കഴിയുമ്പോഴാണ് തോഴിയായ മാധവി അവളെ പ്രണയപരവശേ, എന്ന് നീട്ടി വിളിച്ചത്.

പ്രണയപരവശ, മോഹാലസ്യനിദ്ര എന്നിവയെല്ലാം പ്രേമമെന്ന വികാരത്തിന്റെ പാരമ്യാവസ്ഥയെ സങ്കൽപനം ചെയ്യുന്ന വികാരലക്ഷകങ്ങളാകുന്നു. ഇവിടെ പാരവശ്യവും ആലസ്യവും പ്രണയഭാവത്തിന്റെ ഉന്നതിയെയാണ് കുറിക്കുന്നത്. അതേസമയം ലക്ഷ്യലക്ഷകമനുസരിച്ച്, പാരവശ്യവും ആലസ്യവും ക്ഷീണിച്ച അവസ്ഥയാണ്. തൻമൂലം അവ താഴ്ചയെയാണ് രേഖപ്പെടുത്തുന്നത്. നിദ്രവിട്ടുണരുക, എന്ന് തോഴി ആവശ്യപ്പെട്ടപ്പോൾ അത് താഴ്ചയിൽനിന്ന് ഉയർച്ചയിലേക്കുള്ള വളർച്ചയാണ്. അതായത്, പതനത്തിൽനിന്ന് ജീവിതത്തിലേക്കുള്ള ഉയർച്ച.

ഉയർച്ച സന്തോഷത്തെയും താഴ്ച പതനത്തെയും കാണിക്കുന്നവെന്ന ചിന്തയുടെ ആവിഷ്കാരമാണ് മാധവിയിലൂടെ കുമാരനാശാൻ അവതരിപ്പിക്കുന്നത്.

ലീല തന്റെ കളിത്തോഴനും പ്രേമഭാജനവുമായ മദനനെ അന്വേഷിച്ചുകണ്ടെത്താൻ മാധവിയെ നിയോഗിച്ചതനുസരിച്ച്, മദനനെ കണ്ടെത്തിയ മാധവി ആ വിവരം അറിയിക്കുകയാണിവിടെ ചെയ്യുന്നത്. പ്രണയപരവശേ, എന്ന സംബോധനയ്ക്കുശേഷമുള്ള ആദ്യപദം ശുഭം എന്നാണ്. മാധവിയ്ക്ക് നയനഗോചരമായ അറിവിനെ ശുഭമെന്ന പദത്തിലൂടെ കേൾവിക്കുള്ള അറിവായി മാറ്റുകയാണിവിടെ. ലീലയ്ക്ക് അറിയാത്ത എന്നാൽ, മാധവിയ്ക്ക് അറിയുന്നതായ മദനനെക്കുറിച്ചുള്ള

അറിവാണ് ഈ പദത്തിന്റെ പശ്ചാത്തലം. ശ്രുഭം എന്ന വാക്ക് വസ്തുവും അറിവ് പശ്ചാത്തലവുമായ വസ്തുപശ്ചാത്തലബന്ധം എന്ന ആശയത്തെക്കൂടി ആശാന്റെ ഈ വരികൾ ഉൾക്കൊള്ളുന്നുണ്ട്. എന്താണോ ലീല കേൾക്കാൻ ആഗ്രഹിക്കുന്നത് അതിന്റെ സൂചന ആദ്യം നൽകുക എന്ന ദൗത്യമാണ് മാധവി നിറവേറ്റുന്നത്. ആവശ്യമുള്ളത് ആദ്യം എന്ന രീതിയാണ് ഇവിടെ അനുവർത്തിച്ചിരിക്കുന്നത്. 'ഒരു വാക്യത്തിൽ ആദ്യം വരുന്ന പദമേത്? തുടർന്നു വരുന്നത് ഏത്? എന്നതിനെക്കുറിച്ച് വ്യക്തിക്കൊരു ധാരണയുണ്ടാകും, 'അടുപ്പമുള്ളത് ആദ്യം' ഈ ലക്ഷകത്തിന് നമ്മുടെ സാധാരണ ജീവിതത്തിലെ സങ്കൽപനവ്യവസ്ഥയിൽ വളരെയധികം പ്രാധാന്യമുണ്ട്. സാംസ്കാരികമായ ഊന്നൽ പദത്തിന്റെ ക്രമത്തെത്തന്നെ സ്വാധീനിക്കും' (ഗിരീഷ്, 2013).

മാധവി പറയുന്നത്, 'ഉണ്ടൊരു ദിക്കിൽ നിൻ പ്രിയൻ' അതുകൊണ്ട് ഗുണവതിയായ നീ ഉണരുക എന്നാണ്. ഗുണവതി ഗുണങ്ങൾ തികഞ്ഞവളാണ് (ഉന്നതിയെ അടയാളപ്പെടുത്തുന്നു) ഗുണവതിയായ ലീല ആഗ്രഹിക്കുന്ന കാര്യങ്ങൾ കേൾപ്പിച്ചതിനുശേഷമാണ് മാധവി താൻ ആരാണെന്നു വ്യക്തമാക്കുന്നത്. ഗുണവതിയായ ലീലയ്ക്കുണ്ടായ പതനം പ്രണയത്തിന്റെ ആധിക്യത്താലാണെന്നും ആ പതനത്തിൽ നിന്ന് ലീലയെ ഉണർത്തേണ്ടതുണ്ടെന്നും മാധവി കരുതുന്നു.

മൊഴികേട്ടിമ വെട്ടി വീർത്തുടൻ
മിഴിചാച്ചമ്പൊടുനോക്കി തോഴിയെ
അഴൽ നീക്കമുഷസ്സെയാർത്തിയാ-
ലുഴലും പദ്മിനിപോലെ സുന്ദരി (2.1)

'ഉണ്ടൊരു ദിക്കിൽ നിൻ പ്രിയൻ' എന്ന മാധവിയുടെ ശബ്ദം കേട്ട് ഇമവെട്ടി നെടുവീർപ്പിട്ടുനോക്കുന്ന ലീല. മാധവിയുടെ ഈ വാക്കുകളാണ് ലീലയെ ക്ഷീണം മറന്ന് കൈകൾപൊക്കി എഴുന്നേൽക്കാൻ പ്രാപ്തയാക്കിയത്.

ക്ഷീണിച്ച അവസ്ഥ വീഴ്ചയാണ്. ലീലയുടെ ക്ഷീണം മദനനെക്കുറിച്ചുള്ള വിവരങ്ങളറിയാത്തത് മാത്രമല്ല, പ്രണയപാരവശ്യം കൂടിയാണ്. മാധവിയുടെ വാക്കുകൾ ലീലയെ തളർച്ചയിൽ നിന്നുയർത്തി. ക്ഷീണം മറന്ന ലീല കൈ പൊക്കുന്നത് ജീവിതത്തിലേക്കുള്ള, ഉയർച്ചയിലേക്കുള്ള തിരിച്ചുവരവാണ്. ഉയർച്ച- താഴ്ച എന്നീ ലക്ഷ്യലക്ഷകങ്ങളാണ് ഇവിടെ വികാരങ്ങളെ ആവിഷ്കരിക്കുന്നത്.

മാധവിയുടെ വാക്കുകൾ കേട്ട ലീല മിഴിചാച്ച് അവളെ നോക്കുന്നു.

ദുഃഖം ഇല്ലാതാക്കുന്ന പ്രഭാതത്തെ ആർത്തിയോടെ നോക്കുന്ന താമരപോലെയാണത്.

താമരയുടെ ദുഃഖം ഇരുട്ടാണ്. ഇരുട്ടിനെ നീക്കുന്ന പ്രഭാതം സൂര്യസാന്നിധ്യമാണ്. സൂര്യൻ താമരയുടെ കാന്തനാണെന്ന് കവിസങ്കൽപം. 'ഉണ്ടൊരു ദിക്കിൽ നിൽപ്രിയൻ' എന്ന മാധവിയുടെ വാക്കുകളാണ് ലീലയ്ക്ക് ഉൻമേഷം നൽകുന്ന സൂര്യസാന്നിധ്യം. മാധവിക്ക് നയനഗോചരമായ അറിവിനെ 'ഉണ്ടൊരു ദിക്കിൽ നിൻപ്രിയൻ' എന്ന പ്രസ്താവനയിലൂടെ കേൾവിക്കുള്ള അറിവായി മാറ്റുകയാണ് ഇവിടെ ചെയ്യുന്നത്. പരവേശം എന്ന വൈകാരികാവസ്ഥയിൽ നിന്ന് ഉന്മേഷം എന്ന വൈകാരികാവസ്ഥയിലേക്ക് ലീലയുടെ മനസ്സെത്തിച്ചേർന്നു.

'മിഴിചാച്ചമ്പൊട്ടുനോക്കി തോഴിയെ' എന്നത് വൈകാരിക പ്രധാന്യമുള്ളൊരു നോട്ടമാണ്. ഇന്ദ്രിയസംവേദനത്തിന്റെ കാര്യത്തിൽ വ്യത്യസ്തവികാരങ്ങളെ ആവിഷ്കരിക്കാൻ കഴിയുന്ന ശക്തമായൊരു സംവേദന സ്രോതസ്സാണ് കണ്ണ്. ഇന്ദ്രിയസംവേദനം ധൈഷണികതയുമായി ബന്ധപ്പെട്ട ഒരു മാനസികവൃത്തിയാണ്. വികാരങ്ങൾക്കു വേണ്ടിയുള്ള വാഹകരാകുന്ന കണ്ണുകൾ എന്ന് ലക്കോഫ് (2003,50) നിരീക്ഷിച്ചിട്ടുണ്ട്. കണ്ണുകളുടെ വൈകാരികഭാവങ്ങളെ പ്രകീർത്തിക്കുന്നത് എക്കാലത്തും കവികൾക്ക് പ്രിയവുമാണ്. മനുഷ്യന്റെ സംവേദനസ്രോതസ്സ് കാഴ്ചയാണെന്ന ബോധം ആശാനുണ്ടായിരുന്നുവെന്ന ഗിരീഷി(2013)ന്റെ നിരീക്ഷണവും ഇവിടെ പ്രസക്തമാണ്.

ദൈനംദിനജീവിതത്തിലെ, ധാരാളം സന്ദർഭങ്ങളിൽ കണ്ണിന്റെ ഈ സംവേദനത്തെക്കുറിച്ചുള്ള സാമാന്യ ഉക്തികളിൽ ചിലവ താഴെ കൊടുക്കുന്നു.

- അവളുടെ കണ്ണുകൾ വികാരംകൊണ്ടു നിറഞ്ഞു.
- അവന്റെ കണ്ണുകളിലെ ഭയം എനിക്കു കാണാം.
- അവന്റെ കണ്ണുകളിൽ അനുകമ്പ നിറഞ്ഞിരുന്നു.
- അവളുടെ കണ്ണുകൾ കോപംകൊണ്ടു ചുവന്നു.

ശരീരബദ്ധമാണ് വികാരലക്ഷകങ്ങൾ. നെടുവീർപ്പിട്ടുള്ള ലീലയുടെ നോട്ടത്തിൽ ദുഃഖവും, പ്രതീക്ഷയും, ആശ്വാസവും, സന്തോഷവും നിറഞ്ഞു നിൽക്കുന്നുണ്ട്.

എല്ലാ രാജകീയസൗകര്യങ്ങളുടെയും ഔന്നത്യത്തിൽ കഴിയുന്ന ലീലയുടെ ഭാവി ഇരുളടഞ്ഞതാണെന്ന് കവി സൂചിപ്പിക്കുന്നുണ്ട്.

ഭൂമിയിൽ എല്ലാം നശ്വരമാണെന്ന വിശ്വാസം പുലർത്തുന്ന കവി-ശ്രീ ഭൂവിലസ്ഥിര (1975/1998:37) വരുമോരോ ദശ വന്നപോലെ പോം (1975/1998:415) സർവമനാഥമീ ജഗത്തിൽ(1975/1998:129)-നശ്വര തയുടെ ആഴം എത്രകനപ്പെട്ടതാണെന്ന് കാണിക്കാനാണ് ലീലയുടെ ബാല്യത്തെക്കുറിച്ച് പ്രകൃതിയും പിതാവും അവളെ മത്സരിച്ച് പരിപാ ലിച്ചെന്ന് പറയുന്നത്. ലീല സ്ഥിരശുഭയാണെന്ന കരുതരുതെന്നും കവി മുന്നറിയിപ്പ് നൽകുന്നു.

പരമരുചിരമാമഹർമ്മുഖം
ചരമധരോപരികാറു നിൽക്കവേ (1.17)

മനോഹരമായ പകലിനപ്പുറം അസ്തമയപർവ്വതത്തിനു മുകളിൽ ഇരുട്ടാണ്.

പകലും ഇരുട്ടും സുഖദുഃഖങ്ങൾ എന്ന വൈകാരികാവസ്ഥയെ സങ്കൽപനം ചെയ്യുന്നു.

പകൽ- സുഖം - ഉയർച്ചയെ കുറിക്കുന്നു

ഇരുട്ട്-ദുഃഖം - താഴ്ചയെ കുറിക്കുന്നു.

ഈ രണ്ട് അവസ്ഥയും സുനിശ്ചിതം, അനിശ്ചിതം എന്ന ജീവി തപരിതോവസ്ഥകളെ അടയാളപ്പെടുത്താൻ സാധാരണ ജീവിത ത്തിൽ ഉപയോഗിക്കുന്ന ലക്ഷകങ്ങളാണ്.

ഉദാ:

- പകൽ പോലെ വ്യക്തം
- പകൽപോലെ സത്യം
- ഇരുളടഞ്ഞ ജീവിതം
- ഇരുട്ടിലായ ഭാവി
- മുന്നിലാകെ ഇരുട്ടാണ്.

ലക്ഷ്യതലം - പകൽപോലെ തെളിവാർന്ന ലീലയുടെ ജീവിത ത്തിൽ സംഭവിക്കാനിരിക്കുന്ന ദുരന്തം.

ദുഃഖം, സന്തോഷം, സഹനം, അസ്വസ്ഥത, ഭയം, ഉന്മാദം തുടങ്ങിയ വ്യത്യസ്ത വൈകാരികഭാവങ്ങൾ ലീലാകാവ്യത്തിൽ ലക്ഷകാത്മകമായി പരിണമിക്കുന്നു.

മകളെ അനുരൂപനായ വരന് വിവാഹം ചെയ്ത് നൽകിയതിനു ശേഷം അർഥപാലകൻ

സുതയുടെ മുഖമാധികർശിതം
ഗതനഥ ഖേദമൊടോർത്തു വർത്തകൻ
അതു നിജവിരഹാർത്തിമൂലമെ-
ന്നഥ കരുതീട്ടവനാശ്വസിക്കയായ് (1.32)

ലീലയുടെ മുഖം ദുഃഖത്താൽ വാടിയിരിക്കുന്നുവെന്ന് അച്ഛൻ ദുഃഖത്തോടെ ഓർത്തു. അത് തന്നെവിട്ട് ഭർത്താവിന്റെ കൂടെ പോയതുകൊണ്ടാവാം എന്ന് അയാൾ ആശ്വസിക്കുകയും ചെയ്തു.

ഇവിടെ ലീലയുടെ ദുഃഖവും അച്ഛന്റെ ദുഃഖവും വ്യത്യസ്തമാണ്. ലീലയുടെ ദുഃഖം താൻ പ്രണയിച്ച പുരുഷനെ ഉപേക്ഷിച്ച് അച്ഛൻ, തനിക്കായി സ്വീകരിച്ച വരനോടൊപ്പം യാത്രയാവുന്നതിലുള്ള ദുഃഖമാണ്-ആശ്വാസമില്ലാത്ത ദുഃഖം.

അച്ഛന്റെ ദുഃഖമാകട്ടെ, മകളുടെ മുഖം വാടിയതുകണ്ടിട്ടുള്ളതാണ്. അത് തന്നെ വിട്ടുപിരിഞ്ഞതുകൊണ്ടാണെന്നും നല്ലൊരു ഭാവി അവൾക്കുണ്ടെന്നും അയാൾ ആശ്വസിക്കുന്നു- ആശ്വാസമേകുന്ന ദുഃഖം.

ദുഃഖമെന്ന വൈകാരികാവസ്ഥയും ദുഃഖമെന്ന ലക്ഷ്യലക്ഷകവും പതനമെന്ന അവസ്ഥയെ സങ്കൽപനം ചെയ്തുകൊണ്ട് ഒരേ പദവിയെ അടയാളപ്പെടുത്തുന്നു.

ലീലയുടെ ജീവിതത്തിൽ ആദ്യമായി അനുഭവവേദ്യമായ ഈ ദുഃഖം തുടർന്നുള്ള ഭാഗങ്ങളിൽ പല ഭാവത്തിൽ അവൾ അനുഭവിക്കുന്നു.

വരസുഖവിഭവങ്ങൾ മേൽക്കുമേൽ
വരനരുളുന്നതവൾക്കു ദുഃഖമായ്
നരഹൃദയമതിന്നു ഭാവനാ-
പരികരമെങ്ങനെ, ഭോഗമങ്ങനെ (1.33)

ശ്രേഷ്ഠങ്ങളായ സുഖവസ്തുക്കൾ ഒന്നിനു പിറകെ മറ്റൊന്നായി ഭർത്താവ് അവൾക്ക് നൽകി. എന്നാൽ അതെല്ലാം ദുഃഖം മാത്രമായവശേഷിച്ചു. മനുഷ്യഹൃദയത്തിന്റെ സങ്കൽപങ്ങൾ ഒന്നും സുഖദുഃഖാനുഭവങ്ങൾ മറ്റൊന്നുമാണ്. ഇഷ്ടമില്ലാതെ ലഭിക്കുന്ന ശ്രേഷ്ഠവസ്തുക്കൾ പോലും ദുഃഖമായി ഭവിക്കും. മനസ്സിന്റെ നിയന്ത്രണമാണ് വൈകാരികഭാവങ്ങളുടെ തോത് നിർണ്ണയിക്കുന്നത്. സങ്കൽപത്താൽ സുഖം ദുഃഖമായും ദുഃഖം സുഖമായും തീരും. ഏത് ശ്രേഷ്ഠവസ്തുവായാലും അത് ആര് നൽകുന്നു എന്നത് പ്രധാനമാണ്.

സ്രോതസ്ഥലം- ഇഷ്ടമില്ലാതെ ലഭിക്കുന്ന ശ്രേഷ്ഠവസ്തുക്കൾപോലും

ദുഃഖമായി ഭവിക്കും

ലക്ഷ്യതലം - ലീലയ്ക്ക് ഭർത്താവ് നൽകിയ വരസുഖവിഭവങ്ങൾ ഒന്നു പോലും അവളെ സന്തോഷിപ്പിച്ചില്ലെന്നു മാത്രമല്ല അതവൾക്കു ദുഃഖമായിത്തീരുകയും ചെയ്തു. ഭർത്താവിനോട് തോന്നിയ ഇഷ്ടമില്ലായ്മ വസ്തുക്കളിലേക്കും വ്യാപിച്ചു. ദുഃഖമെന്ന വികാരം താഴ്ചയെ അടയാളപ്പെടുത്തുന്നു.

ഭർത്താവിന്റെ മരണശേഷം സ്വന്തം വീട്ടിൽ തിരിച്ചെത്തിയ ലീല,

അവിരളമഥ പെയ്തു കണ്ണുനീ-
രവൾ, കുലനായിക, പോക്കി നാളുകൾ,
അവിഹിതത മറച്ചുനിന്നു ഹാ!
യവനികപോൽ പിതൃശോകസംഗതി (1.71)

എപ്പോഴും കണ്ണുനീർ വാർത്തുകൊണ്ടിരുന്ന അവൾ ദിവസങ്ങൾ തള്ളിനീക്കി. പിതൃദുഃഖമെന്ന മറകൊണ്ട് പ്രിയനെ ഓർത്തുള്ള ദുഃഖത്തെ മൂടി.

പിതാവിനെ ഓർത്തുള്ള ദുഃഖത്തെ തെളിച്ചപ്പെടുത്തുകയും പ്രിയനെ(മദനനെ) ഓർത്തുള്ള ദുഃഖത്തെ ഒളിപ്പിക്കുകയും ചെയ്യുന്നു. പിതാവിനെ ഓർത്തുള്ള ദുഃഖത്തിന് സ്വീകാര്യത ലഭിക്കും. പ്രിയനെ ഓർത്തുള്ള ദുഃഖത്തിന് സ്വീകാര്യത ലഭിക്കില്ല. അതുകൊണ്ടാണ് ഒന്ന് തെളിച്ചപ്പെടുത്തുകയും മറ്റൊന്ന് ഒളിപ്പിക്കുകയും ചെയ്യുന്നത്.

ലക്ഷ്യലക്ഷകപ്രകാരം, സദാചാരം ഉന്നതമാണ് (ലക്കോഫ്, 2003:16). സംസ്കാരം സദാചാരാധിഷ്ഠിതമാകയാൽ സദാചാരത്തെ ഉന്നത അവസ്ഥയിലാണ് സമൂഹം പ്രതിഷ്ഠിക്കുന്നത്. അതിൽനിന്ന് ഉദ്ഭിന്നമാകുന്ന ലക്ഷ്യലക്ഷകങ്ങൾ ഉന്നതിയെ കുറിക്കുന്നവയാണ്. കാമുകനെക്കുറിച്ചുള്ള ദുഃഖത്തെ സദാചാരാവസ്ഥയായി സമൂഹം കണക്കാക്കില്ല. അതുകൊണ്ട് ഒളിപ്പിച്ചേ മതിയാവൂ.

ഇതുകേട്ടകതാർ ഞടുങ്ങിയുൽ-
സ്രുതമായശ്രു കവിൾത്തടങ്ങളിൽ
വിതതേക്ഷണയാൾക്കു; വിസ്മരി-
ച്ചതു, കണ്ടാൾ സഖി വെണ്ണിലാവതിൽ. (2.22)

വേടനാരിമാർ മദനനെ കണ്ടിരുന്നുവെന്നും അവശതയോടെ 'ലീല', 'ലീല' എന്ന് പാടി നടക്കുന്നുണ്ടായിരുന്നുവെന്നും മാധവി പറഞ്ഞതുകേട്ട് ലീലയുടെ മനസ്സ് ഞടുങ്ങി. വിശാലമായ കണ്ണുകളിൽ നിന്ന് കണ്ണീർ ധാരധാരയായി കവിൾത്തടത്തിലൂടെ ഒഴുകി. അവൾ

തെളിഞ്ഞു പ്രകാശിക്കുന്നത് മാധവി കണ്ടു.

സംവേദനസ്രോതസ്സായ കാഴ്ചയിലൂടെ സങ്കൽപനം ചെയ്ത കാര്യങ്ങൾ വക്താവ് ശ്രോതാവിലേക്ക് സംവേദനം ചെയ്യുകയും ശ്രോതാവ് (മാധവി) വക്താവായി നിന്നുകൊണ്ട് അത് മറ്റൊരു ശ്രോതാവിലേക്ക് (ലീലയിലേക്ക്) സംവേദനം ചെയ്യുകയും ചെയ്തു. ശ്രവണം എന്ന ഇന്ദ്രിയാനുഭവത്തിലൂടെ വൈകാരികാനുഭൂതിയിലേക്ക് ലീല എത്തിച്ചേർന്നു. അതിന്റെ ബഹി:സ്ഫുരണമായാണ് അവൾ കണ്ണീർ പൊഴിച്ചത്. ഇന്ദ്രിയസംവേദനമാണിവിടെ വികാരത്തെ സങ്കൽപനം ചെയ്തതെന്ന് ചുരുക്കം.

അതുപോട്ടെ, സുദീർഘയാത്രയാ-
ണതുമല്ലോർക്ക, സുഖാസനോചിതേ,
അതി ഭീകരമെങ്ങു വിന്ധ്യപ-
ദ്ധതി? നാമെങ്ങസഹായനാരിമാർ? (2.48)

തോഴിയുടെ വാക്കുകളാണിവ.

സുഖവാസം മാത്രം പരിചയമുള്ളവളാണ് നീ. ഇതൊരു സുദീർഘയാത്രയാണ്. വിന്ധ്യപർവ്വതത്തിലേക്കുള്ള വഴിയാകട്ടെ അതിഭീകരവുമാണ്; നാമാണെങ്കിൽ തുണയില്ലാത്ത സ്ത്രീകളുമാണ്. മദനനെത്തേടിയുള്ള ലീലയുടെ യാത്രയെ നിരുത്സാഹപ്പെടുത്തുകയാണ് മാധവി. എന്നാൽ അത്തരം ഉപദേശങ്ങൾക്ക് വശംവദയാവാൻ തയ്യാറല്ല ലീല. എന്തും സഹിച്ച് മദനനെ കണ്ടെത്തുക എന്നതാണവളുടെ ലക്ഷ്യം. സഹനങ്ങളിലൂടെയും സമർപ്പണങ്ങളിലൂടെയുമുള്ള പ്രേമസാക്ഷാത്കാരമാണിത്.

ചില ഉദാഹരണങ്ങൾ

- പ്രേമസാക്ഷാത്കാരത്തിനായി തെരഞ്ഞെടുത്ത പാത കല്ലും മുള്ളും നിറഞ്ഞതായിരുന്നു.
- കയ്പേറിയ അനുഭവങ്ങൾ തരണം ചെയ്താണ് അവർ ഒന്നിച്ചത്.
- മുന്നോട്ടുള്ള വഴി ഒട്ടും സുഗമമല്ലെന്നറിഞ്ഞിട്ടും അവൾ അവനോടൊപ്പം ഇറങ്ങിത്തിരിച്ചു.

ഇവയെല്ലാം നിത്യജീവിതത്തിൽ നാം കേൾക്കുന്നവയാണ്.

ഇവിടെ യാത്രയും സഹനവും സമർപ്പണവും തമ്മിലൊരു പാരസ്പര്യം ഉണ്ടെന്ന് കാണാവുന്നതാണ്. ഇറങ്ങിത്തിരിക്കുന്ന ഒരു പ്രക്രിയയാണല്ലോ യാത്ര. അതുപോലെ രണ്ടും കൽപിച്ചുള്ള ഇറങ്ങിത്തിരിക്കലാണ് പലപ്പോഴും സഹനവും സമർപ്പണവും.

വരുന്നത് വരട്ടെയെന്നൊരു തീർപ്പ് ഇവകളിൽ ഉൾച്ചേർന്നിട്ടുണ്ട്. യാത്രയ്ക്കിടയിലും പല തരത്തിലുള്ള സഹനങ്ങളും സമർപ്പണങ്ങളും ആവശ്യമായിവരും അല്ലെങ്കിൽ യാത്രതന്നെ സഹനമായും സമർപ്പണമായും മാറുകയും ചെയ്യാം, പ്രത്യേകിച്ച് പ്രണയസാക്ഷാത്കാരത്തിനുള്ള യാത്ര. പ്രേമം സമർപ്പണം ആവശ്യപ്പെടുന്നു എന്ന ലക്കോഫി(2003:140)ന്റെ നിഗമനം ഈയർഥത്തിൽ കൂടുതൽ വ്യാപ്തിയുള്ളതാകുന്നു. 'ജീവിതം യാത്രയാകുന്നു' എന്ന വ്യവസ്ഥാപിതലക്ഷകത്തിന്റെ വ്യാപനമാണല്ലോ പ്രേമം യാത്രയാകുന്നു എന്നത്.

പ്രണയം സമർപ്പണം ആവശ്യപ്പെടുന്നു
യാത്ര സമർപ്പണം ആവശ്യപ്പെടുന്നു

അതുകൊണ്ട്

പ്രണയയാത്ര സമർപ്പണം ആവശ്യപ്പെടുന്നു.

അതുകൊണ്ട്,

പ്രണയം തേടിയുള്ള ലീലയുടെ വിന്ധ്യനിലേക്കുള്ള യാത്ര സഹനങ്ങൾ നിറഞ്ഞ യാത്രയാവാതെ തരമില്ല. ദുർഗമപാതകൾ താണ്ടിയുള്ള യാത്ര, ലീല തന്നെത്തന്നെ സമർപ്പിച്ചുകൊണ്ടുള്ള യാത്രയാണിവിടെ നടത്തുന്നത്. സഹനത്തിലൂടെ പ്രേമസാക്ഷാത്കാരത്തിലെത്തിച്ചേരാനുള്ള യാത്രയാണത്.

അപകടകരമായ ആ യാത്രയെ തോഴി വീണ്ടും നിരുത്സാഹപ്പെടുത്തുന്നു,

സ്ഥിതിയോർത്തു കഥിപ്പു നന്മ ഞാ-
നതിമോഹാകുലമിന്നു നിൻ മനം,
അതിനാൽ വിരമിക്ക; പോകുകിൽ
ക്ഷതിയുണ്ടാം, സഖി, മാനഹാനിയും (2.53)

നിന്റെ അവസ്ഥയോർത്തിട്ടാണ് ഞാൻ നന്മ പറയുന്നത്, നിന്റെ മനസ്സാകട്ടെ അതിമോഹത്താൽ ആകുലമാണ്. അതിനാൽ വിരമിക്കുക, മുന്നോട്ടു പോവുകയാണെങ്കിൽ നാശവും മാനഹാനിയുമുണ്ടാകും.

നന്മ - ഉന്നതി

അതിമോഹം ആകുലം ക്ഷതി മാനഹാനി	ഇവിടെ നന്മ എന്ന ഉന്നതഗുണം തോഴിയിൽ നിക്ഷിപ്തമാണ്. മറ്റുള്ളവ മുഴുവൻ ആരോപിക്കപ്പെട്ടിരിക്കുന്നത് ലീലയിലാണ്. പ്രണയസാക്ഷാത്കാരത്തിനു വേണ്ടിയുള്ള ലീലയുടെ സഹനങ്ങളെയെല്ലാം അവ സങ്കൽപനം ചെയ്യുന്നു.

സഹനം വീഴ്ചയാണ്. ആ പതനത്തിൽനിന്ന് ലീലയെ

ജീവിതത്തിന്റെ ഉയർച്ചയിലേക്ക് കൊണ്ടുവരാനാണ് മാധവിയുടെ ശ്രമം

മാധവിക്കുള്ള മറുപടിയെന്നവണ്ണം ലീല പറയുന്നതിങ്ങനെയാണ്,

അലമിന്നതിഭീതി,യെന്മന
സ്സലയാ; ഞാനിവയൊന്നുമോർത്തിടാ
കുലനീതിയെ മാംസകഞ്ചുകം
വിലവയ്ക്കാത്തവർ പേടിയാ സഖീ (2.60)

ഇന്നെനിക്ക് അതിയായ ഭയമില്ല, എന്റെ മനസ്സ് അലയുകയുമില്ല, ഞാനിതൊന്നും ഓർക്കുകയുമില്ല. സ്ഥൂലശരീരത്തിന് വിലവയ്ക്കാത്തവർ കുലത്തിന്റെ നീതിയെ പേടിക്കുകയില്ല സഖി.

സ്ഥിരപ്രണയത്തിന്റെ പരകോടിയിൽ മനസ്സ് കൈവരിക്കുന്ന അസാധാരണമായ ധൈര്യത്തെ സങ്കൽപനം ചെയ്യാൻ കഴിഞ്ഞിരിക്കുന്നു. പ്രണയസാക്ഷാത്കാരത്തിനുവേണ്ടി എന്തും ചെയ്യാൻ തയ്യാറാവുന്ന മനസ്സ് വികാരങ്ങളുടെ എല്ലാ ദൗർബല്യങ്ങളെയും മറികടന്ന് വളരെ ശക്തമായ മാനസികാവസ്ഥയിലെത്തുന്നു.

ലക്ഷ്യലക്ഷകപ്രകാരം ഭയം, അലച്ചിൽ, പേടി എന്നിവയെല്ലാം പതനത്തെ അടയാളപ്പെടുത്തുന്നു. എന്നാൽ ഇത്തരം അവസ്ഥകളൊന്നും ലീലയെ ബാധിക്കുന്നില്ല. അർഥശങ്കയ്ക്കിടയില്ലാത്ത തരത്തിലുള്ള പ്രസ്താവനകളാണ് ലീല നടത്തുന്നത്. ശരീരത്തിന് വിലവെക്കാത്തവർ കുലനീതിയെ പേടിക്കേണ്ടതില്ല എന്ന കാര്യത്തിൽ ലീലയ്ക്ക് സംശയമേതുമില്ല.

കുലനീതി - ഉന്നതാവസ്ഥ

അച്ഛന്റെ വാക്ക്, കുലമര്യാദ, പെൺകുട്ടികളുടെ അസ്വതന്ത്രത തുടങ്ങിയവയും ലോകമര്യാദയുമോർത്ത് മദനനോടുള്ള തന്റെ പ്രണയത്തെ ഒരിക്കൽ മറച്ചുവെച്ചവളാണ് ലീല. ആ അവസ്ഥയിൽ നിന്നുള്ള മാറ്റം ശ്രദ്ധേയമാണ്. കുലമഹിമ പാലിക്കേണ്ട കുലസ്ത്രീ എന്ന അന്തസ്സ് അഴിച്ചുവെച്ച ലീല പ്രണയം ആവശ്യപ്പെടുന്ന സമർപ്പണത്തിലേക്ക് നടന്നു നീങ്ങുകയാണ്. അതുകൊണ്ട് ദുഃഖവും ക്ലേശവുമൊന്നും തന്നെ ബാധിക്കുന്നതല്ലെന്ന് ലീല വ്യക്തമാക്കുന്നു.

പ്രിയതോഴി! യിതോർത്തുമിന്നു നിൻ-
പ്രിയനസ്വസ്ഥനതോർത്തുമൊക്കെനാം
ഭയമെന്നു നിനയ്ക്ക ഭാവി, നിർ-
ഭയമെന്നാലതു ഭാഗ്യമെന്നമേ.

അല്ലയോ തോഴീ, നിന്റെ പ്രിയൻ അസ്വസ്ഥനായിരിക്കും

(നിറവേറുകയില്ല കാമിതം എന്നോർത്ത്) എന്ന മനസ്സിലാക്കി, ഭാവി ഭയപ്പെടുത്തുന്നതായിരിക്കുമെന്നു കരുതണം. നിർഭയത്തോടെ ഇരിക്കാമെങ്കിൽ അതാണ് ഭാഗ്യം.

അസ്വസ്ഥത ⎤
⎬ താഴ്ച
ഭയം ⎦

നിർഭയം - ഉയർച്ച

ഭാവി-മുന്നോട്ടുള്ള പോക്ക് - യാത്രാ ലക്ഷകം

വീഴ്ച - അല്ലെങ്കിൽ പതനം എന്ന അവസ്ഥയിൽനിന്ന് ലീലയെ ജീവിതത്തിലേക്ക് ഉയർത്താൻ ശ്രമിക്കുകയാണ് മാധവി

ഈ വരികളിലെ അസ്വസ്ഥതയും ഭയവും സങ്കൽപനം ചെയ്യുന്നത് പതനത്തെയാണ്. അവിടെനിന്ന് കരകേറണമെങ്കിൽ നിർഭയത്വം ആവശ്യമാണ്. അതാണ് മാധവി പറയുന്നത്. അപ്പോഴും അതിനെ ഭാഗ്യമായിട്ടേ കാണാനാവൂ ഭയം/ നിർഭയം എന്ന ദ്വന്ദ്വത്തിലൂടെ രണ്ടു വ്യത്യസ്ത വ്യക്തികളുടെ (ലീലാ/ മാധവി) മനോഭാവങ്ങളെ ആവിഷ്കരിക്കുകയാണിവിടെ. പതനം/ ഉയർച്ച എന്ന ദ്വന്ദ്വത്തെ യാണ് ആദ്യ ദ്വന്ദ്വം സങ്കൽപനം ചെയ്യുന്നത്.

മനുഷ്യന്റെ അനുഭവഭേദങ്ങളുടെ അടിസ്ഥാനത്തിൽ സ്വരൂപി ച്ചെടുത്ത നിഗമനമാണ് ഭാഗ്യമെന്നത്. ഭാഗ്യനിർഭാഗ്യങ്ങൾ സുഖം-ദുഃഖം, നൻമ- തിന്മ, സന്തോഷം-സന്താപം എന്നിങ്ങനെയുള്ള വികാരങ്ങളുമായി പാരസ്പര്യം പുലർത്തുന്നു.

ഇതുകേട്ടകതാർ ഞടുങ്ങിയുൽ
സ്രുതമായശ്രു കവിൾത്തടങ്ങളിൽ
വിതതേക്ഷണയാൾക്കു; വിസ്മരി
ച്ചതു, കണ്ടാൾ സഖി വെണ്ണിലാവതിൽ (2.22)

മദനൻ 'ലീല', 'ലീല'യെന്നു പാടിനടക്കുന്നത് കണ്ടിരുന്നുവെന്ന് വേടമാരിമാർ പറഞ്ഞതു കേട്ടപ്പോൾ ലീലയുടെ മനസ്സ് ഞടുങ്ങി. കവിൾത്തടമാകെ കണ്ണീർ വ്യാപിച്ചു. വിശാലമായ കണ്ണുകളോടു കൂടിയ അവൾ തെളിഞ്ഞു പ്രകാശിക്കുന്നത് നിലാവെളിച്ചത്തിൽ തോഴികണ്ടു.

ഇവിടെ കണ്ണുനീർ സന്തോഷാശ്രുവാണ്
മുഖം തെളിഞ്ഞു പ്രകാശിക്കുന്നു

മുഖവും കണ്ണും വികാരങ്ങളുടെ വാഹകരാകുന്നു. സന്തോഷം കൊണ്ട് തുള്ളിച്ചാടി എന്ന ലക്ഷകത്തിന്റെ അവസ്ഥ തന്നെയാണ്

സന്തോഷം കൊണ്ടു കണ്ണുനിറഞ്ഞു എന്നു വരുമ്പോഴുമുണ്ടാകുന്നത്. നിത്യജീവിതത്തിൽനിന്ന് ചില ദൃഷ്ടാന്തങ്ങൾ:

- മകനെ കണ്ട സന്തോഷംകൊണ്ട് അമ്മയുടെ കണ്ണ് നിറഞ്ഞു.
- ലോട്ടറിയടിച്ചപ്പോൾ അയാളുടെ കണ്ണു നിറഞ്ഞു.
- ഇഷ്ടപ്പെട്ട വസ്തു കിട്ടിയപ്പോൾ അവളുടെ മുഖം തെളിഞ്ഞു.

പലരീകഥ മൂളുവോർ, കൃതി-
ച്ചലിവോടും സ്ഥിരരാഗലോലകൾ
മലയത്തികളേതുജാതിയും
കലരും പ്രാകൃതചിന്തയൊന്നുതാൻ (2.25)

പ്രിയപ്പെട്ടവളെ വേർപിരിഞ്ഞ് ദുഃഖിതനായ ഒരുവൻ അലയുന്നു എന്ന കഥ മലയത്തികൾ പറഞ്ഞുതുടങ്ങി. സ്ഥിരാനുരാഗത്തെ പ്ര കീർത്തിച്ചുകൊണ്ട് അവർ അലിവോടെ ഈ കഥ മൂളി.

സ്വാഭാവിക വികാരങ്ങൾ പ്രാകൃതർക്കും പരിഷ്കാരികൾക്കും ഒരുപോലെത്തന്നെയാണ്. കാട്ടാളസത്രീകളും മലയത്തികളുമെല്ലാം കേട്ട കഥകളിലൂടെ വൈകാരികഭാവങ്ങൾ വിനിമയം ചെയ്യപ്പെടുന്നു, അത് വൈകാരികാനുഭവത്തെ സങ്കൽപനം ചെയ്യുന്നു.

ശ്രവണമെന്ന ഇന്ദ്രിയസംവേദനത്തിലൂടെയാണ് ഇവിടെ വികാരത്തെ ആവിഷ്കരിക്കുന്നത്.

മരണം ഭയസീമ, യെന്നയേ,
കരുതും ജീവികളിങ്ങനാരതം;
വിരഹാർത്തയിവൾക്കഹോ! ഭയ
ങ്കരമായ്ത്തീർന്നു ധരിക്ക ജീവിതം (2.61)

ജീവികൾക്കെല്ലാം ഭയത്തിന്റെ പരമാവസ്ഥ മരണമാണ്. തനി ക്കാവട്ടെ വിരഹാർത്തമായ ജീവിതവും. അതിനാൽ അവസ്ഥയനു സരിച്ച് അനുഭവം ഭേദിച്ചിരിക്കുന്നതുകൊണ്ട് ന്യായവും ഭേദിച്ചിരി ക്കുമെന്ന് താത്പര്യം.

സ്രോതസ്സ്ഥലം- വിരഹാർത്തമായ ജീവിതം. വിരഹതാപം ജീവികളെ സംബന്ധിച്ച് വേദനയുള്ളവാക്കുന്നതാണ്.

ലക്ഷ്യതലം- മദനനില്ലാത്ത ജീവിതം ലീലയെസംബന്ധിച്ച് വേദനയുളവാക്കുന്നതും ഭയം ജനിപ്പിക്കുന്നതുമാണ്.

പ്രണയമെന്ന വികാരത്തിന്റെ പാരമ്യാവസ്ഥയെയും വിരഹദുഃഖ ത്തിന്റെ കാഠിന്യത്തെയും അടയാളപ്പെടുത്തുന്ന

മരണം		
ഭയം		
വിരഹം		പതനം
ദുഃഖം		

- ഭയത്തിന്റെ പരമാവസ്ഥയായ മരണം — പതനം
- വിരഹാർത്തമായ ജീവിതം

ഒന്നാമത്തേത് ജീവികൾക്ക് സാമാന്യമായിട്ടുള്ളതാണെങ്കിൽ ലീലയെ സംബന്ധിച്ചിടത്തോളം രണ്ടാമത്തേതാണ് ഭയത്തിന്റെ പരമാവസ്ഥ.

അനുഭവം ഭേദിക്കുമ്പോൾ ന്യായവും ഭേദിക്കും. വ്യത്യസ്താനുഭവങ്ങളാണ് ന്യായാന്യായങ്ങളെ നിർണ്ണയിക്കുന്നത്.

ഉദാ:

* എന്റെ അനുഭവംവെച്ച് പറയുകയാണ്, ഉപദേശിച്ചാൽ പ്രയോജനമുണ്ടാകും

* എന്റെ അനുഭവംവെച്ച് പറയുകയാണ്, ഉപദേശിച്ചിട്ട് ഒരു കാര്യവുമില്ല.

ഇവ നിത്യജീവിതത്തിൽ നാം കേൾക്കുന്നതാണല്ലോ.

സാമാന്യമായ അവസ്ഥയല്ല വിശേഷപ്പെട്ട അവസ്ഥയാണ് തന്റേതെന്നും, സാമാന്യമായ അവസ്ഥയിൽ താൻ ന്യായം കാണുന്നില്ലെന്നും ലീല പറയുന്നു. മദനനെത്തിരഞ്ഞ് കാട്ടിലെത്തിയ ലീല,

കുസുമിതവനകാന്തിയാത്മകാന്ത-
വ്യസനിനി ലീല വിചാരിയാതെ പോയാൾ:
അസുലഭമണി തേടുവോർ ഗണിക്കി-
ല്ലസദൃശമാകരമാർന്ന ധാതുഭംഗി (3.2)

ആത്മകാന്തനിൽ അതിയായ താത്പര്യമുള്ള ലീല പൂത്തു നിൽക്കുന്ന കാടിന്റെ കാന്തി ശ്രദ്ധിച്ചില്ല. വിലപ്പെട്ട രത്നം തേടി നടക്കുന്ന ഒരാൾ അതുമായി സാദൃശ്യമില്ലാത്ത ഖനിയുടെ ധാതുഭംഗി ശ്രദ്ധിക്കില്ലല്ലോ. ഖനിയുടെ ആഴങ്ങളിൽ അമൂല്യരത്നത്തെ തേടുമ്പോൾ അതിലെ ധാതുക്കളുടെ തിളക്കംകണ്ട് നിന്നു പോകുന്നില്ല. അതുപോലെ, വനം വസന്തകാന്തിയാർന്നതായിരുന്നുവെങ്കിലും മദനനെത്തേടി പോകുന്ന ലീല ആ കാന്തിയൊന്നും കണ്ടില്ല.

സ്രോതസ്സ്ഥലം - വിലപ്പെട്ട രത്നം തേടുന്നയാൾ ഖനിയുടെ

ധാതുഭംഗി ശ്രദ്ധിക്കില്ല, തേടുന്ന വസ്തുവിലേക്ക് മാത്രമൂന്നുന്ന ശ്രദ്ധ യാണിവിടെ പ്രധാനം.

'ആവശ്യമുള്ളത് മാത്രം കാണുകയും കേൾക്കുകയും ചെയ്യുക, അതിൽ മാത്രം ശ്രദ്ധ പതിയുക എന്നത് മനുഷ്യബുദ്ധിയുടെ ലക്ഷ ണമാണ് (ഗിരീഷ്, 2012:32).

ലക്ഷ്യതലം - മദനനെ മാത്രം തേടുന്ന ലീല പൂത്തുനിൽക്കുന്ന കാടിന്റെ കാന്തി ശ്രദ്ധിക്കുന്നില്ല.

മദനനല്ലാതെ മറ്റൊന്നിനും ലീലയെ സ്വാധീനിക്കാനാവുന്നില്ല-
പ്രണയത്തിന്റെ ആധിക്യത്തെ അടയാളപ്പെടുത്തുന്നു.

ശ്രദ്ധയിൽപെടാതെ പോകുന്ന ഉന്നതമായ വസ്തുക്കളും അവസ്ഥയും ലീലയുടെ ദൃശ്യപരമായ ധാരണയെ ആവിഷ്കരിക്കുന്നു. ഏത് അവസ്ഥയിലും അന്തരീക്ഷത്തിലും ആയാലും ശരി തനിക്ക് ആവശ്യമുള്ളത് മാത്രം കാണുകയും കേൾക്കുകയും ചെയ്യുന്നത് മനുഷ്യബുദ്ധിയുമായി ബന്ധപ്പെട്ട കാര്യമാണ്. ഒരു പക്ഷേ ലീല ഭ്രാന്തമായൊരു അവസ്ഥയിലാണ് മദനനെ തേടുന്നതെങ്കിലും ബുദ്ധി തന്നെയാണ് മനസ്സിനെ നിയന്ത്രിക്കുന്നത്. അതുമൂലമുള്ള ശ്രദ്ധയു മായി ബന്ധപ്പെട്ടാണ് പൂത്തകാട് കാണാതെ ലീല മദനനെമാത്രം തേടുന്നത്. ഇങ്ങനെ പശ്ചാത്തലം ശ്രദ്ധിക്കാതെ വസ്തുവിനെ മാത്രം ലക്ഷ്യം വെക്കുകയാണ് ലീല ചെയ്യുന്നത്. ആ യാത്രയിൽ അവളുടെ മനസ്സിനെ കീഴടക്കിക്കൊണ്ട് ചമ്പകപൂമണം അവിടെ പരന്നു.

ഒരു വഴി തിരിയുമ്പോഴോമലാൾക്ക-
ങ്ങുരുതരചമ്പകഗന്ധമോടുമുള്ളം
പരിചിലഥ ഹരിച്ചു,'നർമ്മദോ'ർമീ-
പരിചയ ശൈത്യമിയന്ന മന്ദവായു (3.3)

ഒരു വഴി തിരിയുന്ന സമയത്ത് ചിരപരിചിതമായ ചമ്പകപൂമണം അവളുടെ മനസ്സിനെ കീഴടക്കി. നർമദാനദിയിലെ ഓളങ്ങളെ പരി ചയിച്ചിട്ടുള്ള തണുപ്പ് കലർന്ന ഇളം കാറ്റും ഒപ്പമെത്തി.

പൂത്ത കാടിന്റെ ഭംഗി ശ്രദ്ധിക്കാത്ത ലീലയെ ചമ്പകപൂമണം കീഴടക്കിയത്, അതുമായുള്ള ചിരപരിചയം കൊണ്ടും മദനനുമായി ബന്ധപ്പെട്ടതായതു കൊണ്ടുമാണ്. ചമ്പകപൂമണം ലീലയെ ഉത്സാ ഹവതിയാക്കി. ശോകം ഉത്സാഹത്തിന് വഴിമാറി.

സാധാരണ ജീവിതത്തിലും ശോകമൂകമായിരിക്കുമ്പോൾ മനസ്സിനിണങ്ങുന്ന എന്തെങ്കിലും കാണുകയോ കേൾക്കുകയോ ചെയ്യുമ്പോൾ ശോകം ഉത്സാഹത്തിന് വഴിമാറും.

ഉദാ: നല്ല ഭക്ഷണം കണ്ടപ്പോൾ അവന് ഉത്സാഹം തോന്നി.

ഇഷ്ടപ്പെട്ട പാട്ട് കേട്ടപ്പോൾ അയാൾക്ക് ഉത്സാഹം തോന്നി.

കുഞ്ഞിന്റെ മുഖം കണ്ടപ്പോൾ അവൾക്ക് ഉത്സാഹം തോന്നി.

വിവശത എന്ന വീഴ്ചയിൽനിന്ന് ഉത്സാഹം എന്ന ഉയർച്ചയിലേക്ക് എത്തിച്ചേരാൻ ചമ്പകപൂമണം (തനിക്കും മദനനും പ്രിയപ്പെട്ടത്) ലീലയെ സഹായിച്ചു.

വിവശതയിൽ നിന്ന് ഉത്സാഹത്തിലെത്തുന്നത് ഉന്നതിയെ കുറിക്കുന്നു.

തൊഴുതുകരമുയർത്തിയാവനത്തെ-
പ്പൊഴിയുമനർഗ്ഗള ബാഷ്പ വൃഷ്ടിയോടും
തഴുകി നിഴൽ കണക്കെ മൂകയായ് തൻ-
വഴി തുടരും സഖി തന്നെ വിഹ്വലാംഗി (3.12)

അവൾ കണ്ണുനീർ പൊഴിച്ചുകൊണ്ട് കൈകൾപൊക്കി വനത്തെ തൊഴുതു. ഒരു നിഴൽ പോലെ മൂകയായ് തന്നെ പിൻതുടരുന്ന തോഴി ഭയപരവശയായി ലീലയെ തഴുകി.

സമ്മിശ്രവികാരങ്ങൾക്കധീനയായി ലീല കണ്ണുനീർ ധാര ധാരയായി പൊഴിച്ചു. ഇതുകണ്ടാണ് ഭയപരവശയായ മാധവി ലീലയെ തലോടിയത്. അനുരാഗാധിക്യം കൊണ്ട് പരവശയായ ലീലയെയാണ് ഭയം കൊണ്ട് പരവശയായ മാധവി തഴുകിയത്. ലീലയുടെ അസാധാരണമായ ചേഷ്ടകളാണ് (കരഞ്ഞ് കൈകൾ പൊക്കി വനത്തെ തൊഴുതത്) മാധവിയെ ഭയപരവശയാക്കിയത്. ലീലയുടെ ചേഷ്ടാവിശേഷങ്ങളാണ് ഇവിടെ വൈകാരികതയെ സങ്കൽപനം ചെയ്യുന്നത്. ലീല കൂടുതൽ പരവശയായി.

തനുഭരമവൾ താങ്ങവേ വിലങ്ങു-
ന്നനലശിഖോജ്ജ്വലമാകുമേക ഹസ്തം
വനമതിലഥ ചൂണ്ടിനിന്നു വീണാ-
നിനദസമുദ്ഗതഗദ്ഗദം കഥിച്ചാൾ (3.13)

പരവശയായ അവളുടെ ശരീരം തോഴി താങ്ങിയപ്പോൾ തീജ്ജ്വാല പോലെ തിളങ്ങുന്ന ഒരു കൈ ഉയർന്ന് വനത്തിലേക്ക് ചൂണ്ടി നിന്നു. എന്നിട്ട് വീണാനാദം പോലെ തൊണ്ടയിടലറോടെ പറഞ്ഞു.

പരവശ - പരവശയായ ലീല- പതനത്തെ അടയാളപ്പെടുത്തുന്നു. അതേ സമയം തീജ്ജ്വാലപോലെ തിളങ്ങുന്ന കൈ ഉന്നതിയെ

സൂചിപ്പിക്കുന്നു. വനത്തിലേക്ക് ചൂണ്ടിയ കൈ അവിടേക്ക് എന്നൊരു ലക്ഷ്യസ്ഥാനത്തെ സങ്കൽപനം ചെയ്യുന്നു.

തൊണ്ടയിടറുന്ന ശബ്ദം- വൈകാരികതയെ കുറിക്കുന്നു. ലക്ഷ്യ ലക്ഷക പ്രകാരം വീഴ്ചയെയാണ് രേഖപ്പെടുത്തുന്നത്.

വികാരലക്ഷകപ്രകാരം വൈകാരികതയുടെ പാരമ്യത്തെക്കുറിക്കുന്ന ചേഷ്ടകളും വാക്കുകളുമാണ് ലീല പ്രകടിപ്പിക്കുന്നതെങ്കിൽ ലക്ഷ്യലക്ഷകമനുസരിച്ച് ഉയർച്ചയെയും താഴ്ചയെയും ഇടകലർന്ന് അടയാളപ്പെടുത്തുന്നു. അനുകൂല വികാരങ്ങളുടെ അവസ്ഥയിലേക്ക് എത്തിച്ചേരുന്ന ലീല,

ക്ഷണമുടനെ നിനച്ചുനിന്നു സാദ്ധ്വീ-
മണിയഥ നിശ്ചയമാർന്നപോൽ നിവർന്നാൾ
"പ്രണയിയിവിടെയുണ്ടുതോഴി, പോന്നി-
ങ്ങണയുമലംകൃതയാക്കുകന്നെ"യെന്നാൾ (3.23)

കുറച്ചുനേരം ചിന്തയിലാണ്ട ആ പതിവ്രത ഒരു നിശ്ചയമെടുത്ത പോലെ നിവർന്നുനിന്നു. എന്നിട്ട് തോഴിയോട് ഇപ്രകാരം പറഞ്ഞു, 'എന്റെ പ്രാണനാഥൻ ഇവിടെയുണ്ട് തോഴി, എന്റെ അടുത്ത് വന്ന് എന്നെ അലങ്കരിക്കു.

ചിന്തയിൽനിന്ന് തീരുമാനത്തിലെത്തുന്നു ലീല. ലക്ഷ്യലക്ഷകമനുസരിച്ച് തീരുമാനത്തിലെത്തൽ ഉന്നതിയെ കുറിക്കുന്നു.

നിവർന്നാൾ- അവൾ നിവർന്നു. നിവർന്നുള്ള നിൽപ് ഉന്നതിയെ കുറിക്കുന്നു. ലീല സ്വയം കൈവരിച്ച ഉണർവ് അനുകൂലമായ മാനസികാവസ്ഥയെ കാണിക്കുന്നു.

'പ്രാണനാഥൻ ഇവിടെയുണ്ട്' എന്ന വിശ്വാസം ഉറച്ചതാണ്. അതിനാൽ ഉന്നതാവസ്ഥയെ അടയാളപ്പെടുത്തുന്നു. തന്നെ അലങ്കരിക്കാൻ തോഴിയോട് ആവശ്യപ്പെടുന്നത് പ്രിയന് കാണാൻ വേണ്ടിയാണ്.

വികാരലക്ഷകമനുസരിച്ച്, അനുകൂലമായ വികാരങ്ങളുടെ ചേർച്ച കാണാം. മനസ്സിന് ഉൻമേഷം വന്നപ്പോൾ അണിഞ്ഞൊരുങ്ങാനുള്ള തോന്നലുണ്ടാകുന്നു. വികാരങ്ങളെ വഹിക്കുന്നത് മനസ്സായതുകൊണ്ട് മനസ്സിന്റെ തീരുമാനമായിരുന്നു അണിഞ്ഞൊരുങ്ങണമെന്നത്. ലീല മദനനോട് ഇങ്ങനെ ആവശ്യപ്പെടുന്നു,

പരവശയിവളപ്രഗൽഭയാം നാൾ
വിരസത ചേർത്തതിൽ വയ്യൊലാവിരോധം;
വരിക,യനുഭവിക്ക, കയ്യുപോയി-

പ്പരിണതമാം ഫലമിപ്പൊഴോമനേ, നീ (3.41)

മറ്റൊരാൾക്ക് കീഴ്പ്പെട്ടിരുന്ന ഞാൻ അസ്വതന്ത്രയും തന്റേടം വരാത്തവളുമായിരുന്നു. അതിൽ വിരോധം തോന്നരുത്. പക്ഷേ, ഇപ്പോൾ ഞാൻ പൂർണതയെത്തിയ പഴമായി മാറിയിരിക്കുന്നു. എന്നെ വന്ന് അനുഭവിച്ചാലും.

കീഴ്പ്പെട്ട അവസ്ഥ - പതനം

പൂർണതയെത്തിയ പഴം - ഉയർച്ച

ഭർത്താവുമായി മാനസികമായി അകലം പാലിച്ച തന്റെ ജീവിതം അപക്വമായിരുന്നവെന്നും ഭർത്താവ് മരിച്ച താനിപ്പോൾ സ്വതന്ത്ര യും പക്വമതിയുമായിരിക്കുന്നുവെന്നും ലീല.

* തച്ചു പഴുപ്പിച്ച പഴം - അപക്വത
* തനേ പഴുത്ത പഴം - പക്വത

താനിപ്പോൾ പാകമായ ജീവിതഫലമാണെന്നും അത് അനുഭ വിക്കാൻ വരിക എന്നും ലീല പറയുന്നതിന്റെ അർത്ഥം മദനനോ ടൊപ്പം ജീവിക്കാനും അങ്ങനെ പ്രണയസാക്ഷാത്കാരം നേടാനും കഴിയുക എന്നാണ്.

ജീവിതം ┐
പ്രണയസാക്ഷാത്കാരം ┘ ── ഉന്നതിയെ അടയാളപ്പെടുത്തുന്നു.

ഇപ്രകാരം ലക്ഷ്യലക്ഷകങ്ങളും വികാരലക്ഷകങ്ങളും ഇട കലർന്നുവരുന്ന ഘടനയാണ് ലീലാകാവ്യത്തിന്റേതെന്ന് പറയാം. ലക്ഷ്യലക്ഷകത്തിന്റെ ഉന്നതിയെ ഏറിയ പങ്കും അടയാളപ്പെടുത്തു ന്നത് മാധവിയും താഴ്ചയെ ലീലയുമാണ്. ലക്ഷ്യ ലക്ഷകത്തിന്റെ സങ്കൽപനങ്ങളെ പ്രതിനിധീകരിക്കുന്ന കഥാപാത്രം മാധവിയും വികാര ലക്ഷകത്തിന്റെ സങ്കൽപനങ്ങളെ പ്രതിനിധീകരിക്കുന്ന കഥാപാത്രം ലീല യുമാണ് എന്നത് ശ്രദ്ധേയമാണ്.

മനുഷ്യലക്ഷകങ്ങൾ

മനുഷ്യനോ മനുഷ്യന്റെ ചെയ്തികളോ സ്രോതസ്ഥലമായി വരുന്ന ലക്ഷകങ്ങളാണ് മനുഷ്യലക്ഷകങ്ങൾ. 'കാവ്യലക്ഷകങ്ങളിലെ സ്രോ തസ്ഥലത്തിൽ മനുഷ്യനെ പ്രതിഷ്ഠിക്കുന്ന ലക്ഷകങ്ങളാണ് മനുഷ്യ ലക്ഷകങ്ങൾ' (ഗിരീഷ്, 2013:126) മനുഷ്യന്റെ വ്യത്യസ്താനുഭവങ്ങളെ പ്രകൃതിയുടെ വിവിധ അവസ്ഥാഭേദങ്ങളായി സങ്കൽപിക്കുകയാണ് മനുഷ്യലക്ഷകങ്ങളിലൂടെ ചെയ്യുന്നത്.

ശരി, ഹതവിധിയായ മേഘമാർ-
ന്നിരുള്ള പരന്നിത ലോകയാത്രയിൽ,
മുറുകി വലിയകോള്ള, കന്യയാം
ചെറുകളിവഞ്ചി കുടുങ്ങിയാടലിൽ (1.18)

രണ്ടു സ്രോതസ്ഥലവും രണ്ടു ലക്ഷ്യതലവുമുൾക്കൊള്ളുന്നതാണ് ഈ വരികൾ.

1. സ്രോതസ്ഥലം - ദുർവിധിയാകുന്ന മേഘത്തിന്റെ ഇരുളിമ

ലക്ഷ്യതലം - ഒട്ടും സുഖകരമല്ലാത്ത (ഇരുളടഞ്ഞ) ജീവിതയാത്ര.

2. സ്രോതസ്ഥലം - കാറ്റും കോളും നിറഞ്ഞ ജലവിതാനത്തിൽ കുടുങ്ങിയ ചെറു കളിവഞ്ചി.

ലക്ഷ്യതലം - ദുഃഖത്തിൽ പെട്ടുഴലുന്ന കന്യക. രക്ഷയ്ക്ക് ആരോരുമില്ലാത്ത അവസ്ഥ.

ദുർവിധി മുഖ്യമായും മനുഷ്യനെ സംബന്ധിക്കുന്നതാണ്. അത് മേഘത്തിലേക്ക് ആരോപിച്ചിരിക്കുന്നതിനാൽ സ്രോതസ്ഥലമായി വരുന്നത് മനുഷ്യാവസ്ഥയാണ്. ദുർവിധിയാകുന്ന മേഘമാണ് കാറ്റും കോളും നിറഞ്ഞ അന്തരീക്ഷത്തെ ഭീതിദമാക്കുന്നത്. അത്തരമൊരു അന്തരീക്ഷത്തിൽ പെട്ടുപോകുന്ന കളിവഞ്ചിയുടെ അവസ്ഥ പരിതാപകരമാണ്. അങ്ങനെയൊരു അവസ്ഥയിലാണ് ലീല പെട്ടുപോയത്. അത് നൽകുന്ന ദുഃഖം തീവ്രമാണ്. കളിവഞ്ചിയും കന്യകയും സത്താപരമായ പാരസ്പര്യം പുലർത്തുന്നു.

നലമൊടു തരുനായകാന്തികത്തിൽ
പലതിത! പക്ഷികൾ പാടിടുന്നു ഗീതം,
തളിരുമലരുമാർന്നു തെന്നലേറ്റി
ലളിത ലതാവലി ലാസ്യമാടിടുന്നു (3.5)

മരങ്ങളിൽ തങ്ങളുടെ നായകരോടൊത്തിരുന്ന് പലതരം പക്ഷികൾ പാടുന്നു. തളിരിലകളും പൂക്കളും ചേർന്നു ഇളംകാറ്റിനെ വഹിക്കുന്നു. വള്ളിച്ചെടികൾ ലാസ്യഭാവത്തോടെ നൃത്തം ചെയ്യുന്നു.

ആഘോഷത്തിന്റെ അല്ലെങ്കിൽ സന്തോഷത്തിന്റെ ഭാഗമായി മനുഷ്യൻ ചെയ്യുന്നതാണ് പാട്ട്, നൃത്തം തുടങ്ങിയവ. ഭാര്യാഭർത്താക്കന്മാരുടെ സന്തോഷമുഹൂർത്തത്തെ അനുസ്മരിപ്പിക്കുന്നതാണ് നായകരോടൊത്തിരുന്ന് പക്ഷികൾ പാടുന്നത്. മനുഷ്യന്റെ ക്രിയാവ്യാപാരങ്ങളാണ് ഇവിടെ സ്രോതസ്ഥലം

വരുവിനിവിടെയെന്നലിഞ്ഞു നമ്മെ-
ത്തെരുതെരെയീയടവിക്കു തെക്കു മാറി,
ഉരുകിസലയചാരുശാഖയാട്ടി-
ത്തരുനിരമാടി വിളിപ്പു കാൺക തോഴി (3.8)

ഈ കാടിന്റെ തെക്കു മാറി നിൽക്കുന്ന വൃക്ഷനിരകളിലെ മനോഹരമായ തളിരിലകൾ ആർദ്രതയോടെ ശാഖകളാട്ടിക്കൊണ്ട് 'ഇവിടെ വരു' എന്ന് നമ്മെ മാടിവിളിക്കുന്നത് അല്ലയോ, തോഴി കണ്ടാലും.

മനുഷ്യൻ ചെയ്യുന്ന പ്രവൃത്തികളും ചേഷ്ടാവിശേഷങ്ങളുമാണ് ഈ വരികളിലെ സ്രോതസ്ഥലം, വൃക്ഷങ്ങളുടെ സ്വാഭാവിക അവസ്ഥാവിശേഷങ്ങളാണ് ലക്ഷ്യതലം.

കുയിലിണയിലലിഞ്ഞു പാടിടുന്നു;
മയിലിത തൻ പിടയോടുമാടിടുന്നു;
പ്രിയയെയനുനയിച്ചിടുന്നു സിംഹം;
പ്രിയതമ നീയണയാഞ്ഞു ഞാൻ വലഞ്ഞു. (3.44)

കുയിലും മയിലും സിംഹവുമെല്ലാം അവയുടെ ഇണകളോടുകൂടി ഉല്ലസിക്കുന്നു, ഞാനാകട്ടെ നിന്നെ കാണാതെ വലയുന്നു.

ജീവിവർഗ്ഗങ്ങൾ ഇണകളോടു കാണിക്കുന്ന ഈ കാമനകൾ ജൈവികവൃത്തികളാണെങ്കിലും അവയ്ക്കെല്ലാം മനുഷ്യസത്ത ആരോപിച്ചിരിക്കുന്നു. അപ്പോൾ അതിന് ജൈവികവൃത്തി എന്നതിൽക്കവിഞ്ഞ് മാനുഷികവൃത്തിയുടെ പദവി കൈവരുകയും സ്രോതസ്ഥലം മനുഷ്യലക്ഷകമായിത്തീരുകയും ചെയ്യുന്നു 'പ്രിയയെയനുനയിച്ചിടുന്നുസിംഹം' എന്നതിൽ ഭാര്യാഭർത്താക്കന്മാർക്കിടയിൽ ഉണ്ടാകുന്ന സൗന്ദര്യപ്പിണക്കത്തിന്റെ സ്പർശം കാണാനാവും.

പ്രിയമൊഴി വനദേവരോതിടും പോൽ
സ്വയമഥ പൊങ്ങികപോതഘൃതഘോഷം,
പ്രിയനുടെകഥപോൽ പ്രവൃദ്ധരാഗം
കുയിലുകൾ പാടി കുഹൂകുഹൂ നിനാദം. (3.34)

തന്റെ പ്രിയനെക്കുറിച്ച് വനദേവർ പറയുന്നതുപോലെ പ്രാവുകളുടെ ശബ്ദകോലാഹലം കേൾക്കുന്നു. പ്രിയന്റെ കഥ പറയുന്നതുപോലെ വർധിച്ച അനുരാഗത്തോടുകൂടി കുയിലുകൾ പാടുന്നു.

പ്രാവുകളുടെയും കുയിലുകളുടെയും ശബ്ദഘോഷത്തിന് മനുഷ്യഭാഷയുടെ സത്ത ആരോപിച്ചിരിക്കുന്നു. അവ പാടുകയും പറയുകയും ചെയ്യുന്നതായി മനുഷ്യവത്കരിച്ചിരിക്കുന്നു കവി. അതുകൊണ്ട് ഈ വരികളുടെ സ്രോതസ്ഥലം മനുഷ്യലക്ഷകമാണ്.

അളിപടലികൾ മൂളി; രന്ധ്രമേല്ലം
മുളകൾ മരത്തിലുലഞ്ഞു മെല്ലെയൂതി;
തളിർനിര മുദ്ദുതാളമേകി; യേവം
കളകളമായതിമോഹനം വനത്തിൽ (3.35)

വണ്ടിൻക്കൂട്ടങ്ങൾ മൂളി; മരത്തിലുലഞ്ഞ് ദ്വാരമുള്ള മുളകൾ മെല്ലെയൂതി,. തളിരിലകൾ മൃദുവായി താളം പിടിച്ച ഇപ്രകാരം വനം അതിമനോഹരമായിത്തീർന്നു.

പ്രകൃതിയുടെ സ്വാഭാവികമായ അവസ്ഥാവിശേഷമാണിവയെങ്കിലും ആഹ്ലാദം നിറഞ്ഞ ഒരു ആഘോഷാന്തരീക്ഷം അഥവാ മേളക്കൊഴുപ്പോടുകൂടിയ ഒരു വിശിഷ്ടസന്ദർഭമാണ് ഇവിടെ സ്രോതസ്ഥലം. മനുഷ്യൻ നടത്തുന്ന ആഘോഷാന്തരീക്ഷം പ്രകൃതിചെയ്യുന്നതായി അയാളപ്പെടുത്തുന്നു.

പ്രണയനിഭൃതചിത്തമങ്ങനങ്ങാ-
തിണകളെ നോക്കി മൃഗങ്ങളൊക്കെ നിന്നു;
ഗണമൊട്ടു പതഗങ്ങൾ പാതി പാടി-
ക്ഷണമറിയാതെയിരുന്നു ശാഖി തോറും (3.49)

ചട്ടലലതകളാടിടാതെ ചാഞ്ഞാ
വിടപികൾ മേലനുമൂർച്ഛയാർന്നു നിന്നു
അടവിയധികമൗനമാർന്നു മേളം
ഝടിതി നിറുത്തിയ രംഗഭൂമി പോലെ (3.50)

മൃഗങ്ങൾ മനം നിറഞ്ഞ പ്രണയത്തോടെ ഇണകളെ നോക്കി അനങ്ങാതെ നിന്നു. മരക്കൊമ്പുകൾ തോറും പക്ഷിക്കൂട്ടങ്ങൾ പാതി പാടിയിരുന്നു. ഇളകുന്ന വള്ളികൾ അനങ്ങാതെ കൊമ്പുകൾക്കുമേൽ മോഹാലസ്യത്തോടെ ചാഞ്ഞു കിടന്നു. പെട്ടെന്ന് മേളം നിർത്തിയ അരങ്ങു പോലെ കാടാകെ മൗനത്തിലാണ്ടു നിന്നു. ദുഃഖം ഘനീഭവിച്ച് നിൽക്കുന്ന അന്തരീക്ഷസൃഷ്ടിയാണിവിടെ പ്രകൃതിയിലൂടെ ആവിഷ്കരിച്ചിരിക്കുന്നത്. എന്നാൽ ഈ ദുഃഖസാന്ദ്രമായ അവസ്ഥ മനുഷ്യന്റേതാണ്.

ദുഃഖം ജന്തുക്കൾക്കും മറ്റും ഒരു പ്രകാരത്തിൽ സാധാരണമാണെങ്കിലും അവയ്ക്ക് അത് അസ്ഥിരവും, ആത്മാഭിമാനമുള്ള മനുഷ്യന് സ്ഥിരവുമാണെന്ന് ആശാൻ ചിന്താവിഷ്ടയായ സീതയിൽ പറയുന്നുണ്ട്.

'അഴലിന്നു മൃഗാദിജന്തുവിൽ
പഴതേറീടില്ല, മെത്തിയാൽ ദ്രുതം
കഴിയാമതു - മാനഹേതുവാ-

ലൊഴിയാത്താർത്തി മനുഷ്യനേ വരൂ (16)
(കുമാരനാശാൻ 1975/1998;415)

അതുകൊണ്ട് സ്രോതസ്ഥലം മനുഷ്യന്റെ മനോവ്യാപാരങ്ങളുമായി ബന്ധപ്പെട്ടു വരുന്ന അവസ്ഥകളായതിനാൽ മനുഷ്യലക്ഷകമാണി തെന്നു പറയാം

ഹരിതലക്ഷകങ്ങൾ

സ്രോതസ്ഥലത്തിൽ പ്രകൃതിയും ലക്ഷ്യതലത്തിൽ മനുഷ്യനും വരുന്ന ലക്ഷകങ്ങളെയാണ് ഹരിതലക്ഷകങ്ങൾ എന്നു പറയുന്നത്. 'ജൈവ ബോധമായി പ്രകൃതിയെ പരിഗണിച്ച് സ്രോതസ്ഥലമായി പ്രകൃതിയും അതിന്റെ അവസ്ഥാന്തരങ്ങളും വരുന്ന കവിതകളാണ് ഹരിത കവിതകൾ. ലക്ഷ്യതലത്തിലാണ് ഇവിടെ മനുഷ്യൻ വരുന്നത്. ഹരിതകവിതകളിൽ ചിലപ്പോൾ സ്രോതസ്ഥലവും ലക്ഷ്യതലവും പ്രകൃതിയാകാം' (ഗിരീഷ്, 2013:125).

വിലസിനറുനിലാവെഴും ലതാ-
വലയമിയന്ന നിലത്തൊരോമലാൾ
വിലയ വിവശമേനി, വീണ പൂ-
ങ്കുലയതു പോലെ കിടന്നിതേകയായ് (1.4)

തന്റെ വീടിനോടു ചേർന്ന ഉപവനത്തിൽ, നറുനിലാവിൽ വള്ളിച്ചെടികളാൽ വലയം തീർത്ത നിലത്ത് വീണ പൂങ്കുലപോലെ മോഹാലസ്യത്താൽ തളർന്ന ശരീരത്തോടുകൂടി ലീല കിടന്നു.

ഇവിടെ, സ്രോതസ്ഥലം വീണുകിടക്കുന്ന പൂങ്കുലയാണ്. പൂങ്കുലയുടെ ചന്തവും ബലക്ഷയവും മനോഹാരിതയും വിവശയായ ലീലയിലേക്ക് ആരോപിതമായിരിക്കുന്നു. സത്താപരമായ പാരസ്പര്യമാണ് ഇവിടെ ലക്ഷകത്തിനാധാരം. സ്രോതസ്ഥലത്തെയും ലക്ഷ്യതലത്തെയും അടയാളപ്പെടുത്തുന്നത് ഈ പാരസ്പര്യമാണ്.

വിവശതയാർന്ന ശരീരത്തെ കുറിക്കാൻ ഗ്രാമീണ ചുറ്റുപാടുകളിൽ നിന്ന് നാം സ്വീകരിച്ചിരിക്കുന്ന മറ്റ് ഉദാഹരണങ്ങൾ

* വാടിയ ചീരത്തണ്ട്

* വാടിയ ചേമ്പിൻ തണ്ട്

പനി പിടിച്ച കുട്ടി വാടിയ ചേമ്പിൻതണ്ടു പോലെ കിടന്നു.

ശാരീരികാവസ്ഥയെ കുറിക്കാൻ ഉപയോഗിച്ചിരിക്കുന്ന സ്രോ തസ്ഥലം മനുഷ്യരുടെ കാർഷിക സംസ്കാരവുമായി ബന്ധപ്പെട്ടു കിടക്കുന്നു.

വിഭവമളുകണക്കെ വിദ്യ,യീ-
സുഭഗത, ശോഭനയൗവനാഗമം,
ശുഭഗുണയിവയിൽ ചരിക്കയാ-
യഭിമതവാപിയിൽ മുഗ്ധഹംസിപോൽ (1.16)

സ്രോതസ്ഥലം- യാതൊരു തരത്തിലുമുള്ള അല്ലലുമില്ലാതെ ഇഷ്ടപ്പെട്ട പൊയ്കയിൽ കളിക്കുന്ന മനോഹരമായ അരയന്നം

ലക്ഷ്യതലം - ലഭിക്കാവുന്നവയിൽ വെച്ച് ഏറ്റവും ശ്രേഷ്ഠമായതെല്ലാം- സമ്പത്ത്, വിദ്യ, സൗന്ദര്യം, യൗവനം- ലഭിച്ച് അതിൽ മുഴുകി കഴിയുന്ന ലീല.

പ്രകൃതിയെ സ്രോതസ്ഥലമാക്കി മനുഷ്യന്റെ സുഖം, സന്തോഷം, ആനന്ദം, അന്തസ്സ് തുടങ്ങിയ വൈകാരികാവസ്ഥകളെ രേഖപ്പെടുത്തുന്നു.

പൊയ്കയും അരയന്നവും സത്താപരമായി യോജിക്കുന്നത് അന്തസ്സാർന്ന ജീവിതസാഹചര്യങ്ങളോടാണ്.

കദനമതൊഴിയാതെ കഷ്ടമീ
മദനഗതാശയ മാഴ്കി- നിഷ്ഫലം
വിദയനിയതി, ദുസ്തരൗഘ- യാ
നദിയെയെതിർത്തൊരു ജന്തു നീന്തുമോ? (1.27)

ദുഃഖിതയായ അവൾ, നിഷ്ഫലമാണെങ്കിലും മദനനിൽ ചെന്നു ചേർന്ന മനസ്സോട്ടുകൂടി കഴിഞ്ഞു. ദുർവിധിയാകുന്ന നദിയെ മുറിച്ചു കടക്കാൻ ഒരു ജന്തുവിനും സാധിക്കില്ല.

മനുഷ്യനുമായി ബന്ധപ്പെട്ട ദുർവിധിയെ, നീന്തിക്കടക്കാൻ പ്രയാസമേറിയ നദിയായി സങ്കൽപനം ചെയ്തിരിക്കുന്നു. ദുർവിധി എന്നത് വിശ്വാസമാണ്. വിശ്വാസം അമൂർത്തമാണ് എന്നതിനാൽ അതിന്റെ പ്രത്യക്ഷാനുഭവങ്ങളായി കണക്കാക്കുന്ന അവസ്ഥാവിശേഷങ്ങളെ ലക്ഷകനിർമിതിയായി കാണാം. ദുർവിധിയാകുന്ന നദിയെ മുറിച്ചു (നീന്തി) കടക്കാൻ ഒരു ജന്തുവിനും ആവതില്ല, ജന്തുവർഗം പ്രകൃതിയുടെ ഭാഗമാണ്. അപ്പോൾ ലക്ഷ്യതലത്തിൽ സാമാന്യാർഥത്തിൽ പ്രകൃതിയും വിശേഷാർഥത്തിൽ മനുഷ്യനും (ലീല) വരുന്നു. നീന്തിക്കടക്കാൻ പ്രയാസമേറിയ നദി സ്രോതസ്ഥലവും ലീല താണ്ടേണ്ടുന്ന ദുർഘട ജീവിതാവസ്ഥ ലക്ഷ്യതലവുമാകുന്നു.

വിവിധ ഹൃദയവൃത്തിവിദ്ധയായ്
വിവശതയാർന്ന വിതന്തുവാമവൾ
മൃഗയുവതി കിരാതമുക്തയായ്
വൃകനിരതൻവഴി ചെന്നു വീണപോൽ (1.41)

സ്രോതസ്ഥലം - കാട്ടാളനിൽനിന്ന് രക്ഷപ്പെട്ട മാൻപേട ചെന്നായ്ക്കളുടെ കൂട്ടത്തിൽ ചെന്നുപെട്ട അവസ്ഥ. ഒരു ആപത്തിൽ നിന്ന് രക്ഷപ്പെട്ടെങ്കിലും മറ്റനവധി ആപത്തുകളിൽ ചെന്നു പെടുന്ന അവസ്ഥ. ചെന്നായ്ക്കളുടെ ക്രൗര്യഭാവം, മാൻപേടയുടെ ദയനീയാവസ്ഥ.

ലക്ഷ്യതലം- ഭർത്താവ് മരിച്ചതിനെത്തുടർന്ന് പല തരത്തിലുള്ള മനോവിചാരങ്ങളാൽ വിവശതയനുഭവിക്കുന്ന ലീലയുടെ മാനസികാവസ്ഥ- സത്താപരമായ വിനിമയം.

ഇളകിലുമിതുപോലവൾക്കുടൻ
ഗളിതഭയം മദനോന്മുഖം മനം,
കളഝടിതി പറിച്ചുഖിന്നമാം
മുളയതുപോലെ മുതിർന്നു പൊങ്ങുവാൻ (1.46)

അവളുടെ മനസ്സ് ഇളകിയെങ്കിലും ഉടനെ മനസ്സ് മദനനിലെത്തിച്ചേർന്നപ്പോൾ ഭയമില്ലാതെയായി. കളപറിച്ചതുകൊണ്ട് വാടിയ ചെടി തഴയ്ക്കുന്നതുപോലെ മദനനിലെത്തിച്ചേർന്ന മനസ്സിൽ ഭയമില്ലാതെയായി.

സ്രോതസ്ഥലം - കളപറിക്കൽ

കാർഷിക സംസ്കാരവുമായി ബന്ധപ്പെട്ടു കിടക്കുന്നതാണ് കള പറിക്കൽ. നെൽച്ചെടി തഴച്ചുവളരാൻ, നെൽച്ചെടികൾക്കിടയിലെ മറ്റു പുൽച്ചെടികൾ(കള) പറിച്ചു നീക്കുന്നു. അപ്പോൾ പുതിയൊരുണർവോടെ നെൽച്ചെടി വളർന്നുപൊങ്ങും.

ലക്ഷ്യതലം - ഭർത്താവിന്റെ മരണം ലീലയെ വേദനിപ്പിച്ചെങ്കിലും മനസ്സ് മദനനിൽ എത്തിച്ചേർന്നതിനാൽ മറ്റുതരത്തിലുള്ള ചിന്തകളൊന്നും ലീലയെ അലട്ടിയില്ല. സത്താപരമായ പാരസ്പര്യമാണ് ഇവിടെ ലക്ഷകത്തിനാധാരം.

പരിജനമൊടു തണ്ടിലേറി വൻ-
പെരുവഴി തള്ളിയഖേദമുത്സുക,
ഒരു വഴിയെയൊഴുക്കു കാറ്റുമായ്
ത്വരയോടു പോം ചെറുതോണി പോലിവൾ (1.49)

പരിജനങ്ങൾ ഏറ്റുന്ന തണ്ടിലിരുന്ന് ഉദയപുരിയിലേക്ക് പോകുന്ന ലീല. മരുഭൂമിയിലെ ക്ലേശം ഒട്ടും അറിയാതെയുള്ള യാത്ര. കാറ്റിന്റെ ഗതിയനുസരിച്ച് വേഗത്തിൽ പോകുന്ന ചെറുതോണി പോലെ അവൾ യാത്രയായി.

സ്രോതസ്ഥലം - കാറ്റിന്റെ ഗതിയ്ക്കനുസരിച്ച് നീങ്ങുന്ന ചെറുതോണി.

ലക്ഷ്യതലം - പരിജനങ്ങളേറ്റുന്ന തണ്ടിലിരുന്നു പോകുന്ന ലീല.

കാറ്റിന്റെ ഗതി പരിജനങ്ങളുടെ ചുവടുവെപ്പുകളുമായും ചെറുതോണി ലീലയുമായും സത്താപരമായി യോജിക്കുന്നു.

ഇടരിനവധിയെത്തുവാനഹോ
തുടരുകയായ് സ്ഥിരശീല പിന്നെയും
ഇടയിലിഹ മഹാനിപാതയാം
തടിനികണക്കെ തകർന്ന ജീവിതം (1.68)

ദുഃഖത്തിന് അറുതിവരുത്തണമെന്നു കരുതി ലീല ജീവിതം തുടർന്നു.

സ്രോതസ്ഥലം- ഇടയിലിടയിലായി വലിയ വെള്ളച്ചാട്ടങ്ങളോടു കൂടിയ നദി. വലിയ താഴ്ചയിലേക്ക് പതിക്കുമ്പോൾ വെള്ളമെല്ലാം തട്ടിച്ചിതറും, ചിന്നിച്ചിതറിപ്പോകുന്ന വെള്ളത്തുള്ളികൾ, ചിന്നിച്ചിതറിയ അവസ്ഥ.

ലക്ഷ്യതലം- ഭർത്താവ്, അച്ഛൻ, അമ്മ എന്നിവരുടെ മരണം, കാമുകനായ മദനന്റെ തിരോധാനം. ഇവ മൂലം ദുഃഖിക്കുന്ന മാനസികാവസ്ഥ, തകർന്ന ജീവിതം. നമ്മുടെ സംസ്കാരത്തെ വെളിപ്പെടുത്തുന്ന ഒരു ലക്ഷകമാണ് 'മനസ്സ് സത്തയാകുന്നു' എന്നത്. 'മനസ്സൊരു യന്ത്രമാകുന്നു', 'മനസ്സ് എളുപ്പം ഉടയുന്ന വസ്തുവാകുന്നു' എന്നിവയിൽ വ്യത്യസ്തതരം സത്തകൾ ലക്ഷകകൽപനയ്ക്ക് അടിസ്ഥാനമാകുന്നു. മാനസികാനുഭവങ്ങളുടെ തലമാണ് ഇതിനാധാരം.

അവൾ തകർന്നു. (മനസ്സൊരു യന്ത്രമാകുന്നു)

അവൾ പൊട്ടിത്തകർന്നു. (മനസ്സൊരു ഉടയുന്ന വസ്തുവാകുന്നു)

ദൈനംദിന ജീവിതത്തിൽ നാം മനസ്സിലാക്കുന്നതും അനുഭവിക്കുന്നതുമായ ഭൗതികവസ്തുക്കളിൽനിന്നും പദാർത്ഥങ്ങളിൽനിന്നും രൂപം കൊള്ളുന്ന ഇത്തരം ലക്ഷകങ്ങൾ സത്താപരമായ അടയാളപ്പെടുത്തലുകളാണ് നടത്തുന്നത്.

തനിയേയഴൽ പൂണ്ടു -തോന്നിടും
കനിവാർക്കും - കൃശഗാത്രനായവൻ
വനവഹ്നി തകർത്ത ശൈലമൊ-
ത്തനവദ്യാകൃതിയസ്ഥിശേഷനായ് (2.16)

കാട്ടുതീ തകർത്ത ശൈലം പോലെ ദയതോന്നിക്കുന്ന മട്ടിൽ അവൻ അസ്ഥിശേഷനായി കാണപ്പെട്ടു.

പ്രണയനഷ്ടം മനുഷ്യനെ കാട്ടുതീ തകർത്ത ശൈലമാക്കി മാറ്റുന്നു. കരിഞ്ഞുണങ്ങിയ അവസ്ഥയാണത്.

സ്രോതസ്ഥലം - കാട്ടുതീ തകർത്ത ശൈലം, എല്ലാ പച്ചപ്പുകളെയും ഇല്ലാതാക്കിയ അവസ്ഥ.

ലക്ഷ്യതലം - ശരീരകാന്തി നിറഞ്ഞു നിന്നിരുന്ന മനോഹരരൂപനായ മദനൻ മെലിഞ്ഞുണങ്ങി എല്ലും തോലും മാത്രമവശേഷിച്ചവനായി മാറി.

പ്രണയനഷ്ടമെന്ന വൻദുഃഖം പേറുന്നവൻ.

പച്ചപ്പ് - അനവദ്യാകൃതി

ഉണക്കം - അസ്ഥിശേഷൻ

ആരോഗ്യം ക്ഷയിച്ച അവസ്ഥയാണ് അസ്ഥിശേഷൻ എന്നത് (ഉണക്കം)

ഉണങ്ങിയ മരം. ഉണങ്ങിയ ചെടി

അനവദ്യാകൃതി - പച്ചപ്പ് - പച്ചപിടിക്കുകയെന്നാൽ പുഷ്ടിയോടുകൂടിയുള്ള വളർച്ചയാണ്.

പുഷ്ടിയുള്ള ശരീരം - ആരോഗ്യം.

കൃശമാക്കൊല കേണു ജീവിതം
കുശലേ, നിൻ കുശലം നിനയ്ക്ക നീ
ശിശിരാർദ്ദിതമാദലം സഖീ,
ഭൃശമിത്തെന്നലിൽ വീണടിഞ്ഞു പോം (2.31)

ശിശിരത്താൽ തകർക്കപ്പെട്ട ഇലയാണവൻ, തീർച്ചയായും ഈ കാറ്റിൽ വീണടിഞ്ഞു പോകും.

സ്രോതസ്ഥലം - ശിശിരകാലത്തെ ഉഷ്ണം മൂലം തകർക്കപ്പെട്ട ഇല ഏത് നിമിഷവും കാറ്റിൽപെട്ട് താഴെ വീണുപോകും- ഇലയുടെ പതനം.

ലക്ഷ്യതലം - പ്രണയതാപം മൂലം ക്ഷയിച്ചുകൊണ്ടിരിക്കുന്ന മദനൻ ഏത് നിമിഷവും മരണത്തെ പ്രാപിക്കാം - പതനം.

ശിശിരകാലത്താണ് മരങ്ങൾ ഇല പൊഴിക്കുന്നത്. വേനൽക്കാലത്തെ വരൾച്ചയിൽ നിന്ന് മരത്തെ സംരക്ഷിക്കാൻ പ്രകൃതി സ്വയം കൈകൊണ്ട ഒരു മാർഗമാണത്. മനുഷ്യനെ സംബന്ധിച്ച് അങ്ങനെയൊരു അവസ്ഥയില്ലെങ്കിലും, ചൂടിന്റെ കാഠിന്യം ഇലകളെ തകർക്കുന്നതുപോലെ പ്രണയത്തിന്റെ താപം മനുഷ്യനും താങ്ങാനാവാത്തതാണ്. പ്രണയത്തിന്റെ പാരമ്യാവസ്ഥ മരണത്തിലെത്തിച്ചേക്കാം.

പര, മിമ്മൊഴി പീഡ നൽകി,യ-
ക്കരുണാർഹയ്ക്കു, കുലായമെത്തുവാൻ
ചിറകാശു വിതിർത്തുയർന്നിടും
ചെറുപക്ഷിക്കു, ചുഴന്ന കാറ്റുപോൽ (2.54)

മുന്നോട്ടുള്ള പോക്ക് അപായം വരുത്തുന്നതായിരിക്കുമെന്നും അതിനാൽ പിൻമടങ്ങുന്നതാണ് ഉചിതമെന്നും പറഞ്ഞ മാധവിയുടെ വാക്കുകൾ അവളെ വേദനിപ്പിച്ചു. കൂടെത്തുവാൻ ചിറകുവിടർത്തി പറക്കുന്ന ചെറുപക്ഷിയ്ക്ക് ചുറ്റുമുള്ള കാറ്റ് തടസ്സം സൃഷ്ടിക്കുന്നതുപോലെയായിരുന്നു ആ കരുണാർഹയ്ക്ക് മാധവിയുടെ വാക്കുകൾ.

സ്രോതസ്ഥലം - കൂട് ലക്ഷ്യമാക്കി പറക്കുന്ന ചെറുപക്ഷിയുടെ മാർഗ്ഗത്തിന് തടസ്സം സൃഷ്ടിക്കുന്ന കാറ്റ്.

ലക്ഷ്യതലം - മദനനെ ലക്ഷ്യമാക്കി മുന്നോട്ടു പോകുന്ന ലീലയുടെ മാർഗത്തിന് തടസ്സം സൃഷ്ടിക്കുന്ന മാധവിയുടെ വാക്കുകൾ.

അഥ വനതടമാർത്തിയാർന്നണഞ്ഞീ-
യധരിതകിന്നരനാരിമാരലഞ്ഞാർ
പൃഥുമുകിലിലകന്ന കൂട്ടു തേടും
വിധുരവലാകകൾ പോലെയങ്ങുമിങ്ങും (3.1)

കൂട്ടുതേടുന്ന വെള്ളിൽപ്പക്ഷികളെപ്പോലെ മാധവിയും ലീലയും വനതടത്തിൽ അലഞ്ഞു നടന്നു.

സ്രോതസ്ഥലം - ഇണ പിരിഞ്ഞിരിക്കുന്ന വെള്ളിൽപ്പക്ഷിയുടെ വിരഹതാപം. വിരഹതാപം വിരഹാഗ്നിയാണ്; അഗ്നിയിൽ വെന്തുനീറുന്ന അവസ്ഥ (ഇണ പിരിഞ്ഞാൽ തലതല്ലി ചാവുന്ന പക്ഷികളുണ്ടെന്ന് കവിസങ്കൽപം)

ലക്ഷ്യതലം - മദനനെത്തേടിയുള്ള അലച്ചിലിൽ ലീല അനുഭവിക്കുന്ന ശോകം. മദനനെപ്പിരിഞ്ഞിരിക്കുന്ന ലീല അനുഭവിക്കുന്ന വിരഹതാപം.

ഉടലവനിലണച്ചു ശുഷ്കമാകും
വിടപിയിൽ മോഹനവല്ലിപോലെ നിന്നാൾ;
തടവി വിവശമംഗമോമനേ, യെ-
ന്നിടറി വിളിച്ചവൾ കണ്ണുനീർ ചൊരിഞ്ഞാൾ (3.60)

ഉണങ്ങിയ കൊമ്പിൽ പടർന്നു പിടിച്ച മോഹനവല്ലി പോലെ ലീല മദനന്റെ ദേഹത്ത് ചേർന്നുനിന്നു.

സ്രോതസ്ഥലം - ശുഷ്കമായ വിടപി- ഉണങ്ങിയ കൊമ്പ്

മോഹനവല്ലി - മോഹിപ്പിക്കുന്ന വള്ളി

ലക്ഷ്യതലം - ഉണങ്ങിയ കൊമ്പ് ആരോഗ്യം ക്ഷയിച്ചതാണ്. ജീവിതം കഴിഞ്ഞതാണ്. എല്ലാ ജീവിതകാമനകളിൽ നിന്നും മുക്തി നേടിയ അവസ്ഥ (മദനൻ)

മോഹിപ്പിക്കുന്ന വള്ളി ജീവിതത്തിന്റെ സുന്ദരസുരഭിലമായ അവസ്ഥയെ അടയാളപ്പെടുത്തുന്നു. ലീലയുടെ അടക്കാനാവാത്ത ജീവിതാസക്തിയാണത്.

ലോഹലക്ഷകം

വിലയെഴുമനുരാഗമത്തലാൽ
ഉലയുവതല്ല. മറിച്ചു മേൽക്കുമേൽ
വിലസിട്ടു, മടിയേറ്റ വെള്ളി പോ-
ലുലയതിലൂതിയ പൊന്നുപോലെയും (1.74)

ഏതെല്ലാം തരത്തിലുള്ള ദുഃഖം അനുഭവിക്കേണ്ടി വന്നിട്ടും അവൾക്ക് മദനനോടുള്ള അനുരാഗത്തിന് കോട്ടം വന്നില്ല.

സ്രോതസ്ഥലം - അടിയേറ്റ വെള്ളി (അടിച്ചു പരത്തിയ വെള്ളി) ഉലയിലൂതിയെടുത്ത പൊന്ന്.

പ്രഹരവും താപവുമേൽക്കുമ്പോൾ വെള്ളിയും പൊന്നും കൂടുതൽ തിളങ്ങും.

ലക്ഷ്യതലം - ഏതെല്ലാം തരത്തിലുള്ള പ്രഹരവും ദുഃഖവും ഏറ്റിട്ടും ലീലയ്ക്ക് മദനനോടുള്ള അനുരാഗം കൂടുകയല്ലാതെ കുറഞ്ഞില്ല. മദനനു വേണ്ടി എന്തും സഹിക്കുവാനുള്ള മാനസികാവസ്ഥയിലാണ് ലീല.

പ്രേമം സഹനം ആവശ്യപ്പെടുന്നു എന്നത് ഇവിടെ പ്രസക്തമാവുന്നു. സാധാരണ ജീവിതത്തിൽ നിന്നുള്ള ചില ഉദാഹരണങ്ങൾ താഴെ കൊടുക്കുന്നു.

- അവനോടുള്ള പ്രേമം നിമിത്തം അവൾക്ക് പലതും ത്യജിക്കേണ്ടിവന്നു.
- അവനോടുള്ള പ്രേമം നിമിത്തം അവൾക്ക് വേണ്ടപ്പെട്ടവരെ നഷ്ടമായി.
- പ്രേമസാക്ഷാത്കാരത്തിനായി അവൾക്ക് വീട് വിട്ട് ഇറങ്ങേണ്ടിവന്നു.

ലക്ഷകങ്ങളും ആവർത്തിതപദരൂപങ്ങളും

പദങ്ങളുടെ ആവർത്തിതപ്രയോഗത്തിലൂടെ കാവ്യഭംഗി വർധിപ്പിക്കുകയും ആശയത്തെ കൂടുതൽ ഫലപ്രദമായും തീവ്രമായും ആവിഷ്കരിക്കുകയും ചെയ്യാം. നാം സംസാരിക്കുന്നതും എഴുതുന്നതുമെല്ലാം രേഖീയമായ ക്രമത്തിലാണ്. ഏത് പദമായിരിക്കണം വാക്യത്തിൽ ആദ്യം വരേണ്ടതെന്ന് വ്യക്തിക്കൊരു ധാരണയുണ്ടായിരിക്കും (ലക്കോഫ്, 2003:126). ഭാഷ സങ്കൽപനങ്ങളെ ആവിഷ്കരിക്കാനുള്ള മാധ്യമമായതിനാൽ ആവർത്തിച്ചുള്ള പദപ്രയോഗങ്ങളുടെ ആവിഷ്കാരത്തിലൂടെ സങ്കൽപനങ്ങളെ ലക്ഷകവത്കരിക്കാനും കഴിയുന്നു. അത്തരത്തിൽ ആവർത്തിതപദപ്രയോഗത്തിലൂടെ ലക്ഷകാവസ്ഥ കൈവരിക്കുന്ന ആശയങ്ങളെയാണ് ഇവിടെ അപഗ്രഥിക്കുന്നത്. ലീലയുടെ യൗവനാഗമത്തെ വർണിക്കുന്നത്,

ലലിതലലിതമാർന്നു യൗവനം
കുലസുത 'ലീല'- അതാണവൾക്കു പേർ(1.11)

അതീവ കോമളമായ രീതിയിൽ കുലസുതയായ ലീലയ്ക്ക് യൗവനം വന്നുചേർന്നു.

ലീലയുടെ അംഗകാന്തി വളർത്തുന്നതിൽ അതീവശ്രദ്ധ പതിപ്പിച്ചത് പ്രകൃതിയായിരുന്നു. ആ പ്രകൃതിക്ക് അനുഗുണമായ രീതിയിലുള്ള യൗവനാഗമവർണനയാണ്. ലലിതലലിതമെന്ന വിശേഷണത്തിലൂടെ പേലവത്വം, മൃദുലത വളർച്ചയുടെ സ്വാഭാവികത തുടങ്ങിയ ഗുണങ്ങളെ സങ്കൽപനം ചെയ്യാൻ കഴിയുന്നുണ്ട്.

വേടനാരിമാർ മദനനെ കണ്ടവിവരം മാധവിയോട് പറയുന്നത്,

അവശൻ ബത! 'ലീല', 'ലീല' യെ
ന്നവിടെപ്പാടിനടന്നുപോലവൻ (2.21)

എന്നാണ്. അവശനായ മദനൻ 'ലീല', 'ലീല'-യെന്നു പാടി നടക്കുന്നതാണ് വേടനാരിമാർകണ്ടത്. മനസ്സു മുഴുവൻ ലീലയോടുള്ള പ്രണയമെന്ന ഒരൊറ്റ വികാരവുമായി അലയുന്ന മദനന്റെ ചിത്രം തെളിയുന്നു. 'ലീല','ലീല' എന്ന നാമാവർത്തനത്തിലൂടെ മദനന് ലീലയോടുള്ള തീവ്രമായ അനുരാഗത്തെ ലാക്ഷണികാർഥത്തിലേക്ക് മാറ്റുകയാണ് ആശാൻ. ഒപ്പം ശ്രവണത്തിലൂടെ കാഴ്ച എന്ന ഇന്ദ്രിയസംവേദനവും സാധ്യമാക്കുന്നു.

മദനന്റെ ശാരീരികാവസ്ഥ,

നിലനിൽക്കു, വതെത്രകാലമു-
ജ്ജ്വലമാമീ പ്രണയോഷ്ണ രശ്മിയിൽ
വിലയോൻമുഖമായ തിങ്കളിൻ-
കലപോൽ ഹാ! സഖി തേഞ്ഞുതേഞ്ഞവൻ (2.30)

പ്രണയത്തിന്റെ ഉജ്വലരശ്മിയിൽ അവനിനി എത്ര കാലം ജീവിക്കും. വിലയം പ്രാപിക്കുന്ന ചന്ദ്രക്കല പോലെ അവനും തേഞ്ഞു തേഞ്ഞു തീരുകയാണ്.

ദിവ്യപ്രണയത്തിന്റെ പാരമ്യതയിൽ മദനന്റെ ഭൗതികാസ്തിത്വം നഷ്ടപ്പെടുകയും ആത്മീയമായ വിലയം പ്രാപിക്കലായി മാറുകയും ചെയ്യുന്നു. അത്തരത്തിൽ പ്രപഞ്ച ചൈതന്യത്തിലേക്ക് സാത്മീകരിക്കപ്പെടുന്ന അവസ്ഥയെയാണ് തേഞ്ഞുതേഞ്ഞവൻ എന്ന ആഖ്യാതനാമത്തിലൂടെ ലക്ഷകവത്കരിക്കുന്നത്. വ്യവസ്ഥാപിതമായ കെട്ടുപാടുകളിൽ അതിദിവ്യമായ പ്രണയസാക്ഷാത്കാരം സാധ്യമല്ലെന്നതാണ് കവിയുടെ കാഴ്ചപ്പാട്.

'ഇത വെള്ളിയുദിച്ചു; വാടിയിൽ
ബത! കൂവാൻ തുനിയുന്നു പക്ഷികൾ;
സ്ഥിതി രാവിനു മാറിടുന്ന മു-
മ്പതി ദൂരം സഖി, പോകപോകനാം (2.45)

സൂര്യനുദിച്ചു, പക്ഷികൾ പാടാൻ തുടങ്ങി, രാത്രിയാകുന്നതിനു മുമ്പ് അതിദൂരം പോകേണ്ടതുണ്ടെന്ന് ലീല.

പോക പോക എന്ന അപൂർണക്രിയ ദൂരത്തെക്കുറിച്ചുള്ള ധാരണയെയോ വിശ്രമമില്ലാതെ അതിവേഗം പോകേണ്ടതുണ്ടെന്ന കാര്യത്തെയോ മാത്രമല്ല സങ്കൽപനം ചെയ്യുന്നത്. അതായത്, സ്ഥലപരമായ ധാരണയ്ക്കപ്പുറം പാവനമായ പ്രണയസാക്ഷാത്കാരത്തിനായുള്ള ത്വരയെയും, തീവ്രപ്രേമത്തിന്റെ അടിസ്ഥാനം തേടുന്നതിനായുള്ള തൃഷ്ണയെയുമാണ് ദ്യോതിപ്പിക്കുന്നത്.

മട്ടമലർ ശിലതന്നിലന്തിമേഘ-
ക്കൊട്ടുമുടി പറ്റിയ താരപോൽ വിളങ്ങി
തടമതിലഥ തന്വി നോക്കി, നോട്ടം
സ്ഫുടകിരണങ്ങൾ കണക്കെ നീട്ടി നീട്ടി (3.33)

തേനോലുന്ന പൂക്കൾ നിറഞ്ഞുകിടക്കുന്ന പാറയിൽ സന്ധ്യാമേഘത്തിന്റെ മുകൾഭാഗത്ത് പറ്റി നിൽക്കുന്ന നക്ഷത്രം പോലെ ലീല വിളങ്ങി. ആ പാറയിൽ ഇരുന്നുകൊണ്ട്, തിളങ്ങുന്ന രശ്മികൾ പോലെ താഴ്വരയിലേക്ക് അവൾ നോക്കി.

നോട്ടമാകുന്ന തിരിനാളം മേൽക്കുമേൽ താഴ്വരയിലേക്ക് നീളുന്നു. നോട്ടത്തിന്റെ വ്യാപ്തിയെയും ആകാംക്ഷയെയും സൂക്ഷ്മതയെയും ഒപ്പം തേടലിന്റെ ദാഹത്തെയും സങ്കൽപനം ചെയ്യുന്ന ലക്ഷകമാകുന്നു നീട്ടി നീട്ടി എന്ന ക്രിയ. കാഴ്ച എന്ന ഇന്ദ്രിയ സംവേദനമാണ് ഇവിടെ നടക്കുന്നത്.

പ്രിയമൊഴി വനദേവരോതിടും പോൽ
സ്വയമഥ പൊങ്ങികപോതഹൃതഘോഷം;
പ്രിയനുടെ കഥപോൽ പ്രവൃദ്ധരാഗം
കുയിലുകൾ പാടി കുഹൂ കുഹൂ നിനാദം (3.34)

പ്രിയപ്പെട്ടവന്റെ വാക്കുകൾ വനദേവർ പറയുന്നതു പോലെ പ്രാവുകളുടെ കുവൽപൊങ്ങി. തന്റെ പ്രിയപ്പെട്ടവന്റെ കഥപോലുള്ള വർധിച്ച അനുരാഗത്തെക്കുറിച്ച് കുയിലുകൾ കുഹൂ കുഹൂ നിനാദ ത്തോടെ പാടി.

മദനന്റെ അനുരാഗകഥ ആവർത്തിച്ച പാടിക്കൊണ്ടിരിക്കുന്നു കുയിലുകൾ. ആവർത്തനത്തിലൂടെ ആ അനുരാഗകഥയുടെ മഹിമയെ ധ്വനിപ്പിക്കുന്നു. പ്രാവുകളുടെ കുവലിന്റെ തുടർച്ചയെന്നോണമാണ് കുയിലുകളുടെ പാട്ട്. ശ്രവണത്തിലൂടെ കാഴ്ചയെ അനുഭവവേദ്യമാക്കുന്നു.

അളിപടലികൾ മൂളി; രന്ധ്രമേലും
മുളകൾ മരത്തിലുലഞ്ഞു മെല്ലെയൂതി;
തളിർനിര മൃദുതാളമേകി; യേവം
കളകളമായതിമോഹനം വനത്തിൽ (3.35)

വണ്ടിൻകൂട്ടങ്ങൾ മൂളി; മരത്തിലൂലഞ്ഞ് ദ്വാരമുള്ള മുളകൾ മെല്ലെയൂതി, തളിരിലകൾ മൃദുവായി താളം പിടിച്ചു. ഇപ്രകാരം കാട് അതിമനോഹരമായിത്തീർന്നു.

ആഹ്ലാദം നിറഞ്ഞ ഒരു ആഘോഷാന്തരീക്ഷത്തിന്റെ മനോഹാരിതയെ കൂടുതൽ മനോഹരമാക്കിത്തീർക്കാൻ കളകളം എന്ന ആവർത്തിതപദരൂപത്തിന് കഴിയുന്നു. ശ്രോതാവിനെ സംബന്ധിച്ചിടത്തോളം ശ്രവണത്തിലൂടെയുള്ള ഇന്ദ്രിയഗോചരം സാധ്യമാക്കുന്നു കളകളം.

കരുണകരുണമീവിധം പുലമ്പി-
ക്കരുമനയാലവൾ മൂർച്ഛയാർന്നിരുന്നാൾ;
വിരതപവനവാപിപോലെ, വണ്ടിൻ-
വിരുതമടങ്ങിയ ഗുൽമമെന്ന പോലെ (3.48).

ദുഃഖം കൊണ്ട് അതിദയനീയമായ തരത്തിൽ പുലമ്പി പുലമ്പി അവൾ മോഹാലസ്യപ്പെട്ടു. കാറ്റു നിലച്ച തടാകം പോലെയും വണ്ടുകളുടെ മുരൾച്ചയടങ്ങിയ പൂച്ചെടിപോലെയുമായിരുന്നു അത്.

ദുഃഖംകൊണ്ട് എന്തെന്നില്ലാതെ പുലമ്പിക്കൊണ്ടിരിക്കുന്ന ലീലയുടെ ദയനീയാവസ്ഥയുടെ തീവ്രത വർധിപ്പിക്കുന്ന പ്രയോഗം.

പ്രിയതകരകവിഞ്ഞു പാർത്തു വീണ്ടും
പ്രിയയുടെ മോഹനമോഹനം മുഖാബ്ജം (3.62)

ഇഷ്ടം കരകവിഞ്ഞൊഴുകുന്ന തരത്തിൽ അവൻ തന്റെ പ്രിയപ്പെട്ടവളുടെ മനോഹരമുഖം കണ്ടു.

ലീലയുടെ മുഖവർണന അതിമനോഹരമെന്നാണർത്ഥമെങ്കിലും അതിലും ഉയർന്ന സൗന്ദര്യത്തികവിനെയാണ് മോഹനമോഹനം എന്ന ആവർത്തിതപദരൂപം സങ്കൽപനം ചെയ്യുന്നത്.

സമയമതിലുയർന്ന ഘോരവാരി-
ഭ്രമമൊടകാലികവൃദ്ധിരേവയാർന്നു,
ഘുമഘുമരയഘോഷമേറ്റിയാരാൽ
യമപുരിതന്നിലടിച്ച ഭേരി പോലെ (3.70)

രേവാനദിയിൽ ഉയർന്നു പൊങ്ങുന്ന ജലപ്രവാഹമുണ്ടായി. ഘുമഘുമയെന്ന ഒഴുക്കിന്റെ ശബ്ദം കാലപുരിയിലടിച്ച പെരുമ്പറപോലെ തോന്നിച്ചു.

രേവയിലേക്ക് പതിച്ച മദനനേയും വഹിച്ചുകൊണ്ടുള്ള ഒഴുക്കിന്റെ തീവ്രതയെ ധ്വനിപ്പിക്കുന്ന പ്രയോഗമാണ് ഘുമഘുമയെന്നത്. ശ്രവണത്തിലൂടെയുള്ള കാഴ്ച എന്ന് രണ്ട് ഇന്ദ്രിയ സംവേദനം സാധ്യമാക്കാൻ കഴിയുന്ന പ്രയോഗം.

അയിസഖി, യയിസോദരീ, യഹോ, നിൻ-
ക്രിയയതിനിഷ്ഠുര -മെന്നെ നീ വെടിഞ്ഞു,
പ്രിയനെയനുഗമിച്ചു ധന്യനായ് നീ
സ്വയമഥവാ - വിധിയിന്നു തൃപ്തനായി! (3.76)

അല്ലയോ സഖി, അല്ലയോ സോദരീ, നിന്റെ പ്രവൃത്തി വളരെ ക്രൂരമായിപ്പോയി. എന്നെ ഉപേക്ഷിച്ച് നീ പ്രിയപ്പെട്ടവനെ അനുഗമിച്ചല്ലോ. നീയിന്ന് സ്വയം ധന്യയായിരിക്കുന്നു. അഥവാ വിധി ഇന്ന് തൃപ്തനായിരിക്കുന്നു.

ആവർത്തിച്ചുള്ള സംബോധന (അയി സഖി, യയിസോദരീ) നഷ്ടബോധത്തെയും ദുഃഖമെന്ന വികാരത്തിന്റെ തീവ്രതയെയും ദ്യോതിപ്പിക്കുന്നു.

എവിടമിവിട? മെങ്ങു വാസഭൂ? വേ-
തിവരുടെ കാംക്ഷിത? മെന്തു സംഭവിച്ചു?
അവിദിതപരിണാമമൊക്കെയോർക്കിൽ,
ശിവ! ശിവ! സർവമനാഥമീ ജഗത്തിൽ (3.77)

ഇവിടം എവിടെയാണ്? എവിടെയാണ് മനുഷ്യൻ ജീവിക്കുന്ന

ഭൂമി? ഇവരുടെ ആഗ്രഹത്തിന് എന്തു സംഭവിച്ചു? ആദർശ പ്രേമം സാർത്ഥകമായില്ലല്ലോ. പരിണാമമെന്നു പറയുന്നത് അവസാനമെന്താണെന്ന് അറിയാൻ പാടില്ലാത്തതാണ്. ഈ ഭൂമിയിൽ എല്ലാം അനാഥമാണ്.

സകല പ്രതാപൈശ്വര്യങ്ങളുടെയും ഉന്നതിയിൽ കഴിഞ്ഞിരുന്ന ലീലയുടെ ഇന്നത്തെ അവസ്ഥ, ആരും എവിടെയും എത്തിച്ചേരുന്നില്ലെന്ന സത്യം, പരിണാമത്തെക്കുറിച്ചുള്ള അറിവില്ലായ്മ, മനുഷ്യന്റെ നിസ്സഹായത, മുൻകൂട്ടി നിർണയിക്കാനാവാത്ത ജീവിതയാത്ര എന്നിവയുടെയെല്ലാം ആകെത്തുകയെ ചിമിഴിലൊതുക്കിയ പോലെ ശിവ! ശിവ! എന്ന ആവർത്തിതപദപ്രയോഗത്തിലൊതുക്കിയിരിക്കുന്നു. ഒപ്പം ഈ ഭൂമിയിൽ എല്ലാം അനാഥമാണ് എന്ന തിരിച്ചറിവിന്റെ തലത്തെക്കൂടി സങ്കൽപനം ചെയ്യുന്നു.

വ്യത്യസ്ത വ്യാകരണസംവർഗങ്ങൾ ആവർത്തിച്ചുണ്ടാകുന്ന ലക്ഷകങ്ങളിലൂടെ അർഥതീവ്രത വർധിപ്പിക്കാനുള്ള ശ്രമമാണ് ആശാൻ നടത്തുന്നത്. നാമം, ക്രിയ, വിശേഷണം, വ്യാക്ഷേപകശബ്ദങ്ങൾ എന്നിവയെല്ലാം ആവർത്തിച്ച് ലക്ഷകവത്കരണം നടത്തി ലീലയിലെ വ്യത്യസ്ത (രസ) വികാരങ്ങളെ ആശാൻ പ്രോജ്ജ്വലിപ്പിക്കുന്നു.

ലക്ഷകങ്ങളും വ്യാക്ഷേപകങ്ങളും

വൈകാരികാവസ്ഥകളുടെ വ്യത്യസ്തതോതുകളെ ആവിഷ്കരിക്കാൻ വ്യാകരണരൂപങ്ങളും ലക്ഷകാവസ്ഥ കൈവരിക്കുന്നുണ്ട്. അതിലൊന്നാണ് വ്യാക്ഷേപകം.

വ്യാക്ഷേപകത്തെ സംബന്ധിച്ച് വൈയാകരണൻമാർ പലതരത്തിലുള്ള നിഗമനങ്ങളിൽ എത്തിച്ചേർന്നിട്ടുണ്ട്.

അവയിൽ പ്രധാനപ്പെട്ടവ താഴെ കൊടുക്കുന്നു

* മറ്റൊന്നിനോടും ചേരാതെ തന്നത്താൻ ഒരു വാക്യാർഥത്തെ സ്ഫുരിപ്പിക്കുന്നതാണ് വ്യാക്ഷേപകം. (രാജരാജവർമ്മ, 1982:140)
* സന്തോഷം, ആശ്ചര്യം, വ്യസനം, നിന്ദ, കോപം മുതലായ മനോവികാരങ്ങളെ ദ്യോതിപ്പിക്കുന്ന അവ്യയങ്ങളാണ് വ്യാക്ഷേപകങ്ങൾ (ശേഷഗിരി പ്രഭു,1983:226)
* മറ്റൊരു പദത്തോടും ചേരാതെ സ്വതന്ത്രമായ വാക്യാർഥത്തെ ദ്യോതിപ്പിക്കുന്ന ഉവ്വ്, അയ്യോ തുടങ്ങിയ പദങ്ങളാണ് വ്യാക്ഷേപകങ്ങൾ(ആന്റണി, 1989:56)

* ഒരു വാക്യത്തിന്റെ അർഥം മുഴുവൻ ഒന്നോ രണ്ടോ പദത്തിലൊതുക്കുന്നു എന്നതാണ് വ്യാക്ഷേപകത്തിന്റെ പ്രത്യേകത (പ്രഭാകരവാരിയർ, 2001:113).

ശോകം, വേദന, ആഹ്ലാദം, ദുഃഖം തുടങ്ങിയ വികാരങ്ങളുടെ ആധ്മാനം നിർണയിക്കുകയാണ് വ്യാക്ഷേപകങ്ങളുടെ ധർമം. നിനച്ചിരിക്കാതെ സംഭവിക്കുന്നതോ കൈവരുന്നതോ ആയ കാര്യങ്ങളാണ് മിക്കപ്പോഴും മനുഷ്യന് വൈകാരികമായ ആധ്മാനഭേദങ്ങൾ ഉണ്ടാക്കുന്നത്. അതിനാൽ നിത്യജീവിതത്തിലും അത്തരമൊരു അവസ്ഥയോടുള്ള ഭാഷാപ്രതികരണമെന്ന നിലയ്ക്ക് 'അയ്യോ!', 'കഷ്ടം!', 'ഹാ!' എന്നൊക്കെയുള്ള വ്യാക്ഷേപകങ്ങൾക്ക് പ്രാധാന്യമുണ്ട്. കാവ്യഭാഷയിലും വൈവിധ്യത്തോടെ വ്യാക്ഷേപകങ്ങൾ പ്രയോഗിക്കുന്നുണ്ട്. വൈകാരിക പ്രക്ഷുബ്ധതകളുടെ ആവിഷ്കാരമായി വ്യാക്ഷേകപങ്ങൾ ധാരാളം പ്രയോഗിച്ച കവിയാണ് കുമാരനാശാൻ.

സാഹിത്യവിമർശകർ ആശാന്റെ വ്യാക്ഷേപകപ്രയോഗങ്ങളെ പലതരത്തിൽ വിലയിരുത്തിയിട്ടുണ്ട്. ആശാൻ പ്രയോഗിച്ചിരിക്കുന്ന അഹോ! ഹാ! ബത! സ്വയം, താൻ തുടങ്ങിയ പദങ്ങളെ നിരർത്ഥകപദങ്ങൾ എന്ന വിഭാഗത്തിലാണ് എം.എം ബഷീർ (2005:161) പെടുത്തിയിരിക്കുന്നത്. എന്നാൽ അവ വെറും നിരർത്ഥകപദങ്ങളല്ല, അവയ്ക്ക് ശക്തമായ വികാരങ്ങളെ സങ്കൽപനം ചെയ്യാനുള്ള കഴിവുണ്ടെന്നു വ്യക്തമാക്കുന്നവയാണ് ആശാന്റെ കൃതികൾ. വീണപൂവിലെ ആദ്യപദം 'ഹാ' എന്ന വ്യാക്ഷേപകശബ്ദമാകുന്നു. അവസാനപദമാകട്ടെ വേദന എന്ന വികാരത്തെ ദ്യോതിപ്പിക്കുന്ന 'കഷ്ടം! (അവനി വാഴ്വ് കിനാവ് കഷ്ടം!) എന്ന വ്യാക്ഷേപകശബ്ദവും. അപ്രകാരം മുന്നിലും പിന്നിലും വ്യാക്ഷേപകങ്ങൾ നിർത്തിയുള്ള വിലാപമാണ് വീണപൂവിൽ കേൾക്കുന്നത് എന്ന ഗിരീഷി(2013)ന്റെ നിരീക്ഷണം ഇത്തരുണത്തിൽ ശ്രദ്ധേയമാണ്.

വ്യാക്ഷേപകങ്ങൾകൊണ്ട് വികാരങ്ങളെ ശക്തമായി ആവിഷ്കരിക്കാമെന്ന് തിരിച്ചറിഞ്ഞ കവിയാണ് കുമാരനാശാൻ. വൈകാരിക തീവ്രത എന്ന ആർഥികബോധമാണ് ലാക്ഷണികമായി വ്യാക്ഷേപകങ്ങൾ കൊണ്ടു വരുന്നത്. അത്തരത്തിലാണ് വ്യാക്ഷേപകങ്ങൾ ലക്ഷകങ്ങളായി പരിണമിക്കുന്നത്. ഘടനാപരമായ ലക്ഷകങ്ങളെക്കാൾ ഭാഷാരൂപങ്ങളുടെ ആവർത്തിച്ചുള്ള പ്രയോഗത്തിലൂടെയും ആധ്മാനത്തിലൂടെയും വ്യക്തമാക്കുന്ന ലക്ഷകധർമമാണ് വ്യാക്ഷേപകങ്ങൾക്ക് നിർവഹിക്കാനുള്ളത്. ഹാ! അഹഹ! അഹോ! ബത! ഹന്ത! കഷ്ടം! എന്നിവയാണ് ആശാൻ ലീലാകാവ്യത്തിൽ പ്രയോഗിച്ചിരിക്കുന്ന വ്യാക്ഷേപകങ്ങൾ. വ്യത്യസ്തവികാരങ്ങളെ സങ്കൽപനം

ചെയ്യാൻ ഇവയ്ക്ക് കഴിയുന്നുണ്ട്. ലീലാകാവ്യത്തിൽ അൻപത്തിരണ്ട് ശ്ലോകങ്ങളിൽ ആശാൻ വ്യാക്ഷേപകങ്ങൾ പ്രയോഗിച്ചിട്ടുണ്ട്. അവയിൽ ഏറ്റവുംകൂടുതൽ അഹോ! (പതിനേഴ്) ഹ! (പതിനാറ്) എന്നീ വ്യാക്ഷേപകങ്ങളാണ്. ലീലാകാവ്യത്തിലെ വ്യാക്ഷേപകങ്ങൾ ലക്ഷകാത്മകമായിത്തീരുന്നതെങ്ങനെയെന്നാണ് ഇവിടെ വിശദീകരിക്കുന്നത്.

ഹാ!

ലീലയുടെ ഭർത്താവിന്റെ മരണത്തെക്കുറിച്ച് കവി,

അവളുടെ ശയനീയശായിയാ-
മവനൊരുഷസ്സിലുണർന്നിടാതെയായ്,
യുവതയെവിടെ?- ജന്തുവിന്നു ഹാ!
വിവൃതകവാടയനാരതം മൃതി (1.38)

അവളുടെ അരികിൽ കിടന്നുറങ്ങിയ അവൻ ഒരു പ്രഭാതത്തിൽ ഉണർന്നില്ല. ജീവികൾക്കായ് എല്ലായ്പ്പോഴും മരണം വാതിൽ തുറന്നു വെച്ചിരിക്കുകയാണ്. യൗവനം മരണത്തിന് തടസ്സമല്ല.

മനുഷ്യനെ ജന്തുലോകത്തിലാണ് കവി ഉൾപ്പെടുത്തിയിരിക്കുന്നത്. ജന്തുവർഗത്തിൽപ്പെട്ട മനുഷ്യന് എപ്പോൾ വേണമെങ്കിലും സംഭവിക്കാവുന്നതാണ് മരണം. അതിന് യുവത്വം ഒരു തടസ്സമല്ല. മനുഷ്യന്റെ വരുതിയിലല്ലാത്ത മരണമെന്ന യാഥാർത്ഥ്യത്തിനു മുമ്പിൽ കവി പ്രകടിപ്പിക്കുന്ന അത്ഭുതവും വേദനയും അടയാളപ്പെടുത്തുന്ന വ്യാക്ഷേപകമാണ് ഹാ! ജീവിതത്തിന്റെ അനിശ്ചിതത്വത്തെക്കുറിച്ചും നശ്വരതയെക്കുറിച്ചുമുള്ള ബോധം പുലർത്തുന്ന കവി, മരണത്തിന്റെ മുമ്പിൽ മനുഷ്യൻ എത്ര നിസ്സാരനാണെന്ന് ബോധ്യപ്പെടുത്തുന്നു.

ചിരവിരഹിതരെന്നെയിന്നു ഹാ!
വിരവൊടുകണ്ടിടുമച്ഛനമ്മമാർ,
ചൊരിയുമുടനെയശ്രുഹൃഷ്ടരായ്
ചരിതമറിഞ്ഞഥഖിന്നരായുമേ! (1.52)

വളരെക്കാലമായി തന്നെ വേർപിരിഞ്ഞുകഴിഞ്ഞിരുന്ന അച്ഛനമ്മമാർ ഇന്ന് തന്നെ കാണുന്ന മാത്രയിൽ സന്തോഷം കൊണ്ട് കണ്ണീർ ചൊരിയുകയും ഭർത്താവിന്റെ മരണവാർത്തയറിയുന്ന നിമിഷം ദുഃഖിക്കുകയും ചെയ്യും.

അപ്രതീക്ഷിതമായി മകളെ കാണുമ്പോഴുണ്ടാകുന്ന സന്തോഷത്തിന്റെയും വിവരങ്ങളെല്ലാം അറിയുമ്പോഴുണ്ടാകുന്ന ദുഃഖത്തിന്റെയും ആഴത്തെയും പരപ്പിനെയും ദ്യോതിപ്പിക്കാൻ ഹാ! എന്ന വ്യാക്ഷേപകത്തിന് കഴിയുന്നു. സുഖദുഃഖസമ്മിശ്രമായ വൈകാരികാവസ്ഥയെ

ലാക്ഷണികമായി അവതരിപ്പിക്കുകയാണ് 'ഹാ' എന്ന വ്യാക്ഷേപകത്തിനാകുന്നവെന്ന് ചുരുക്കം. കാഴ്ച, ശ്രവണം എന്നീ രണ്ടുതരം ഇന്ദ്രിയസംവേദനങ്ങളിലൂടെയാണ് ഇവിടെ അനുഭവങ്ങളെ വിനിമയം ചെയ്യുന്നത്.

ദേശചര്യയെക്കുറിച്ച് കവി പറയുന്നത്,

പ്രഭൃതയിതഥവാ നിനക്കുതാ-
നഭിജനസങ്കടദേശചര്യമേ,
അഭയമണവൂനിന്നെ ഹാ! ജനം,
പ്രഭവമനർത്ഥ പരമ്പരയ്ക്കുനീ (1.55)

കുലീനർക്ക് സങ്കടമുണ്ടാക്കുന്ന ദേശാചാരമേ, മേന്മ നിനക്കു തന്നെ. എല്ലാ അനർത്ഥങ്ങളുടെയും ഉറവിടമായ നിന്നെത്തന്നെയാണ് ജനങ്ങൾ അഭയമായി കാണുന്നത്.

എന്താണോ ജനങ്ങൾക്ക് സങ്കടമുണ്ടാക്കുന്നത്, അതിനെത്തന്നെ അവർക്ക് അഭയമായി കരുതേണ്ടി വരുന്നതിന്റെ ആത്മസംഘർഷവും ദുരവസ്ഥയും എത്ര കഠിനമായിരിക്കുമെന്ന് ധ്വനിപ്പിച്ചുകൊണ്ട് ലക്ഷകപദവി കൈവരിക്കുന്ന 'ഹാ' എന്ന വ്യാക്ഷേപകം. ദേശചര്യവും പ്രണയവും ഒത്തുചേർന്നുപോകാത്ത അവസ്ഥയെയാണ് ഇവിടെ ഉദ്ദേശിക്കുന്നത്. 'ദേശചര്യവും പ്രണയവും തമ്മിലുള്ള സംഘർഷം കവിതയിലുടനീളമുണ്ടെ'ന്ന പവിത്രൻ (2002:169) നിരീക്ഷിക്കുന്നുണ്ട്.

വളരെക്കാലത്തിനുശേഷം മാധവി ലീലയെ കാണുന്ന സന്ദർഭം,

വിരവൊടുപറയേണ്ടിവന്നു ഹാ!
വിരസതരം മദനന്റെ വാർത്തകൾ (1.62)

മദനന്റെ വാർത്തകൾ പറയേണ്ടിവന്നതിലെ മാധവിയുടെ ദുഃഖത്തെയും ദയനീയതയെയും ആത്മസംഘർഷത്തെയും ധ്വനിപ്പിക്കാൻ കെൽപുള്ള പ്രയോഗമാകുന്നു 'ഹാ!'. 'പറയേണ്ടിവന്നു' എന്നതിൽ പറയാതിരിക്കാൻ പറ്റാത്ത ഒരവസ്ഥയുണ്ട്. അങ്ങനെ നിർബന്ധിതയാകുമ്പോഴുണ്ടാകുന്ന സംഘർഷവും സങ്കടവും ഫലവത്തായ രീതിയിൽ സങ്കൽപനം ചെയ്തുകൊണ്ടുള്ള ലക്ഷകമായി നിൽക്കാൻ ഹാ! എന്ന വ്യാക്ഷേപകത്തിന് സാധിക്കുന്നു. ശ്രോതാവായ ലീലയാണ് ഇവിടെ നിർബന്ധത്തിന്റെ കാരണക്കാരി. അപ്പോൾ അതിനനുസരിച്ച തരത്തിൽ വേണം ഭാഷാരൂപവും (പറയേണ്ടിവന്നു). ശ്രവണത്തിലൂടെയുള്ള ഇന്ദ്രിയ സംവേദനമാണ് നടക്കുന്നത്.

വിധുരതയോടു നീ തിരഞ്ഞൊരാ
നിധിയിത ഹാ! സതി, ശൂന്യഭാണ്ഡമായ് (1.67)

വലിയൊരു നഷ്ടത്തിന്റെ അല്ലെങ്കിൽ സത്ത ചോർന്നുപോയി ചണ്ടിയായ് തീർന്ന ഒരു അവസ്ഥയുടെ കാഠിന്യം വർധിപ്പിക്കാനും അന്വേഷണത്തിന്റെ നിഷ്ഫലത ദ്യോതിപ്പിക്കാനും സഹായകമാകുന്നു ഹാ! എന്ന പ്രയോഗം.

ഹാ! എന്ന വ്യാക്ഷേപകം ഇല്ലെങ്കിലും വരികളുടെ അർത്ഥത്തിന് പ്രത്യേകിച്ചൊരു മാറ്റവും സംഭവിക്കാത്ത പക്ഷം ആശാൻ എന്താണ് ഈ പ്രയോഗം കൊണ്ട് ഉദ്ദേശിച്ചിരിക്കുക? അവിടെയാണ് ആശാന്റെ ജീവിതവീക്ഷണത്തിന്റെ കാതൽ മനസ്സിലാവുക. ഭൂമിയിൽ എല്ലാം നശ്വരമാണ് എന്ന വിശ്വാസമാണത്. അടുത്ത രണ്ടുവരി അത് തെളിയിക്കുന്നു.

ധൃതിതടവുക,യാർന്നിടാം ശ്രുതേ,
ച്യുതിയിഹചണ്ടിലണഞ്ഞ പേയവും (1.67)

പതനത്തിന്റെ വ്യത്യസ്തരീതികളെക്കുറിച്ചാണ് കവി തന്റെ മിക്ക കാവ്യങ്ങളിലൂടെയും പറയുന്നത്. 'വീണപൂവിൽ തുടങ്ങി കരുണയിൽ അവസാനിച്ച പതനങ്ങളിലൂടെയുള്ള പ്രയാണമാണ് ആശാൻ കവിതകൾ' എന്ന ഗിരീഷി (2013:21)ന്റെ വിലയിരുത്തൽ ശ്രദ്ധേയമാകുന്നു.

പതനത്തിന്റെ ആഴം അല്ലെങ്കിൽ പരപ്പ് എത്ര കടുത്തതാണെന്നു വ്യക്തമാക്കാനാണ് പ്രത്യക്ഷത്തിൽ അത്ഭുതമെന്ന വികാരത്തെ സംവേദനം ചെയ്യുന്ന വ്യാക്ഷേപകങ്ങൾ കവി ധാരാളമായി പ്രയോഗിച്ചത്. അവയാകട്ടെ ആവർത്തനത്തിലൂടെ ഉറക്കെപ്പറയുകയും ഊന്നിപ്പറയുകയുമാണ് കവി ചെയ്യുന്നത്. വെറുമൊരു കഥ പറയലല്ല തന്റെ ലക്ഷ്യമെന്നും തന്റെ ജീവിതവീക്ഷണം ആവർത്തിച്ചുറപ്പിക്കേണ്ടതുണ്ടെന്നും അതിന് ശോകം, വേദന, നിരാശ, ദുഃഖം, ദൈന്യത തുടങ്ങി മനുഷ്യഹൃദയദ്രവീകരണശക്തിയുള്ള വികാര പ്രകടനങ്ങളിലൂടെ സാധിക്കുമെന്നും കവി കരുതിയിരിക്കണം.

മദനനെക്കുറിച്ചോർത്തുള്ള ലീലയുടെ ദുഃഖം,

അവിരളമഥ പെയ്തു കണ്ണുനീ-
രവൾ, കുലനായിക, പോക്കി നാളുകൾ,
അവിഹിതത മറച്ചു നിന്നു ഹാ!
യവനിക പോൽ പിതൃശോക സംഗതി (1.71)

സദാസമയവും കണ്ണുനീർ വാർത്തുകൊണ്ട് അവൾ ദിവസങ്ങൾ തള്ളിനീക്കി പിതൃദുഃഖമെന്ന മറകൊണ്ട് പ്രിയനെ ഓർത്തുള്ള ദുഃഖത്തെ മൂടി.

യഥാർത്ഥത്തിൽ ലീലയുടെ ദുഃഖമെന്താണോ അത് ലോകമറിഞ്ഞാൽ കുലനായികയായ അവൾക്കത് ചേരില്ല. തന്റെ നായിക സാഹചര്യങ്ങളുടെ ആനുകൂല്യം കൊണ്ട് കുലമര്യാദയെ ലംഘിക്കാത്തവളായിത്തീരുന്ന എന്ന അസാധാരണാവസ്ഥ- ഒരു ദുഃഖം ഒളിപ്പിക്കുകയും മറ്റൊരു ദുഃഖം തെളിച്ചപ്പെടുത്തുകയും ചെയ്യുന്ന- യെ അടയാളപ്പെടുത്തുന്ന ലക്ഷകമാകുന്ന 'ഹാ'!

പ്രിയതമനിലഥ പ്രവൃദ്ധമായ്
പ്രിയതയവൾക്കകതാരിലഞ്ജസാ
സ്വയമവനിലവൾ മൂലമല്ലി ഹാ!
നിയതമകന്നു ജനാവലോകനം (1.69)

പ്രിയതമനോടുള്ള അവളുടെ മനസ്സിലെ പ്രേമം വർധിച്ചു. കാരണം അവൾ മൂലമാണല്ലോ ജനങ്ങളുടെ കൺവെട്ടത്തു നിന്ന് അകന്ന് അവന് കാട്ടിലേക്ക് പോകേണ്ടി വന്നത്.

കാഴ്ച എന്ന ഇന്ദ്രിയസംവേദനമാണ് ഇവിടെ പ്രധാനം. ജനങ്ങളുടെ കാഴ്ചയെത്തുന്ന ദിക്കിൽ നിന്നെല്ലാം അകന്നു പോകേണ്ടി വരുക എന്നത് ദുസ്സഹമാണ്. അതിന് കാരണക്കാരി താനാവുകയും ചെയ്തല്ലോ എന്നോർത്തുള്ള വേദനയുടെയും കുറ്റബോധത്തിന്റെയും കാഠിന്യത്തെയാണ് 'ഹാ' വിനിമയം ചെയ്യുന്നത്.

അറികില്ലനുരാഗമേറെയാ-
ളറിവോർ തെറ്റിടു, മൊക്കെയൊക്കുകിൽ
നിറവേറുകയില്ല കാമിതം,
കുറയും ഹാ! സഖി, ഭാഗ്യശാലികൾ (2.8)

ശരിക്കുമുള്ള അനുരാഗം എന്താണെന്ന് അധികമാർക്കും അറിയില്ല, എല്ലാംശരിയായി അറിയുവാനിടയായാൽത്തന്നെ ചിലപ്പോൾ തെറ്റുപറ്റുകയും ചെയ്യും ആഗ്രഹങ്ങൾ പലതും നിറവേറപ്പെടാറില്ല. ലോകത്തിൽ ഭാഗ്യശാലികൾ എത്രയോ വിരളമാണ്.

'എന്തു പറയാനാണ്'' എന്നമട്ടിൽ ഹതഭാഗ്യത്തെയും നെടുവീർപ്പിനെയും ധ്വനിപ്പിക്കാൻ പോന്ന ലക്ഷകമാണിവിടെ'ഹാ!'

നിലനിൽക്കുവതെത്രകാല മു-
ജ്ജ്വലമാമീപ്രണയോഷ്ണരശ്മിയിൽ
വിലയോൻമുഖമായ തിങ്കളിൻ-
കലപോൽ ഹാ! സഖി തേഞ്ഞുതേഞ്ഞവൻ (2.30)

പ്രണയത്തിന്റെ ഉജ്ജ്വലരശ്മിയിൽ അവനിനി എത്രകാലം ജീവിക്കും. വിലയം പ്രാപിക്കുന്ന ചന്ദ്രക്കലപോലെ അവനും തേഞ്ഞു തീരുകയാണ്.

മദനന്റെ ഭൗതികാസ്തിത്വം നഷ്ടപ്പെട്ട് പ്രപഞ്ച ചൈതന്യത്തിലേക്ക് ലയിച്ചു തീരാൻ പോകുന്ന അവസ്ഥയെ കുറിക്കുന്ന സമ്മിശ്രവികാരത്തെ ധ്വനിപ്പിക്കുന്നു ഹാ!

അനഘനവനു ഹേമമഞ്ജരി, ഹാ!
മനതളിരിൽ പ്രിയരിങ്ങു രണ്ടുപേർ താൻ,
അനിതരസമഭൂതി പൂവിൽ നീയും,
വനിതകളിൽ ബത! ഭാഗ്യഹീന ഞാനും (3.19)

പരിശുദ്ധനായ മദനന് മനസ്സിൽ പ്രിയരായിട്ട് രണ്ടുപേരാണുള്ളത്. മറ്റൊന്നിനുമില്ലാത്ത സൗഭാഗ്യമുള്ള നീയും (ചമ്പകപൂവ്) വനിതകളിൽ ഏറ്റവും ഭാഗ്യഹീനയായ ഞാനുമാണത്.

മദനന് ഏറ്റവും പ്രിയപ്പെട്ട ചമ്പകപ്പൂവ് അവനെ സന്തുഷ്ടനാക്കുന്നതിന്റെ മനോഹാരിത വർധിപ്പിക്കാൻ ഹാ! എന്ന പ്രയോഗത്തിലൂടെ സാധിക്കുന്നു. ഭാഗ്യഹീനയായ ലീലയുടെ ദൈന്യഭാവത്തെ മുഴുവൻ ദ്യോതിപ്പിക്കാൻ സഹായിക്കുന്നുണ്ട് ബത! എന്ന പ്രയോഗം.

അതുവരെയഭിമാനമാർന്നു ഹാ! ഞാ-
നതുല, ഭവാനോടു തുല്യശീലയെന്നായ്
അഥകരുതിയമൂല്യരത്നമേ! യീ
ശ്ലഥമതിനിൻ ദയനീയ ഭൃത്യയെന്നായ് (3.39)

ഗുരുജനങ്ങളോടുള്ള ഭയമാകുന്ന കൂട്ടിലാകുന്നതുവരെ, അല്ലെങ്കിൽ മറ്റൊരാൾക്ക് വിവാഹം ചെയ്തുകൊടുക്കുന്നതു വരെ ഭവാനോട് തുല്യശീലയാണ് ഞാനെന്ന് അഭിമാനിച്ചിരുന്നു. എന്നാലിപ്പോൾ ചപലബുദ്ധിയായിത്തീർന്ന ഞാൻ അങ്ങയുടെ ഭൃത്യസ്ഥാനത്തേക്ക് തരം താഴ്ന്നിരിക്കുന്നു.

അതുല, എന്ന സംബോധന വളരെ പ്രാധാന്യമർഹിക്കുന്നു. അനിതരസാധാരണമായ പ്രണയത്തെ ഉള്ളിൽ പേറുന്ന അതുലനാണ് മദനൻ. മദനന്റെ ആ അതുലതയെ ധ്വനിപ്പിക്കാൻ പോന്നതാണ് 'ഹാ!'. ഒപ്പം, മാനസികഭാവം കൊണ്ട് മദനന് തുല്യയായിരുന്ന താൻ വ്യവസ്ഥാനുകൂലമായ കീഴ്‌വഴക്കങ്ങൾക്ക് അധീനയായി പ്രണയാവസ്ഥയുടെ തുല്യത നഷ്ടപ്പെട്ട് ദയനീയമായ അവസ്ഥയിലേക്ക് (ഭൃത്യസ്ഥാനത്തേക്ക്) അവമതിക്കപ്പെട്ടു എന്ന ലീലയുടെ തിരിച്ചറിവിനെ അഥവാ ആത്മബോധത്തെ ഹാ! എന്ന പ്രയോഗം ധ്വനിപ്പിക്കുന്നു. ആശാന്റെ വീക്ഷണപരമായ സവിശേഷതയാണിത്. വ്യവസ്ഥാനുകൂലമായ കീഴ് വഴക്കങ്ങൾ ദേശചര്യത്തിന് കീഴ്പ്പെടുന്ന മാനസികാവസ്ഥയോട് പൊരുത്തപ്പെടാൻ ആശാൻ എന്ന കവിക്ക് സാധിച്ചിരുന്നില്ല. 'യുവജനഹൃദയം സ്വതന്ത്രമാണവരുടെ

കാമ്യപരിഗ്രഹേച്ഛയിൽ' (2.21) എന്നാണ് കവിയുടെ പക്ഷം.

മദനജനകമഭീഷ്ടരൂപവും തൽ-
കദനവിമർദ്ദനമംഗസംഗവും ഹാ!
സദയമധുര വാക്കുമുള്ളിലാഴും
മദനനു മോഹമകന്ന പോലെ തോന്നി (3.61)

തനിക്കിഷ്ടപ്പെട്ട ലഹരി പിടിപ്പിക്കുന്ന രൂപവും അവളുടെ ദുഃഖത്തെ ഇല്ലാതാക്കുന്ന ആശ്ലേഷവും തന്റെ ഉള്ളിൽ ജീവനെ ഉണർത്തുന്ന മധുരവാക്കുകളുമെല്ലാം ചേർന്നപ്പോൾ മദനന് മോഹാലസ്യം അകന്നുപോയതുപോലെതോന്നി.

അത്ഭുതം, ആനന്ദം, ഉൻമേഷം, മനോഹാരിത തുടങ്ങിയ അനുകൂലവികാരങ്ങളുടെ മേളനത്തിന്റെ തീവ്രതയെ സങ്കൽപനം ചെയ്യുന്ന പ്രയോഗമാകുന്നു 'ഹാ!'

തരളഹൃദയകഷ്ട! മെത്ര ബാധം
പരവശയാമതു കണ്ടൊരാവരാംഗി
തിരിയെ മദനനെന്തിനോടി ? യെന്താം
പരിണതി ഹാ! വിധിവാമ്യമെന്തു ചെയ്വൂ (3.66)

എന്തിനാണ് മദനൻ തിരിച്ചോടിയത്, എന്തായിരിക്കാം സംഭവിക്കുക? വിധിയുടെ കുടിലത എന്തുചെയ്യും? എന്നൊക്കെ ദുഃഖിതയായ അവൾ ചിന്തിച്ചു.

വിധിയുടെ അനിശ്ചിതത്വത്തെയും അലംഘനീയതയെയും അടയാളപ്പെടുത്തുന്നു. കവിയുടെ വിധിബോധമാണിത്.

പ്രിയതകരകവിഞ്ഞു പാർത്തു വീണ്ടും
പ്രിയയുടെ മോഹനമോഹനം മുഖാബ്ജം;
സ്വയമലിവൊട്ടുമൊന്നവൻ മുകർന്നാൻ
ഭയമുളവായതുപോലെ ഹാ! വെടിഞ്ഞാൻ (3.62)

ഇഷ്ടം കരകവിഞ്ഞൊഴുകുന്ന തരത്തിൽ അവൻ തന്റെ പ്രിയപ്പെട്ടവളുടെ മനോഹരമുഖം കണ്ടു. സ്നേഹപൂർവ്വം അവളെയൊന്നു ചുംബിച്ചു. എന്നാൽ പെട്ടെന്നുതന്നെ ഭയന്നിട്ടെന്നപോലെ ചുംബനത്തിൽ നിന്നവൻ പിൻവാങ്ങി.

അപ്രതീക്ഷിതമായ നഷ്ടം, ആ നഷ്ടത്തിന്റെ തീവ്രത, വേർപാട് എന്നിവയെ സങ്കൽപനം ചെയ്യുന്നു.

ശരി, നിജചരിതത്താലീ ജഗൽസ്വപ്നഭീതൻ
നരനുമിഥുനമേ, ഹാ നൽകിയാശംസ നിങ്ങൾ;
തിരിയെയെവിടെ നാം കാണുന്ന ? തെൻധീയെയും ഹാ!
ധരയെയുമിത! തുല്യം മൂടിഗാഢാന്ധകാരം (3.80)

ശരി, നിന്റെ ചരിതം കൊണ്ട്, ലോകമാകുന്ന സ്വപ്നത്താൽ ഭയന്നു കഴിയുന്ന മനുഷ്യർക്കു നിങ്ങൾ ആശംസ നൽകിയിരിക്കുന്നു. തിരിച്ച് എവിടെയാണ് നാം കാണുന്നത്? എന്റെ ബോധത്തെയും ഈ ഭൂമിയെയും ഒരു പോലെ കൂരിരുട്ട് മൂടുന്നുവല്ലോ.

ആശംസയെ കൂടുതൽ തീവ്രമാക്കാൻ 'ഹാ!' എന്ന പ്രയോഗത്തിലൂടെ കഴിയുന്നു.

ആസക്താശയ കേണു മാധവി കിട -
ന്നേവം നിരാലംബയായ്;
ഭൂസംശ്ലേഷമിയന്നുറങ്ങി ശിശു പോൽ;
ജൃംഭിച്ചു മുമ്പിൽ തദാ
ഹാ! സിക്താംഗ, രതീവസുന്ദരർ, യുവ-
സ്ത്രീപുംസചിഹ്നം പരം
ഭാസിക്കും, പരിവേഷമാർന്ന വദന-
ശ്രീ പൂണ്ടു, രണ്ടാളുകൾ (3.81)

കരഞ്ഞുകൊണ്ട് ഒരു കുഞ്ഞിനെപ്പോലെ മാധവി ഭൂമിയെ പുണർന്നു കിടന്നു. അപ്പോൾ കുളികഴിഞ്ഞ് ശരീരശുദ്ധിയോടെ, അതീവ സുന്ദരരും യൗവനയുക്തരായ സ്ത്രീപുരുഷന്മാരുടെ അടയാളമെന്ന പോലെ ശോഭിക്കുന്നവരുമായ രണ്ടു പേർ ദൈവിക പരിവേഷത്തോടെ മാധവിയുടെ മുമ്പിൽ പ്രത്യക്ഷപ്പെട്ടു.

ദൈവികപരിവേഷത്തോടെ മുമ്പിൽ പ്രത്യക്ഷപ്പെട്ടവരെ കണ്ടപ്പോഴുണ്ടായ ആനന്ദവും അതിശയവും കലർന്ന മാനസിക ഭാവത്തെ അടയാളപ്പെടുത്തുന്നു 'ഹാ!' എന്ന വ്യാക്ഷേപകം.

കാഴ്ച എന്ന ഇന്ദ്രിയാനുഭവത്തിൽ നിന്ന് മായക്കാഴ്ചയുടെ തലത്തിലേക്ക് മാറിപ്പോകുന്ന അനുഭവം.

അഹോ!

'അഹോ!' എന്ന വ്യാക്ഷേപകം ലക്ഷകാത്മകമായിത്തീരുന്നതെങ്ങനെയെന്നാണ് താഴെ പറയുന്നത്.

പതിപിതൃകൃതനോർക്കിൽ യോജ്യനാം
കൃതമതിയാമവൾ - എന്തഹോ ഫലം!
ക്ഷിതിയിലൊരു പുമാന്റെയെന്നിയേ
സതികൾ പരന്റെ ഗുണങ്ങൾ കാണുമോ? (1.34)

ബുദ്ധിമതിയായ ലീലയ്ക്ക് അച്ഛൻ നൽകിയ ഭർത്താവ് അനുയോജ്യൻ തന്നെ. പക്ഷേ, അതുകൊണ്ടെന്തുകാര്യം? പതിവ്രതമാർ ഈ ഭൂമിയിൽ താനേറ്റവും ഇഷ്ടപ്പെടുന്നവന്റെയല്ലാതെ മറ്റൊരു പുരുഷന്റെ

ഗുണങ്ങൾ കാണുമോ? അച്ഛൻ മകൾക്കുവേണ്ടി കണ്ടെത്തിയ വരൻ, അനുയോജ്യനാണെന്നു വധുവൊഴിച്ച് മറ്റുള്ളവർക്കെല്ലാം തോന്നുന്നതിന്റെ നിരർത്ഥകതയെയും ഒപ്പം സ്ത്രീ മനസ്സിന്റെ (മനസ്വിമാർ മനസ്സ്) സ്ഥിരനിശ്ചയത്തിന്റെ ദൃഢതയേയും ദ്യോതിപ്പിക്കാൻ 'അഹോ!' എന്ന വ്യാക്ഷേപകം ശക്തമാണ്. ദേശചര്യത്തിൽനിന്ന് ഭിന്നമായ പ്രണയത്തെ സ്ഥാപിച്ചെടുക്കാനാണ് കവികർത്തൃത്വം നളിനി, ലീലാകാവ്യങ്ങളിൽ ശ്രമിക്കുന്നതെന്ന പവിത്ര (2002 : 264) ന്റെ നിരീക്ഷണം, ഇതിനെ സാധൂകരിക്കുന്നതാണ്.

ഭർത്താവ് മരിച്ചതിനുശേഷമുള്ള ലീലയുടെ അവസ്ഥയെക്കുറിച്ച് പറയുന്നു.

പലരിനിയശുഭങ്ങളോർത്തിടാം
പലരപവാദശരങ്ങൾ തൂകിടാം
ഹതയിവളിൽ- അഹോ! ഗുണത്തിനാം
പതിവനിതയ്ക്കനഭീഷ്ടനെങ്കിലും(1.43)

മരിച്ചവൾക്ക് തുല്യയായ തന്നോട് ഇനി പലരും അശുഭകരമായ രീതിയിൽ പെരുമാറാം, തന്റെ നേർക്ക് അപവാദശരങ്ങൾ ചൊരിയാം. ഇഷ്ടമില്ലാത്തവനാണെങ്കിലും സ്ത്രീയ്ക്ക് ഭർത്താവ് ഗുണത്തിനാണെന്നു കരുതണം.

സദാചാരപരമായി ഗുണം ചെയ്യുന്ന ഒരു മറയായി അല്ലെങ്കിൽ രക്ഷയായി അനഭീഷ്ടഭർത്താവിനെപോലും കാണാമെന്ന ജീവിതയാഥാർത്ഥ്യത്തിന്റെ നിജസ്ഥിതിയെ ദ്യോതിപ്പിക്കുവാൻ ശക്തമാണ് 'അഹോ!' എന്ന വ്യാക്ഷേപകം. ദേശചര്യം തന്നെയാണ് ഇതിന്റേയും സത്ത. പ്രണയമുണ്ടെങ്കിലും ഇല്ലെങ്കിലും ഇഷ്ടമുണ്ടെങ്കിലും ഇല്ലെങ്കിലും ഭർത്താവ് സത്രീയുടെ ഗുണത്തിനുതകുന്നതാണ് എന്ന കാഴ്ചപ്പാടാണ് സദാചാരവ്യവസ്ഥ പുലർത്തുന്നത്.

ഭർതൃഗൃഹത്തിൽ നിന്ന് സ്വന്തം വീട്ടിലെത്തിയ ലീല,

അഥ ശിബികയിറക്കി വാതിലിൽ,
ദ്രുതമവൾ നോക്കി ഗൃഹം ഗതോത്സവം
വ്യഥതടവി-യകത്തുനിന്നുടൻ
ഭൃതകരണഞ്ഞു - പിതാക്കളല്ലഹോ! (1.58)

വീടിന്റെ വാതിൽക്കൽ പല്ലക്കിൽ വന്നിറങ്ങിയ ലീല പെട്ടെന്നു തന്നെ വീട് ആനന്ദമകന്നതായി മനസ്സിലാക്കി. അവൾക്ക് ദുഃഖം തോന്നി. അകത്തു നിന്ന് അച്ഛനമ്മമാരല്ല ഭൃത്യരാണ് പുറത്തു വന്നത്.

ആരെ പ്രതീക്ഷിച്ചു വീട്ടിലെത്തിയോ അവരെ കാണാതെ വന്നപ്പോഴുണ്ടായ ദുഃഖത്തിന്റെ തീവ്രതയെ ധ്വനിപ്പിക്കുന്ന 'അഹോ!'

എന്ന പ്രയോഗം.

പ്രതിഹതികളകന്നഭീഷ്ടനാം
പതിയുടെ വേഴ്ചയിലാശ തേടവേ
ചതുരയിവളൊഴിഞ്ഞു ചൊല്ലുവാൻ
മുതിരുവതാരതു 'ലീല' യോടഹോ (1.63)

പ്രതിബന്ധങ്ങൾ ഇല്ലാതായിട്ട് ഇഷ്ടപ്പെട്ട പ്രിയനോട് കൂടിച്ചേരാൻ ആഗ്രഹിക്കുന്ന ഘട്ടത്തിൽ ലീലയോട് സമർത്ഥയായ തോഴി യഥാർത്ഥ അവസ്ഥ പറയാതെ ഒഴിഞ്ഞു മാറി. അല്ലെങ്കിൽ ആരാണ് ആ അവസ്ഥയിലുള്ള ലീലയോട് അത് പറയാൻ തയ്യാറാവുക.

മദനന്റെ യഥാർത്ഥ അവസ്ഥ ലീലയോട് പറഞ്ഞാലുണ്ടാകുന്ന ഭവിഷ്യത്ത് വളരെ കഷ്ടം തന്നെയായിരിക്കുമെന്ന ധ്വനിയും ഒപ്പം ലീലയുടെ സങ്കടകരമായ പ്രതികരണത്തെ നേരിട്ട് കാണുമ്പോലെയുള്ള വികാരത്തെയും സൂചിപ്പിക്കുന്നു. അത്തരമൊരു വികാരത്തിന്റെ ഫലമായി പെട്ടെന്ന് വന്നു പോകുന്നതാണ് 'അഹോ!' എന്ന ശബ്ദം. കാഴ്ചയുടെ പ്രതീതി മുൻകൂട്ടി വിഭാവനം ചെയ്യുമ്പോൾ ഉണ്ടാകുന്ന വികാരത്തെ ധ്വനിപ്പിക്കാൻ സഹായകമാകുന്നു അഹോ എന്ന പ്രയോഗം.സാധാരണ ജീവിതത്തിൽ ഇത്തരമൊരവസ്ഥയിൽ നമ്മുടെ പ്രതികരണം 'അഹോ' എന്നല്ല 'അയ്യോ!' എന്നോ മറ്റോ ആയിരിക്കും

ഉദാ : അമ്മ മരിച്ച വിവരം അവനെ നീയറിയിക്കുക എന്ന് പറയുമ്പോഴുണ്ടാകുന്ന ആദ്യത്തെ പ്രതികരണം 'അയ്യോ' എന്നായിരിക്കുമല്ലോ. കാവ്യഭാഷയിലെ 'അഹോ' പ്രയോഗത്തിന്റെ അതേ മൂല്യം തന്നെയാണ് ഇവിടെ 'അയ്യോ!' പ്രയോഗത്തിനുമുള്ളത്. വ്യാക്ഷേപകങ്ങളുടെ കൂട്ടത്തിലാണ് 'അയ്യോ!' എന്നതിനെ കേരളപാണിനി (1982:141) പെടുത്തിയിരിക്കുന്നത്. ലീലാകാവ്യത്തിലാണെങ്കിൽ ഒരിടത്തും 'അയ്യോ' എന്നൊരു പ്രയോഗവുമില്ല. അതുകൊണ്ട് അയ്യോ എന്നതിന് സമാനമായാണ് ആശാൻ ചില സന്ദർഭങ്ങളിലെങ്കിലും 'അഹോ' എന്ന് പ്രയോഗിച്ചിരിക്കുക എന്ന് കരുതാവുന്നതാണ്.

ഇടരിനവധിയെത്തുവാനഹോ
തുടരുകയായ് സ്ഥിരശീല പിന്നെയും
ഇടയിലിഹ മഹാനിപാതയാം
തടിനികണക്കെ തകർന്ന ജീവിതം (1.68)

ദുഃഖത്തിന് അവധി വരുത്തണമെന്നു കരുതി ലീല ജീവിതം തുടർന്നു. ഇടയിലിടയിലായി വലിയ താഴ്ചയിലേക്ക് പതിക്കുന്ന നദിപോലെ തകർന്നതാണ് അവളുടെ ജീവിതം.

ദുഃഖത്തിന് അറുതി വരുത്താനുള്ള ശ്രമകരമായ അവസ്ഥയുടെ തീവ്രത വർധിപ്പിക്കുന്ന 'അഹോ!' എന്ന പ്രയോഗം

കൊതിയസുലഭ വസ്തുവിങ്കലായ്
മതികെട്ടമാറിനിമാഴ്കമെത്ര നാൾ
വിദുഷിയിവൾ- അഹോ! നിനയ്ക്കുകിൽ
ഹൃദയികളിങ്ങനെ തന്നെ ധന്യരാം (1.73)

ലഭിക്കാൻ ബുദ്ധിമുട്ടുള്ള ഒരു വസ്തുവിലാണ് കൊതിയെങ്കിൽ ബുദ്ധി നശിക്കുന്നതരത്തിൽ എത്രനാൾ ദുഃഖിച്ചുകൊണ്ടിരിക്കും. ഇവൾ ബുദ്ധിമതിയാണ്. ശ്രേഷ്ഠ മനസ്സോടുകൂടിയവർ ഇങ്ങനെത്തന്നെ കാത്തിരുന്ന കാലം കഴിച്ച് ധന്യരാകും.

വിദുഷികളുടെ മനസ്സ് ഇളക്കമില്ലാത്തതാണ്. ദുഃഖമാണെങ്കിലും ചാഞ്ചല്യമില്ലാതെ അവർ അതിൽത്തന്നെ ഉറച്ചിരിക്കും. ദുഃഖം കലർന്ന ആ നിശ്ചയദാർഢ്യത്തിന്റെ തീവ്രത അപാരം തന്നെയെന്ന് താത്പര്യം.

മദനനെ അന്വേഷിച്ച തിരിച്ചെത്തിയ മാധവിയോട് ലീല ചോദിക്കുന്നത്,

'പറകെൻ പ്രിയതോഴി' യെന്നഹോ!
മുറയായാളുടെനൽപഭാഷിണി,
'പറയാം സഖി'യെന്നുരച്ച പൂൽ-
ത്തറയിൽ താങ്ങിയിരുത്തി മാധവി (2.6)

മദനനെക്കുറിച്ചുള്ള വാർത്തയറിയാനുള്ള തിടുക്കത്തെ ദ്യോതിപ്പിക്കുന്ന 'അഹോ!'

സഖിചൊൽവതിനുള്ളിലാ പ്രിയോ-
ന്മുഖി ചോദിച്ചിതു പാരമാർത്തിയാൽ:
'അയിതോഴിയസൗഖ്യമെന്തഹോ!
ദയിതന്നെന്തു തടസ്ഥയായി നീ? (2.10)

മദനനെക്കുറിച്ചറിയാൻ ആകാംക്ഷയോടെ നിൽക്കുന്ന ലീലയോട് മാധവി മനുഷ്യാവസ്ഥയെക്കുറിച്ച് പറഞ്ഞുകൊണ്ടിരുന്നപ്പോൾ പ്രിയനെക്കുറിച്ച് ഉത്കണ്ഠയോടെ ലീല ചോദിച്ച 'അല്ലയോ തോഴി അസുഖകരമായിട്ട് എന്താണുള്ളത്? മദനനെക്കുറിച്ച് പറയാൻ നിനക്കെന്താണ് താൽപര്യമില്ലാത്തത്?

അരുതാത്തതെന്തോ ഉണ്ടെന്ന ആശങ്കയെക്കുറിക്കുന്ന പ്രയോഗം.

ഇടറുന്നിതു കണ്ഠമസ്സഖി-
ക്കുടനാശിക്ഷിതചിത്തമാരഹോ!

തുടരുന്നിതു ചൊൽക, കേൾക്കയും
സ്ഫുടമന്യേന്യമറിഞ്ഞുമാർത്തികൾ (2.23)

വേടനാരിമാർ മദനനെ കണ്ടവിവരം മാധവിയോട് പറഞ്ഞതിനെക്കുറിച്ച് മാധവി ലീലയോട് വിശദീകരിക്കുന്നതാണ് സന്ദർഭം. പരിശീലനത്താൽ മനസ്സിനെ നിയന്ത്രിക്കാനുള്ള കഴിവ് നേടിയവർക്ക്പോലും കണ്ഠമിടറിപ്പോകും. പരസ്പരം ദുഃഖം തിരിച്ചറിഞ്ഞുകൊണ്ട് മാധവി പറയുകയും ലീല കേൾക്കുകയും ചെയ്തു. പരിശീലനം കൊണ്ട് മനസ്സിനെ നിയന്ത്രിക്കുവാൻ കഴിയുന്നവരെപോലും തീവ്രദുഃഖം ഉലയ്ക്കാതിരിക്കില്ല എന്ന് സൂചിപ്പിക്കുന്ന 'അഹോ!' എന്ന പ്രയോഗം

രതിനിത്യമൊരാൾക്കൊരാളിലായ്
സ്ഥിതി ചെയ്കിൽ സഖീ, പെണ്ണിനാണിനും
അതിലും വലുതില്ലഹോ! വ്രതം,
ധൃതിമാ, നെന്തൊരു ധന്യനെൻ പ്രിയൻ(2.38)

ആണിന് പെണ്ണിനോടോ പെണ്ണിന് ആണിനോടോ ഉള്ള പ്രണയം എന്നെന്നും നിലനിൽക്കുകയാണെങ്കിൽ അതിലും വലുതല്ല മറ്റൊരു വ്രതവും. ധൈര്യശാലിയായ എന്റെ പ്രിയൻ ധന്യൻ തന്നെ.

പ്രേമത്തിന്റെ മഹിമയ്ക്ക് ഊന്നൽ നൽകുന്ന പ്രയോഗമാണിവിടെ 'അഹോ!'

ഇതിപിന്നെയുമിദ്ധരാഗയാ-
ളധികോൽക്കണ്ഠമഹോ! ത്വരിക്കവേ,
മതിശാലിനി വാച്യഭീതിയാൽ
ക്രുധയാർന്നി,ങ്ങനെയോതിനാൾ സഖി (2.46)

ജ്വലിക്കുന്ന അനുരാഗത്തോടുകൂടി ഉത്കണ്ഠയോടെ ബുദ്ധിമതിയായ അവൾ അപവാദഭയത്താൻ ക്രുദ്ധയായി പറഞ്ഞു.

ഉള്ളിൽനിന്ന് തള്ളി വരുന്ന തീവ്രമായ ത്വരയുടെ തീക്ഷ്ണതയെ സങ്കൽപനം ചെയ്യുന്ന 'അഹോ!' എന്ന വ്യാക്ഷേപകം.

'വിഹിതാവിഹിതങ്ങളോർത്തയേ
മഹിതം സ്നേഹമഹോ! മറക്കൊലാ;
ഇഹധർമ്മ രഹസ്യമന്തരാ
നിഹിതം, നിത്യവിഭിന്നമാം നയം (2.56)

വിഹിതവും അവിഹിതവും ഓർത്തിട്ട് മഹത്തായ സ്നേഹത്തെ എങ്ങനെ മറക്കും? ഇവിടെ ധർമത്തിന്റെ രഹസ്യം ഉള്ളിൽ നിക്ഷിപ്തമാണ്. (ദിവ്യമായ സ്നേഹം ഉള്ളിലാണുള്ളത്) എന്നാൽ നയമെന്നത് നിത്യം മാറിക്കൊണ്ടിരിക്കും. അതിനനുസരിച്ച് മാറാനുള്ളതല്ല പ്രണയം.

യഥാർത്ഥ പ്രണയത്തിന്റെ ധർമരഹസ്യം വിഹിതങ്ങൾക്കും അവിഹിതങ്ങൾക്കും അകത്തുവെച്ച് വ്യാഖ്യാനിക്കപ്പെടേണ്ടതോ വിലമതിക്കപ്പെടേണ്ടതോ അല്ല. മഹത്തായ പ്രേമത്തെ അളക്കാൻ സദാചാരമൂല്യങ്ങൾക്ക് സാധ്യമല്ല. അതുകൊണ്ടാണ് കവി പറയുന്നത്, ചെയ്യാൻ പാട്ടുള്ളതും അല്ലാത്തതും ഓർത്തിട്ട് മഹത്തായ സ്നേഹത്തെ മറക്കരുതെന്ന്. അങ്ങനെ മറക്കുന്നത് അങ്ങേയറ്റം കഷ്ടമാണ് എന്നാണ് 'അഹോ!' എന്ന പ്രയോഗം ധ്വനിപ്പിക്കുന്നത്.

മരണം ഭയസീമയെന്നയേ,
കരുതും ജീവികളിങ്ങനാരതം;
വിരഹാർത്തിയിവൾക്കഹോ! ഭയ-
ങ്കരമായ്ത്തീർന്നു ധരിക്ക ജീവിതം (2.61)

ജീവികളെല്ലാം ഭയത്തിന്റെ പരമകാഷ്ഠയായി കാണുന്നത് മരണത്തെയാണ്. തന്നെ സംബന്ധിച്ചിടത്തോളം വിരഹാർത്തമായ ജീവിതമാണ് ഭയങ്കരം.

ഇവിടെ 'അഹോ!,' സഹിക്കാനാവാത്തത് എന്ന് സങ്കൽപനം ചെയ്യുന്ന ലക്ഷകമാവുന്നു.

സ്ഥിരചേതനകൾക്കഹോ! പര-
സ്പരമേല്പം സമവായ വൈഭവം
പരനിങ്ങറികില്ല; പണ്ഡിതേ,
കരുതായ്കായതു മോഹമെന്നു നീ (2.66)

നിശ്ചയദാർഢ്യമുള്ള മനസ്സുള്ളവർക്ക് പരസ്പരം പുലർത്തുന്ന ചേർച്ച ഒരു വൈഭവമാണ്. അതുതന്നെയാണ് അവരുടെ മേന്മയും. അന്യർക്കത് മനസ്സിലാക്കാനാവില്ല. അല്ലയോ പണ്ഡിതേ, അതൊരു ഭ്രമമാണെന്ന് നീ കരുതരുത് എന്ന് ലീല മാധവിയെ നോക്കി പറഞ്ഞു. നിശ്ചയദാർഢ്യമുള്ള മനസ്സുള്ളവരുടെ മാനസികവൃത്തിയുടെ ദൃഢതയെ ധ്വനിപ്പിക്കാൻ കഴിയുന്ന പ്രയോഗം.

ത്വരിതമുദിത ബോധയായ് തിരിഞ്ഞ-
ങ്ങരികിലഹോ! സതിരൂപമൊന്നു കണ്ടാൾ;
പരവശത പിണഞ്ഞൊരംഗമോട്ടും
വിരവിലതിന്നടികൂപ്പിനാളെണീറ്റാൾ (3.55)

പെട്ടെന്ന് ബോധമുള്ളവളായി മാറിയ ലീല തൊട്ടരികിലായ് മദനനെ ഒരു നോട്ടം കണ്ടു. അങ്ങേയറ്റം പരവശമായ ശരീരത്തോടെയാണ് അവനെ കണ്ടത്. അപ്പോൾ മോഹാലസ്യം വെടിഞ്ഞ് കൈകൂപ്പി അവൾ എഴുന്നേറ്റു.

മദനനെ തൊട്ടരികിൽ കണ്ടപ്പോഴുണ്ടായ അതിശയമെന്ന

മാനസികഭാവത്തെ ധ്വനിപ്പിക്കുന്ന, കാഴ്ച എന്ന ഇന്ദ്രിയ സംവേദനത്തിലൂടെ ലഭിച്ച ഉണർവ്വ്.

'അയിസഖി,യയി സോദരീ യഹോ, നിൻ-
ക്രിയയതി നിഷ്ഠുര-മെന്ന നീ വെടിഞ്ഞു,
പ്രിയയെയനുഗമിച്ച ധന്യയായ് നീ
സ്വയമഥവാ-വിധിയിന്നു തൃപ്തനായി! (3.76)

അല്ലയോ സഖീ, അല്ലയോ സോദരീ, നിന്റെ പ്രവൃത്തി വളരെ ക്രൂരമായിപ്പോയി. എന്നെ ഉപേക്ഷിച്ച്, നീ പ്രിയപ്പെട്ടവനെ അനുഗമിച്ചല്ലോ, നിയിന്ന് സ്വയം ധന്യയായിരിക്കുന്നു അഥവാ വിധി ഇന്ന് തൃപ്തനായിരിക്കുന്നു.

മാധവിയാണിവിടെ വക്താവ്. ലീലയുടെ പ്രവൃത്തി അസഹനീയമായിപ്പോയി എന്ന് ഉറപ്പിക്കാൻ സഹായിക്കുന്ന 'അഹോ!' എന്ന വ്യാക്ഷേപകം. ഒപ്പം താൻ എന്നന്നേക്കുമായി ഒറ്റപ്പെട്ടുപോയല്ലോ എന്ന മാധവിയുടെ സങ്കടത്തേയും ദ്യോതിപ്പിക്കുന്നു.

അഥ സകലം നിനയ്ക്കുകിലുമാടൽ വഹി, ച്ചടവീ-
പഥമവൾവിട്ടുപോയി; ജവമാരുജനീങ്ങുവതോ?
കഥയനയാതരോടിവൾപറഞ്ഞുകരഞ്ഞുപരം
വ്യഥയൊടഹോ! മടങ്ങിയവർ, തങ്ങിയൊരേടമവൾ (3.84)

മാധവി ദുഃഖം ഉള്ളിൽപ്പേറി വനത്തിൽ നിന്ന് പിൻവാങ്ങി. പെട്ടെന്ന് മാറുന്നതല്ലല്ലോ അവളുടെ ദുഃഖം. തന്നെ അനുഗമിച്ചവരോടെല്ലാം അവൾ ലീലയുടെ കഥ പറഞ്ഞു. എല്ലാവരും ഓരോ വഴിക്ക് മടങ്ങി. അവൾ മാത്രം അവിടെയൊരിടത്ത് തങ്ങി.

മാധവിയുടെ ദുഃഖം, വേദന, സങ്കടം എന്നിവയെല്ലാം കവി അടയാളപ്പെടുത്തുന്നു.

കഥപറച്ചിൽ, കഥകേൾക്കൽ ഇങ്ങനെ രണ്ട് ഇന്ദ്രിയസംവേദനത്തിലൂടെ- കാഴ്ചയിലൂടെയും കേൾവിയിലൂടെയും-വൈകാരികതീവ്രത ജനിപ്പിക്കാനും പകരാനും കഴിയുന്നു. നേരനുഭവമാണ് ഇവിടെ കഥപറച്ചിലായി തീർന്നത് എന്നതുകൊണ്ട് കാഴ്ചയായി അതിനെ പരിഗണിക്കാവുന്നതാണ്.

അഹഹ!

മറ്റു വ്യാക്ഷേപകങ്ങളെപ്പോലെത്തന്നെ വ്യത്യസ്തവികാരങ്ങളെ സങ്കൽപനം ചെയ്യാൻ കഴിവുള്ള ലക്ഷകമാണ് 'അഹഹ!' എന്ന വ്യാക്ഷേപകവും. അവ ഏതെല്ലാമാണെന്നാണ് താഴെ പറയുന്നത്.

ക്ഷിതിയിലഹഹ! മർത്ത്യജീവിതം
പ്രതിജനഭിന്ന വിചിത്രമാർഗ്ഗമാം
പ്രതിനവരസമാമതോർക്കുകിൽ
കൃതികൾ മനുഷ്യകഥാനുഗായികൾ(1.5)

പരസ്പരഭിന്നമായ മാർഗ്ഗത്തിലൂടെ നയിക്കപ്പെടുന്നതും നവരസാനുഭൂതിയോടുകൂടിയതുമാണ് ഭൂമിയിലെ ഓരോ ജീവിതവും.

ഓരോരുത്തർക്കും ഭിന്നവും വിചിത്രവുമായ മാർഗ്ഗത്തിലുള്ളതാണല്ലോ ജീവിതമെന്ന പ്രതിഭാസം. അതിനോട് കവി പുലർത്തുന്നത് വിസ്മയവും ആദരവുമാണ്. ഇത്തരമൊരു മാനസികാവസ്ഥയെ സങ്കൽപനം ചെയ്യുന്ന ലക്ഷകമായി നിൽക്കുന്നു 'അഹഹ!'

ദുഹിതൃപരിണയോത്സവം യഥാ-
വിഹിതമൊരുക്കി വഴിക്കു വർത്തകൻ
അഹഹ! പിതൃനിയോഗഭിന്ന, ദു-
സ്സഹമഴലപ്പൊഴറിഞ്ഞു ബാലിക(1.23)

അച്ഛനോടൊപ്പം ലോകം കാണാൻ യാത്രതിരിച്ച ലീലയുടെ വിവാഹം വഴിക്കു വെച്ചു തന്നെ വർത്തകൻ വിധിയാംവണ്ണം നടത്തി. പിതാവിന്റെ നിയോഗത്താൽ, അസഹനീയമായ ദുഃഖമെന്താണെന്ന് അവൾ ആദ്യമായറിഞ്ഞു. ആദ്യമായി ദുഃഖമെന്താണെന്നറിയുന്ന ലീലയുടെ ദുഃഖത്തിന്റെ തീവ്രതയെ അടയാളപ്പെടുത്തുന്നു അഹഹ!.

ഒട്ടവിലഹഹ! ബന്ധുരോദനം
നടുവിലശങ്കമവന്റെയായുടൽ
ചടുലശിഖിയിൽ നിർദ്ദയോദ്യമൻ
ഝടിതിദഹിച്ചു ചിതാഹുതാശനൻ(1.40)

ബന്ധുക്കളുടെ വിലാപങ്ങൾക്കിടയിൽ ലീലയുടെ ഭർത്താവിന്റെ ഉടൽ യാതൊരു ദയയുമില്ലാത്ത ചിതാഗ്നി ദഹിപ്പിച്ചു.

ബന്ധുക്കളുടെ വിലാപത്തിന്റെ ആഴം ദുഃഖം, അകാലചരമമേൽപിച്ച ആഘാതം, എന്നിവയുടെ കട്ടപ്പം എത്ര കനത്തതാണെന്ന് അടയാളപ്പെടുത്തുന്ന ലക്ഷകമാകുന്നു അഹഹ!

ഭിദുര,മഹഹ! പൂർവ്വവിസ്മൃതിക്കീ
മൃദുതരവായുതരംഗരംഗലോലം,
ഹൃതഹൃദയ,മഹോവരുന്നു തോഴീ
ഹിതകരമീവഴിഹേമപുഷ്പഗന്ധം (3.6)

പൂർവ്വകാലത്തെക്കുറിച്ചുള്ള മറവിയെ ഭേദിക്കുന്നതാണ് ഇളം കാറ്റിന്റെ തിരകൾ കൊണ്ട് ലോലമായിട്ടുള്ള ഈ അന്തരീക്ഷം. ഹൃദയം കവർന്നുകൊണ്ടാണ് അല്ലയോ തോഴീ, ഇഷ്ടപ്പെട്ട ഈ

വഴിയിൽ ചെമ്പകപ്പൂവിന്റെ ഗന്ധം വരുന്നത്.

അഹഹ! എന്നും അഹോ! എന്നുമുള്ള രണ്ട് വ്യാക്ഷേപകങ്ങ ളാണ് ഈ ശ്ലോകത്തിൽ ഉള്ളത്. ലീലയുടെ മനസ്സിലേക്ക് വരുന്ന ഉന്മേഷഭാവത്തിന്റെ ഉണർവ്വിനെ രേഖപ്പെടുത്തുന്ന 'അഹഹ!' എന്ന പ്രയോഗം. ചമ്പകപൂമണമെന്ന അത്ഭുതപ്പെടുത്തുന്ന അനുഭവത്തിന്റെ ആഹ്ലാദം ഇരട്ടിയാക്കുന്ന അഹോ! എന്ന പ്രയോഗം. ഓർമ എന്ന ധൈഷണികവൃത്തിയിലൂടെ പൂർവ്വകാല അന്തരീക്ഷത്തെ വിനിമയം ചെയ്യുന്ന ചമ്പകപൂവിന്റെ ഗന്ധമുള്ള വഴികൾ.

അഹഹ! രമണ, സാർത്ഥമിസ്സമത്തിൽ
സഹജരസംഭവദീയരാഗയോഗം;
മഹദഭിമതമിങ്ങു ശീലമോരാൻ
സഹചരരേക നിദർശനം മഹാത്മൻ (3.21)

അല്ലയോ പ്രിയപ്പെട്ടവനേ, ഈ പൂവിലുള്ള അങ്ങയുടെ സ്നേഹബ ന്ധം അർത്ഥവത്തും സ്വാഭാവികവുമാണ്. മഹത്തുക്കളുടെ താത്പര്യം മനസ്സിലാക്കാൻ ഒപ്പം നടക്കുന്നവർക്കേ കഴിയൂ.

എത്ര മഹനീയനാണ് തന്റെ പ്രിയൻ എന്ന തിരിച്ചറിവ്. ആ തിരിച്ചറിവ് നൽകുന്ന ആഹ്ലാദത്തിന്റെ ആഴത്തെയും പരപ്പിനെയും ധ്വനിപ്പിക്കാൻ പോന്ന പ്രയോഗമാണ് 'അഹഹ!'

'പ്രിയഖഗ, കരമായ കൂട്ട ഭാഗ്യ-
ക്ഷയമതിൽ വിട്ടു പറന്നു പോകിലാം നീ;
സ്വയമഹഹ! ദുരന്തരാഗപാശം
പ്രിയവിടുകില്ലിവളെ'ന്നു പിന്തുടർന്നാൾ (3.64)

പ്രിയപ്പെട്ട പക്ഷീ, കൈവന്ന കൂട് ഭാഗ്യദോഷം കൊണ്ട് കൈവിട്ടു പോകാം. അവസാനമില്ലാത്ത പ്രണയപാശം കൊണ്ട് ബന്ധിപ്പിക്ക പ്പെട്ടവളായ ഞാൻ നിന്നെ വിടുകയില്ല എന്നു പറഞ്ഞവൾ അവനെ പിൻതുടർന്നു.

സ്വയമുണ്ടാക്കിയ ബന്ധനത്തെക്കുറിച്ചുള്ള സംതൃപ്തിയെയും പ്രണ യബന്ധത്തിന്റെ അപൂർവ്വതയെയും സങ്കൽപനം ചെയ്യുന്ന 'അഹഹ!' എന്ന പ്രയോഗം.

ബത!

ലക്ഷകപദവി വഹിച്ച് വികാരങ്ങളെ വിനിമയം ചെയ്യാൻ ശേഷിയുള്ള പ്രയോഗമാണ് 'ബത!' അവയെക്കുറിച്ചാണ് ഇനി പറയുന്നത്.

ബത! ബഹുതരഭാഗ്യമഗ്നയാം
സുത! ഹത ദൈവ,യിവണ്ണമായിതേ!

ഹിതജനക, ഭവാനെഹേതുവായ്
സ്ഥിതിയിതിനോർപ്പതു, മോർത്തുമില്ലിവൾ (1.53)

വിവിധ തരത്തിലുള്ള ഭാഗ്യങ്ങളിൽ മുഴുകിക്കഴിഞ്ഞിരുന്ന ലീല ഈ അവസ്ഥയിൽ ഭാഗ്യം കെട്ടവളായിപ്പോയല്ലോ. പ്രിയപ്പെട്ട അച്ഛൻ കാരണമാണ് തനിക്ക് ഈ സ്ഥിതി വന്നു ചേർന്നതെന്ന് ഇവൾ കരുതുന്നില്ല. എല്ലാംവിധികൽപിതമാണ്.

കഷ്ടം! എന്ന അർത്ഥത്തിലാണ് ബത! എന്ന പ്രയോഗം. പ്രതാപൈശ്വര്യങ്ങളുടെ സമ്പന്നതയിൽ കഴിഞ്ഞിരുന്ന ഒരാളുടെ പതനം കാഴ്ചക്കാരിൽ കഷ്ടം! എന്നൊരു ആത്മഗതം ഉയർത്തും. ആ അവസ്ഥയെയും പതനത്തിന്റെ ദയനീയതയെയും ഈ പദം അടയാളപ്പെടുത്തുന്നു.

അരിയ മകളെ വിട്ടു വർത്തകൻ
തിരിയെ നിജാലയമെത്തിയോരു നാൾ
ചരിതമവനറിഞ്ഞു, പിന്നെയാ-
പ്പുരിയവനെബ്ബത കണ്ടതില്ല പോൽ (1.65)

മകളെ വിവഹം കഴിച്ചയച്ച് തിരികെ വീട്ടിലെത്തിയ വർത്തകനിൽനിന്ന് വിവരങ്ങളെല്ലാം മനസ്സിലാക്കിയ മദനൻ ആ നാടു വിട്ടു.

പട്ടണം പിന്നെ അവനെ കണ്ടിട്ടില്ലെന്ന് വ്യംഗ്യഭംഗിയോടെയാണ് പറഞ്ഞിരിക്കുന്നത്. ഒരു പിൻമടക്കത്തിന് സാധ്യതയില്ലാത്ത പോക്കിന്റെ തീവ്രതയാണ് 'ബത!' എന്ന പ്രയോഗംകൊണ്ട് സാധിച്ചിരിക്കുന്നത്. കാമുകിയില്ലാത്ത പട്ടണം തന്റേതല്ലെന്ന ബോധത്തിൽ നിന്നുണ്ടാകുന്ന ധാരണ. ആ ധാരണയുടെ ഭാഷാപ്രയോഗമാണ് 'പിന്നെയാപ്പുരിയവനെബ്ബത! കണ്ടതില്ല പോൽ' എന്നത്. ഭാഷ മനുഷ്യന്റെ നേരിട്ടുള്ള മാനസിക പ്രക്രിയയെ പ്രതിഫലിപ്പിക്കുന്നു.

ഇവർ കണ്ടൊരു രണ്ടു കൊല്ലമാം,
സവിധത്തിൽ സഖി,യന്നു സുന്ദരൻ,
അവശൻബത! 'ലീല' 'ലീല' യെ-
ന്നവിടെപ്പാടി നടന്നുപോലവൻ (2.21)

രണ്ടു വർഷം മുമ്പ് വേടനാരിമാർ മദനനെ കണ്ടിരുന്നു. അന്നവൻ സുന്ദരനായിരുന്നു. സുന്ദരനെങ്കിലും അവശനായ അവൻ ലീല, ലീല എന്ന് പാടിനടക്കുകയായിരുന്നു,

മദനന്റെ അവശതയുടെ തീവ്രതയെ കഷ്ടം! എന്ന ഭാവത്തോടെ ധ്വനിപ്പിക്കുന്നു ബത! എന്ന പ്രയോഗം.

അവശനായ മദനന്റെ അലച്ചിലിന്റെ ദൃശ്യം ശ്രോതാക്കളുടെ കണ്ണുകൾക്ക് പ്രത്യക്ഷമാകുന്ന രീതിയിൽ ആവിഷ്കരിച്ചിരിക്കുന്നു. കാഴ്ച എന്ന ഇന്ദ്രിയസംവേദനത്തിലേക്ക് കൊണ്ട് പോവാൻ കഴിയുന്ന വർണ്ണന.

'അതിനാൽ സഖീ', എന്നു ചൊല്ലവേ
ശ്രുതി രണ്ടും ബത! പൊത്തിയാതുര,
'മതി, കാന്തഗുണാവമാനിനീ,
മതി' യെന്നാശു തടുത്തിതോതിനാൾ (2.36)

മദനനെ ലഭിക്കാൻ പ്രയാസമാണെന്നു പറഞ്ഞതിനു ശേഷം മാധവി, 'അതിനാൽ സഖി...' എന്ന് അർധോക്തിയായപ്പോഴേക്കും തന്റെ കാന്തന്റെ ഗുണങ്ങളെ അപമാനിക്കുന്നത് മതിയെന്ന് ലീല രണ്ടു കാതും പൊത്തിക്കൊണ്ടു പറഞ്ഞു.

'എനിക്കിനി ഒന്നും കേൾക്കേണ്ടതില്ല' എന്ന ഭാവത്തിൽ ഉടനടിയുള്ള പ്രതികരണത്തെ സൂചിപ്പിക്കാൻ 'ബത!' എന്ന പ്രയോഗത്തിന് കഴിയുന്നു,

'ഇത വെള്ളിയുദിച്ചു; വാടിയിൽ
ബത! കൂവാൻ തുനിയുന്നു പക്ഷികൾ;
സ്ഥിതി രാവിനു മാറിടുന്നമു-
മ്പതിദൂരം സഖി, പോകപോക നാം (2.45)

സൂര്യനുദിച്ചു, പക്ഷികൾ പാടാൻ തുടങ്ങി. രാത്രിയാകുന്നതിനു മുമ്പ് അതിദൂരം പോകേണ്ടതുണ്ടെന്ന് ലീല.

അന്തരീക്ഷ സ്ഥിതിയെക്കുറിച്ചുള്ള അറിയിപ്പിനൊപ്പംനിന്ന് കാവ്യഭംഗി വർധിപ്പിക്കുകയും ചെയ്യുന്നു 'ബത!' പ്രയോഗം.

അനഘനവനു ഹേമമഞ്ജരീ,ഹാ!
മനതളിരിൽ പ്രിയരിങ്ങു രണ്ടുപേർ താൻ;
അനിതരസമഭൂതി പൂവിൽ നീയും,
വനിതകളിൽ ബത! ഭാഗ്യഹീന ഞാനും (3.19)

പരിശുദ്ധനായ മദനന് മനസ്സിൽ പ്രിയരായിട്ട് രണ്ടു പേരാണുള്ളത്. മറ്റൊന്നിനുമില്ലാത്ത സൗഭാഗ്യമുള്ള നീയും (ചമ്പകപൂവ്) വനിതകളിൽ ഏറ്റവും ഭാഗ്യഹീനയായ ഞാനുമാണത്.

ഭാഗ്യഹീനയായ ലീലയുടെ ദൈന്യഭാവത്തെ മുഴുവൻ ദ്യോതിപ്പിക്കാൻ കഴിയുന്ന പ്രയോഗമാണ് 'ബത!'

ഹന്ത!

ലക്ഷകാത്മകമായി മാറുന്ന 'ഹന്ത!' പ്രയോഗത്തെക്കുറിച്ചാണിനി വിവരിക്കുന്നത്.

ഭർത്താവിന്റെ മരണത്തിനു തൊട്ടുമുമ്പുള്ള ലീലയുടെ അവസ്ഥയെക്കുറിച്ച്,

'പിണയുമിനി വിപ,ത്തശക്തയീ
പ്രണയിനി' യെന്നഥ ഹന്ത! കാട്ടിനാൻ
ക്ഷണമകരുണമന്യവൈഭവം
ഗുണപരിണാമ പരീക്ഷകൻ വിധി (1.37)

ദുർബലയായ ഈ പ്രണയിനിക്ക് ആപത്ത് വന്നുചേരുമെന്ന് കാണിച്ച വിധി പെട്ടെന്നുതന്നെ, ഗുണപരിണാമ പരീക്ഷകനായി ഒട്ടും കാരുണ്യമില്ലാതെ മറ്റൊരു വൈഭവത്തെക്കൂടി അവളോട് കാണിച്ചു (ലീലയുടെ ഭർത്താവിന്റെ മരണത്തിലേക്കുള്ള സൂചന)

ഹന്ത! എന്ന പ്രയോഗം 'കഷ്ടം' എന്ന അർത്ഥത്തെയും വിധിവൈപരീത്യത്തിന്റെ അലംഘനീയതയെയും ദ്യോതിപ്പിക്കുന്നു.

* സംസ്കൃത പണ്ഡിതനും കവിയുമായിരുന്ന ഉദ്ദണ്ഡശാസ്ത്രികൾക്ക് സ്വതവേ ഭാഷാകവികളോട് പുച്ഛമായിരുന്നു. എന്നാൽ പുനത്തിന്റെ ഒറ്റശ്ലോകത്തിലെ 'ഹന്ത!' പ്രയോഗം1 കേട്ട് ഉദ്ദണ്ഡശാസ്ത്രികൾ അത്ഭുതസ്തിമിതനായിപ്പോയി. ഹന്ത പ്രയോഗത്തിന്റെ ലക്ഷകധർമ്മമാണ് ശാസ്ത്രികളെ അത്തരമൊരവസ്ഥയിലെത്തിലെത്തിച്ചത്.

---

* : പ്രാചീന മലയാളകവിയും കോഴിക്കോട് മാനവിക്രമസാമൂതിരിയുടെ വിദ്വൽ സദസ്സിലെ അംഗവുമായിരുന്ന പുനം നമ്പൂതിരിയുടെ

താരിൽതന്വീകടാക്ഷാഞ്ചലമധുപകുലാ-
രാമ! രാമാജനാനാം
നീരിൽത്താർബ്ബാണ! വൈരാകരനികരതമോ-
മണ്ഡലീചണ്ഡഭാനോ
നേരെത്താതോരു നീയാം തൊട്ടകുറികളകാ
യ്യെന്നുമേഷാകളിക്കും
നേരത്തിന്നിപ്പുറം വിക്രമ നൃവര! ധരാ
ഹന്ത! കൽപാന്തതോയേ.

എന്ന ഒറ്റശ്ലോകം കേട്ടിട്ട് ഉദ്ദണ്ഡശാസ്ത്രികൾ 'അന്ത ഹന്തയ്ക്കിന്ത പട്ട്' എന്നു പറഞ്ഞു പുനത്തിന് തന്റെ അംഗവസ്ത്രമെടുത്തു സമ്മാനിച്ചു എന്നൊരു ഐതിഹ്യമുണ്ട്. (വിശ്വവിജ്ഞാനകോശം. പു.3 1998:116)

അകതളിരെയറുപ്പ ഹന്ത! ധീ-
വികലതയേകി വലപ്പവെത്ര താൻ,
അകരുണമനവദ്യലോകരെ-
പ്പകയൊടുകൊൽവു പിശാചവൃത്തി നീ (1.56)

സദാചാരമൂല്യമേ, നീ മനസ്സിന്റെ വികാരങ്ങളെ ഹനിക്കുന്നു. ബുദ്ധിവൈകല്യം നൽകി മനസ്സിനെ വലയ്ക്കുന്നു. യാതൊരു വിധ കാരുണ്യവുമില്ലാതെ പരിശുദ്ധരായ മനുഷ്യരെ ഏതോ പകവെച്ച് കൊല്ലുന്ന പിശാചപ്രവൃത്തിയാണല്ലോ നിന്റേത്.

സദാചാരമുല്യങ്ങളെയാണ് പിശാചായി പറയുന്നത്. അത് ജീവിതത്തിൽ ദുരന്തങ്ങൾ സൃഷ്ടിക്കുന്നു. വ്യവസ്ഥാനുകൂലമായ പ്രത്യയശാസ്ത്രം എപ്രകാരം മാനസികഭാവങ്ങളെ (മനുഷ്യത്വത്തിന്റെ ശുദ്ധിയെ) ഇല്ലാതാക്കുന്നു എന്ന ക്രൂരമായ അവസ്ഥയെയാണ് 'ഹന്ത!' എന്ന പ്രയോഗം ദ്യോതിപ്പിക്കുന്നത്.

ജീവിതാവസ്ഥകളോട് കവി പുലർത്തുന്ന വീക്ഷണമാണിത്. വ്യവസ്ഥാനുകൂലമായ ദേശാചാരങ്ങളും പ്രണയവും ഒത്തു പോകാൻ പ്രയാസമാണ്.

ജവമവിടെയണഞ്ഞു, 'രേവ' നീട്ടും-
ധവളതരംഗകരങ്ങളിൽ സതോഷം
അവളുടനെ കുതിച്ചു കൊള്ളിമീൻ പോ-
ലവനതയാവതു ഹന്ത! തോഴി കണ്ടാൾ (3.74)

പെട്ടെന്ന് അവിടെയെത്തി രേവാനദി നീട്ടുന്ന ഓളങ്ങളാകുന്ന കരങ്ങളിലേക്ക് സന്തോഷത്തോടെ ലീല കുതിച്ചു. ഒരു കൊള്ളിമീൻ പതിക്കും പോലെ പതിച്ചു താണു പോകുന്നതു തോഴി കണ്ടു.

മുങ്ങിത്താഴ്ന്നു പോകുന്ന ലീലയെ നിസ്സഹായതയോടെയും ദുഃഖത്തോടെയും നോക്കി നിൽക്കാനേ തോഴിക്കായുള്ളു. നിസ്സഹായത, ദയനീയത, ദുഃഖം എന്നീ അവസ്ഥകളെ സങ്കൽപനം ചെയ്യുന്നു 'ഹന്ത!' എന്ന പ്രയോഗം.

അവഹിതമിതകേൾ! പ്രതിധ്വനിക്കു-
ന്നവിരതമാർത്തി നിബന്ധന സ്വനങ്ങൾ;
ഇവിടെ വഴികൾ ഹന്ത! വേർതിരിക്കാ-
മവനുടെ സംഗമഗന്ധബന്ധുരങ്ങൾ (3.24)

ശ്രദ്ധയോടെ കേൾക്കുക, ദുഃഖം ജനിപ്പിക്കുന്ന ശബ്ദം തുടർച്ചയായി പ്രതിധ്വനിച്ചുകൊണ്ടിരിക്കുന്നു; അവൻ ഈ വഴിയിലൂടെ പോയിട്ടുണ്ട്. അവനുമായുള്ള സംഗമത്താൽ മനോഹരമായ ഗന്ധമുണ്ടിവിടെ. മദനന്റെ ആർത്തസ്വരവും അംഗസൗരഭവും കൊണ്ട്

സ്ഥലം തിരിച്ചറിയാൻ കഴിഞ്ഞു.

മദനന്റെ സംഗമംകൊണ്ട് മനോഹരമായ ഗന്ധമുള്ള വഴികൾ. ജീവിതവഴികൾ പ്രണയത്താൽ ബന്ധുരങ്ങളാകുന്നു എന്ന ധ്വനിപ്പിക്കാൻ 'ഹന്ത!' എന്ന പ്രയോഗത്തിലൂടെ കഴിയുന്നു.

കഷ്ടം!

കദനമതൊഴിയാതെ കഷ്ട! മീ
മദനഗതാശയ മാഴ്കി, - നിഷ്ഫലം;
വിദയനിയതി, ദുസ്തരൗഘ,യാ
നദിയെയെതിർത്തൊരു ജന്തു നീന്തുമോ? (1.27)

മദനനിൽ ഉറച്ചുനിൽക്കുന്ന ഹൃദയത്തോടുകൂടിയ ലീല ഈ ദുഃഖം(മദനനെ എങ്ങനെ ദുഃഖത്തിനിരയാക്കുമെന്നത്) അകറ്റാൻ കഴിയാതെ വിഷമിച്ചു. എന്നാൽ അതുകൊണ്ടൊരു ഫലവുമുണ്ടായില്ല. ദുർവിധി നിർദ്ദയവും മുറിച്ചുനീന്താൻ കഴിയാത്ത ഒഴുക്കോടുകൂടിയതുമായ ഒരു നദിയാണ്. അതിനെ എതിർത്തു നീന്തുവാൻ ഒരു ജീവിക്കും സാധ്യമല്ല.

മദനനെ എങ്ങനെ ദുഃഖത്തിനിരയാക്കുമെന്ന ചിന്ത അവളെ വിട്ടൊഴിഞ്ഞില്ല. ആ വേദനയുടെ തീവ്രതയെ ധ്വനിപ്പിക്കാൻ 'കഷ്ട!'മെന്ന വ്യാക്ഷേപകത്തിലൂടെ സാധിക്കുന്നു.

തരുമനമതി താത, നിങ്ങുകാലം
വരുമതിനെന്നിവൾ നാഥ, കാത്തിരുന്നേൻ,
ഗുരുജനഭയപഞ്ജരസ്ഥ കഷ്ടം!

പരനഥ പൈങ്കിളിപോലെ ദത്തയായേൻ (3.38)

കാലമാകുമ്പോൾ പ്രണയത്തിന് അച്ഛൻ അനുമതി തരുമെന്ന് കരുതി താൻ കാത്തിരുന്നു. എന്നാൽ ഗുരുജനങ്ങളോടുള്ള ഭയഭക്തിയാകുന്ന കൂട്ടിലടയ്ക്കപ്പെട്ട തന്നെ ഒരു കിളിയെപോലെ അന്യന് നൽകുകയായിരുന്നു.

അസ്വതന്ത്രത, നിസ്സഹായത തുടങ്ങിയ ദയനീയാവസ്ഥകളെ ധ്വനിപ്പിക്കുന്ന കഷ്ടം! എന്ന വ്യാക്ഷേപകം.

തരളഹൃദയകഷ്ട! മെത്ര ബാധം
പരവശയാമതു കണ്ടൊരാ വരാംഗി?
തിരിയെ മദനനെന്തിനോടി? യെന്താം
പരിണതി ഹാ! വിധിവാമ്യമെന്തു ചെയ്യൂ (3.66)

എന്തിനാണ് മദനൻ തിരിച്ചോടിയത്, എന്തായിരിക്കാം

സംഭവിക്കുക? വിധിയുടെ കുടിലത എന്തു ചെയ്യും? എന്നൊക്കെ ദുഃഖിതയായ അവൾ ചിന്തിച്ചു.

ദുഃഖത്തിന്റെ തീവ്രതയെ കുറിക്കുന്ന വ്യാക്ഷേപകമാണ് 'കഷ്ടം' എന്നത്.

മുകളിൽ വിശദീകരിച്ച വ്യാക്ഷേപകങ്ങളുടെ ഉചിതപ്രയോഗങ്ങൾ വികാരങ്ങളെ എപ്രകാരം ധ്വനിപ്പിക്കുന്നു എന്ന് വ്യക്തമാക്കുന്നു. 'സ്വതന്ത്രമായി നിൽക്കുമ്പോൾത്തന്നെ വികാരങ്ങളുടെ പ്രകാശത്തിനും ഒരു വാക്യാർഥത്തെ ദ്യോതിപ്പിക്കുന്നതിനും പ്രാപ്തമാകുകയും വാക്യത്തോടുചേർന്നു നിൽക്കുമ്പോൾ വികാരപ്രകാശനത്തോടൊപ്പം ആ വാക്യത്തിന്റെ ഭാവത്തെ നിർണയിക്കുന്നതിൽ പങ്കുവഹിക്കുകയും ചെയ്യുന്നവയാണ് വ്യാക്ഷേകങ്ങൾ' എന്ന് ഷിഫ(2010:190)നിരീക്ഷിക്കുന്നുണ്ട്. അതേ സമയം, 'വാമൊഴിയിലാണ് വ്യാക്ഷേപകശബ്ദങ്ങൾ അതിന്റെ പൂർണമായ അർഥത്തിൽ വിനിമയം ചെയ്യപ്പെടുന്നത്. ലിഖിത സാഹിത്യത്തിൽ സംഭാഷണങ്ങളിൽ മാത്രമാണ് അവ ചേർക്കാറുള്ളത്'' എന്ന ഷിഫയുടെ നിഗമനം ഭാഗികമായി മാത്രമേ ശരിയാകുന്നുള്ളൂ. കാരണം കാവ്യഭാഷയിൽ വികാരവിനിമയം നടത്താൻ ശേഷിയുള്ള ശബ്ദങ്ങളാണ് വ്യാക്ഷേപകങ്ങളെന്ന് ആശാന്റെ ലീലാകാവ്യം സാക്ഷ്യപ്പെടുത്തുന്നു.

ഹാ!, അഹോ!, അഹഹ!, ബത!, ഹന്ത!, കഷ്ടം! എന്നീ വ്യാക്ഷേപകങ്ങൾ ഏതെല്ലാം വികാരങ്ങളെയും അവസ്ഥകളെയുമാണ് ദ്യോതിപ്പിക്കുന്നത് എന്ന് താഴെ കൊടുക്കുന്നു

ഹാ!- ദുഃഖം, നിസ്സഹായത, സംഘർഷം, സങ്കടം, വേദന, കുറ്റബോധം, ഹതഭാഗ്യം, ദൈന്യത, ആത്മബോധം, അത്ഭുതം, ആനന്ദം, ഉൻമേഷം, അനിശ്ചിതത്വം

അഹോ!- ദുഃഖം, നിരർഥകത, നിശ്ചയദാർഢ്യം, ആശങ്ക, അതിശയം, സങ്കടം വേദന

അഹഹ! - വിസ്മയം, ആദരവ്, ദുഃഖം, വിലാപം, ഉന്മേഷം, ആഹ്ലാദം

ബത! കഷ്ടം, ദൈന്യത

ഹന്ത! - കഷ്ടം, ക്രൂരത, നിസ്സഹായത

കഷ്ടം! - ദുഃഖം, അസ്വതന്ത്രത, നിസ്സഹായത

ഈ വ്യാക്ഷേപകങ്ങൾ ഏതെങ്കിലും ഒരൊറ്റ വികാരത്തെയല്ല സങ്കൽപനം ചെയ്യുന്നത്. കാവ്യസന്ദർഭത്തിനനുഗുണമായ രീതിയിൽ

വ്യത്യസ്ത വികാരങ്ങളെ ധ്വനിപ്പിക്കാൻ ഇവയ്ക്ക് കഴിവുണ്ട്. അതായത്, ഒരേ വ്യാക്ഷേപകത്തിനുതന്നെ സങ്കടത്തെയും ഉൻമേഷത്തെയും ദ്യോതിപ്പിക്കാൻ കഴിയും. എങ്കിലും അനുകൂലവികാരങ്ങളെക്കാൾ ദുഃഖം, വേദന, ദൈന്യത തുടങ്ങി മനുഷ്യഹൃദയത്തെ മഥിക്കുന്ന വികാരങ്ങളെയാണ് ഇവ കൂടുതലും അടയാളപ്പെടുത്തുന്നത്. ഉയർച്ചയെക്കാൾ താഴ്ച്ചയെ കാണിക്കാനാണ് ലക്ഷ്യലക്ഷകങ്ങൾ ലീലയിൽ കൂടുതലായും പ്രയോഗിച്ചിരിക്കുന്നത്.

ബിംബ ലക്ഷകം

ലക്കോഫിന്റെ ലക്ഷകസിദ്ധാന്തത്തിന്റെ അടിസ്ഥാനത്തിൽ ലക്ഷകങ്ങൾ അലങ്കാരങ്ങളല്ലെന്ന് മുമ്പ് സൂചിപ്പിച്ചു. അതേസമയം വ്യവസ്ഥാപിതമായ അർഥത്തിലുള്ള രൂപകാലങ്കാരവും ലീലാകാവ്യത്തിലുണ്ട്. അതു കൊണ്ട് അവയെക്കൂടി വിശദീകരിക്കാനാണ് ഇവിടെ ശ്രമിക്കുന്നത്. രൂപകാലങ്കാരങ്ങളും ലക്ഷകങ്ങളും തമ്മിലുള്ള വ്യത്യാസത്തെ സോദാഹരണം വ്യക്തമാക്കാൻ ഉപകരിക്കുമെന്നതിനാലും അലങ്കാരങ്ങളെ ധൈഷണിക ഭാഷാശാസ്ത്രം സമീപിക്കുന്ന രീതി ബോധ്യപ്പെടാൻ പ്രയോജനപ്രദമാകുമെന്നതിനാലുമാണ് ഇപ്രകാരം ചെയ്യുന്നത്. രൂപകലാങ്കാരത്തെ 'ബിംബലക്ഷകം' എന്നാണ് ഇവിടെ വിവക്ഷിക്കുന്നത്. അതിനുള്ള കാരണം താഴെ പറയുന്നവയാണ്.

(I) ഭാരതീയരുടെ അലങ്കാരസങ്കൽപം തന്നെയാണ് ബിംബലക്ഷകം.

(II) ബിംബലക്ഷകത്തിന് ഒരു തലം മാത്രമേയുള്ളു.

(III) ബിംബലക്ഷകം നയനാസ്പദമാണ്.

ഇവ വിശദീകരിക്കാം.

അലങ്കരിക്കാനുള്ള അഭിവാഞ്ഛ മനുഷ്യസഹജമാണ്. ലൗകിക ജീവിതത്തിൽ മനുഷ്യൻ കൈക്കൊള്ളുന്ന ഈ രീതി കാവ്യാലങ്കാരങ്ങളും നിർവഹിക്കുന്നു. 'കവിതകൊണ്ട് നടക്കണമെന്ന് കരുതുന്ന കാര്യം നടത്താൻ അതിനെ പ്രാപ്തമാക്കുന്നത് അലങ്കാരങ്ങളാണ്. ഒപ്പം അവ കവിതയുടെ സൗന്ദര്യം വർധിപ്പിക്കുകയും ചെയ്യുന്നു എന്നും' രേഖപ്പെടുത്തപ്പെട്ടതിൽ ഏറ്റവും പഴക്കമുള്ള സാഹിത്യമായ ഋഗ്വേദത്തിൽത്തന്നെ ഉപമ, രൂപകം മുതലായ അലങ്കാരങ്ങൾ പ്രയോഗിച്ചുകാണുന്നു' എന്നുമുള്ള ഭാസ്കര(1978:15, 160)ന്റെ നിരീക്ഷണം ഭാരതീയരുടെ അലങ്കാരസങ്കൽപത്തെയാണ് സൂചിപ്പിക്കുന്നത്. ഉപമ, രൂപകം തുടങ്ങിയവയൊക്കെ നമ്മുടെ ഉള്ളിൽ ഒരു ബിംബം ഉദിപ്പിക്കുവാൻ പര്യാപ്തമാണ്. എല്ലാ കാവ്യബിംബങ്ങളും ഒരളവുവരെ

രൂപകങ്ങളാണ് എന്ന ചന്ദ്രിക (2004 :21)യുടെ നിരീക്ഷണവും ഭാരതീയരുടെ അലങ്കാരസങ്കൽപവും ബിംബലക്ഷകവും തമ്മിലുള്ള ബന്ധം വെളിപ്പെടുത്തുന്നതാണ്.

ബിംബലക്ഷകങ്ങൾക്ക് ഒരു തലം (ലക്ഷ്യതലം) മാത്രമേയുള്ളൂ. സങ്കൽപനലക്ഷകങ്ങൾക്ക് സ്രോതസ്ഥലം, ലക്ഷ്യതലം എന്നിങ്ങനെ രണ്ടുതലമുണ്ട്.

ഉദാ: മനം വിടർന്നു - സങ്കൽപന ലക്ഷകം

മനതാർ വിടർന്നു - ബിംബ ലക്ഷകം

ആദ്യത്തെ ഉദാഹരണത്തിൽ വിടരുക എന്ന ധർമമനുഷ്ഠിക്കുന്ന പൂവാണ് സ്രോതസ്ഥലം.

മനം വിടർന്നു എന്നു പറയുമ്പോൾ, മനസ്സ് സന്തോഷം കൊണ്ടോ അത്ഭുതം കൊണ്ടോ മറ്റേതെങ്കിലും അനുകൂലവികാരങ്ങൾ കൊണ്ടോ ഉണർവ് പ്രകടിപ്പിച്ചു എന്നാണർത്ഥമാക്കുന്നത്. പൂ വിടർന്നു നിൽക്കുന്നതിന്റെ മനോഹാരിതയാണ് ഇവിടെ മനസ്സിന്റെ ഉണർവായി അടയാളപ്പെടുത്തുന്നത്. ഇങ്ങനെ സ്രോതസ്ഥലവും ലക്ഷ്യതലവും തമ്മിലുള്ളൊരു അടയാളപ്പെടുത്തൽ സങ്കൽപനലക്ഷകത്തിൽ നടക്കുന്നുണ്ട്.

അതേസമയം, രണ്ടാമത്തെ ഉദാഹരണത്തിൽ, 'മനസ്സാകുന്ന പൂ വിടർന്നു' എന്നാണ് സൂചിപ്പിക്കുന്നത്. ഇവിടെ മനസ്സിനും പൂവിനും അഭേദം കൽപിക്കുകയാണ് ചെയ്യുന്നത്. മനസ്സും പൂവും രണ്ടു വസ്തുക്കളല്ല ഒന്നു തന്നെയാണ് എന്നർത്ഥം. അങ്ങനെ വരുമ്പോൾ ബിംബലക്ഷകത്തിന് ഒരു തലം മാത്രമേ കാണുകയുള്ളൂ. ബിംബലക്ഷകം ഭാഷാപരവും സങ്കൽപനലക്ഷകം സങ്കൽപനപരവുമാണ്.

ബിംബലക്ഷകങ്ങൾ നയനാസ്പദമാണ്. അലങ്കരിക്കുന്നത് കാഴ്ചയ്ക്കുവേണ്ടിയാണ്. ലൗകികാലങ്കാരങ്ങൾക്ക്, സ്വർണം കൊണ്ട് കൈവള, മോതിരം, കുണ്ഡലം എന്നിവയുണ്ടാക്കുന്നതുപോലെ കവികൾ അതിശയം, സാമ്യം, വാസ്തവം, ശ്ലേഷം എന്നിവകൊണ്ട് കവിതയ്ക്ക് അലങ്കാരമുണ്ടാക്കുന്നുവെന്ന് എ.ആർ. രാജരാജവർമ (1997:10) അർത്ഥാലങ്കാരങ്ങളെക്കുറിച്ച് വിവരിക്കുമ്പോൾ പറയുന്നുണ്ട്. അനുവാചകന് കാവ്യബിംബം നയനഗോചരമാക്കാൻ കവി ചമൽക്കാരകാരകമായ വാക്കുകൾ ഉപയോഗിക്കുന്നു. സഹൃദയരുടെ ഹൃദയത്തിന് ആഹ്ലാദം ജനിപ്പിക്കുന്ന കവിതാധർമ്മത്തിനാണ് എ.ആർ ചമത്ക്കാരമെന്ന് പറയുന്നത് (1997:10).

ലീലാകാവ്യത്തിലെ ബിംബലക്ഷകങ്ങളെ (രൂപകാലങ്കാരങ്ങൾ) യാണ് ഇനി പരിശോധിക്കുന്നത്.

ലലനകളുടെ ഭാഗ്യയന്ത്രമാ-
നിലയിൽ മനസ്സുതിരിഞ്ഞ പോലെ പോം (1.11)

യൗവന ദശയിൽ പെൺകുട്ടികളുടെ മനസ്സ് ഏതുവഴിയിലേക്ക് തിരിയുന്നുവോ ആ വഴിക്ക് തന്നെ അവരുടെ ഭാഗ്യമാകുന്ന യന്ത്രവും തിരിയും. അതായത് യൗവനാരംഭത്തിലെ മനോഗതിയാണ് അവരുടെ ഭാഗ്യത്തെ നിർണയിക്കുന്നത്.

ഭാഗ്യയന്ത്രം - ബിംബ ലക്ഷകം.

ഭാഗ്യത്തെ യന്ത്രമായി കൽപിച്ചിരിക്കുന്നു.

പെൺകുട്ടികളുടെ ഭാഗ്യം ഒരു വണ്ടിയാണെങ്കിൽ അതിന്റെ ഗതിയെ നിയന്ത്രിക്കുന്നത് യൗവനകാലത്തെ മനസ്സെന്നു താത്പര്യം.

ഇത് വാച്യമായ ബിംബലക്ഷകമല്ല; അർത്ഥം കൊണ്ട് ലഭിക്കുന്നതാണ്.

പരമരിയ കിനാവിലെപ്ഫലം
പറക, മനഃഖഗ, നീ ഭുജിക്കുമോ?
ഉരുരസമതു നോക്കിയേതിൽ നീ
മരുവിയതാക്കനി വീണു പോയിതേ! (1.44)

മനസ്സാകുന്ന പക്ഷി സ്വപ്നഫലം ഭുജിക്കില്ല. സ്വപ്നത്തിൽക്കണ്ട കനിയിൽ നോക്കി ഏതൊന്നിനുമേൽ നീ ഇരുന്നോ ആ കനി വീണു പോയിരിക്കുന്നു. ഇവിടെ സ്വപ്നത്തിൽ കണ്ട കനി മദനനും വീണു പോയ കനി ലീലയുടെ ഭർത്താവുമാണ്.

മനഃഖഗം - മനസ്സാകുന്ന പക്ഷി

മനസ്സിനും പക്ഷിക്കും അഭേദം കൽപിച്ചിരിക്കുന്നു.

ഭർത്താവിന്റെ മരണശേഷം സ്വന്തം വീട്ടിൽ തിരിച്ചെത്തിയ ലീല കേട്ട വാർത്ത

പരിജനമുരചെയ്തു; തൽപിതാ
ധരണി വെടിഞ്ഞൊരു മാസമായതും,
പെരുകുമഴൽ കെടാൻ ചിതാഗ്നിയാം
സരസിയിൽ മുങ്ങി ജനിത്രി പോയതും (1.59)

ലീലയുടെ അച്ഛൻ മരിച്ചിട്ട് ഒരു മാസമായെന്നും ആ ദുഃഖം സഹിക്കാനാവാതെ അമ്മ ചിതയിൽ ചാടി മരിച്ചെന്നും പരിജനങ്ങൾ

പറഞ്ഞു.

ചിതാഗ്നിയാം സരസ്- ചിതയിലെ തീയാകുന്ന തടാകം. ചിതാഗ്നിയും തടാകവും രണ്ടു വസ്തുക്കളല്ല ഒന്നാണെന്ന കൽപന.

മരുഭൂക്കളിനൊക്കെയപ്പുറ-
ത്തുരു ദൂരത്തുപദക്ഷിണാപഥം
ഉരസുന്ന നഭസ്സെ 'വിന്ധ്യ'നാം
പുരുമേഘാംബരഡംബരൻ ഗിരി (2.13)

മരുപ്രദേശത്തിന്റെയെല്ലാം അപ്പുറത്ത് ദൂരെ ദക്ഷിണാപഥത്തിനു സമീപം മേഘങ്ങളാകുന്ന വസ്ത്രാലങ്കാരത്തോടുകൂടിയവനായി വിന്ധ്യ പർവ്വതം ആകാശത്തെ ഉരസി നിൽക്കുന്നു.

മേഘാംബരഡംബരൻ - മേഘങ്ങളാകുന്ന വസ്ത്രാലങ്കാരത്തോടു കൂടിയവൻ മേഘമാണിവിടെ വസ്ത്രം, മേഘത്തിനും വസ്ത്രത്തിനും അഭേദാരോപം. വിന്ധ്യപർവ്വതമെന്ന കാവ്യബിംബത്തെ അനുവാച കന് കൂടുതൽ നയനമനോഹരമായിത്തീരാൻ മേഘാംബരഡംബരൻ എന്ന ബിംബലക്ഷകത്തിലൂടെ കഴിയുന്നു

ഇവകേട്ടു കുഴങ്ങി, തോഴിതൻ-
വ്യവസായം ദൃഢമോർത്തു കണ്ടുമേ
സഖിയാൾ, നിജകൃത്യബോധമാം
ശിഖി ധൂമാകുലമാകയാലവൾ (2.44)

ലീലയുടെ വാക്കുകൾ കേട്ട് കുഴങ്ങിയ തോഴി തന്റെ ഉദ്യമം മനസ്സിലാക്കി കർമത്തെക്കുറിച്ച് ബോധവതിയായി. ആ ബോധ മാകുന്ന അഗ്നിജ്വാല അവളുടെ ഉള്ളിലുണർന്നു എന്നാൽ അതിൽ നിന്ന് പുകയാണ് വന്നത്. താനെന്താണ് ചെയ്യേണ്ടതെന്ന അവ്യ ക്തതയാണ് അതിൽ നിന്നുണ്ടായത്.

കൃത്യബോധത്തെ അഗ്നിയായി കൽപിക്കുന്നു

ധൂമാകുല - പുകമൂടിയ- അവ്യക്തബോധത്തിന്റെ അഗ്നിജ്വാലയു ണ്ടായെങ്കിലും അതിൻനിന്ന് പുകയാകുന്ന അവ്യക്തതയാണ് പുറത്തു വന്നത്.

പുനരെങ്കിലുമൂഢശക്തിയാം
മനതാർ വിങ്ങിയുടൻ വിടർന്നപോൽ
അനവദ്യഗുണാഢ്യയുളവിയീ
ഘനസൗരഭ്യമിയന്ന വാണികൾ (2.55)

തോഴിയുടെ വാക്കുകൾ ലീലയെ വേദനിപ്പിച്ചു. മനസ്സാകു ന്ന പുഷ്പം അൽപം വിങ്ങിയെങ്കിലും പെട്ടെന്നു വിടരുകയും

അനവദ്യഗുണങ്ങളോടു കൂടിയ ഘനസൗരഭ്യമുള്ള (സുഗന്ധപൂരിതമായ) വാക്കുകൾ പുറത്തുവിടുകയും ചെയ്തു.

ബിംബ ലക്ഷകം -മനതാർ - മനസ്സാകുന്ന പുഷ്പം.
കസുമശബള കാന്തിയാം നഭസ്സിൽ
പ്രസൃമരമാം സ്ഫുടചമ്പകാതപത്താൽ
അസമയരമണീയമത്രകണ്ടോ?
സുസഖി! യുഷസ്സുഷമയ്ക്കു നിത്യഭാവം (3.14)

ബഹുവർണപ്പൂക്കൾ, ഇളം വെയിലിന്റെ ശോഭയുള്ള ചമ്പകപ്പൂക്കൾ ഇവയാൽ അവിടെ പ്രഭാതം സ്ഥിരമായി നിൽക്കുകയാണോ എന്നു തോന്നും

ബിംബലക്ഷകം - ചമ്പകാതപം - ചമ്പകപ്പൂവാകുന്ന വെയിൽ
തരുമനുമതി താത, നിങ്ങു കാലം
വരുമതിനെന്നിവൾ നാഥ, കാത്തിരുന്നേൻ,
ഗുരുജനഭയപഞ്ജരസ്ഥ കഷ്ടം!
പരനഥപൈങ്കിളി പോലെ ദത്തയായേൻ (3.38)

കാലമാകുമ്പോൾ പ്രണയത്തിന് അച്ഛൻ അനുമതി തരുമെന്നു കരുതി താൻ കാത്തിരുന്നു. എന്നാൽ ഗുരുജനങ്ങളോടുള്ള ഭയഭക്തിയാകുന്ന കൂട്ടിലടയ്ക്കപ്പെട്ട എന്നെ ഒരു കിളിയെ പോലെ അന്യന് നൽകുകയായിരുന്നു.

ഗുരുജനഭയപഞ്ജരസ്ഥ - ഗുരുജനങ്ങളോടുള്ള ഭയമാകുന്ന കൂട്ടിൽ സ്ഥിതി ചെയ്യുന്നവൾ

ഭയമാകുന്ന കൂട് - ഭയത്തിനും കൂടിനും അഭേദം കൽപിച്ചിരിക്കുന്നു.

ലക്ഷകതലത്തിലേക്ക് പോകാനുള്ള പ്രവണത കാണിക്കുന്ന അലങ്കാരങ്ങൾ ഉൾക്കൊള്ളുന്ന ശ്ലോകങ്ങളും ലീലാകാവ്യത്തിലുണ്ട്. ചില ഉദാഹരണങ്ങൾ താഴെ കൊടുക്കുന്നു.

ശരി, ഹതവിധിയായ മേഘമാർ-
ന്നിരുളു പരന്നിത ലോകയാത്രയിൽ,
മുറുകി വലിയ കോളു, കന്യയാം
ചെറുകളിവഞ്ചി കുടുങ്ങിയാടലിൽ (1.18)

ലീലയുടെ ലോകയാത്ര (ജീവിതയാത്ര) ദുർവിധിയാകുന്ന മേഘങ്ങൾ മൂടി ഇരുട്ട് പരന്നതായിത്തീർന്നു. മഴ ശക്തമായി അതോടെ കന്യകയാകുന്ന ചെറുകളിവഞ്ചി ദുഃഖത്തിലായി.

ഹതവിധിയായ മേഘം ⎤
കന്യയാം ചെറുവഞ്ചി ⎦ ബിംബലക്ഷണകധർമ്മം പുലർത്തുന്നു

അതേസമയം, ദുർവിധി മനുഷ്യനെ സംബന്ധിക്കുന്നതാണ്. അത് മേഘത്തിലേക്ക് ആരോപിച്ചിരിക്കുന്നതിനാൽ സ്രോതസ്ഥലമായി വരുന്നത് മനുഷ്യാവസ്ഥയാണ്. ലക്ഷ്യതലമാകട്ടെ, ലീലയുടെ ഇരു ളടഞ്ഞ ജീവിതയാത്രയുമാണ് (ജീവിതം യാത്രയാകുന്നു) ഇപ്രകാരം ശ്ലോകത്തിന്റെ പൂർവ്വാർധത്തിലെ സ്രോതസ്ഥലവും, ലക്ഷ്യതലവും മനുഷ്യലക്ഷകത്തിന്റെ ധർമം പുലർത്തുന്നു.

മുറുകിയ വലിയ കോള് എന്നത് ശക്തമായ മഴയുടെ സൂചനയാണ്. കന്യകയാകുന്ന ചെറിയ കളിവഞ്ചി ലീലയും. (കാറ്റും കോളും നിറഞ്ഞ ജലവിതാനത്തിൽ പെട്ടുഴലുന്ന ചെറിയ കളിവഞ്ചി,) ദുർവിധിയുടെ പെയ്ത്താണ് ലീലയുടെ ജീവിതയാത്രയെ ദുഃഖത്തിലാഴ്ത്തിയത്.

മദനനെ കാണാൻ കഴിയാതെ വലയുന്ന ലീല പറയുന്നത്;
പ്രണയശിഖയിൽ വെന്തിടുന്നിതാത്മാ-
വണയുക, തെന്നലണഞ്ഞു ചമ്പകത്തിൽ;
ഘൃണ തടവുക, യെന്റെയോമനേ, പോ-
ന്നണയുക, നിൻപ്രിയ, 'ലീല' ഞാൻ വലഞ്ഞു (3.47)

പ്രേമാഗ്നിയിൽ തന്റെ ആത്മാവ് വെന്തുനീറുന്നു; ഇളം കാറ്റ് ചമ്പ കത്തിൽ വന്നണഞ്ഞിരിക്കുന്നു; എന്റെ ഓമനേ, നീ വന്ന് എന്നോട് ചേരുക. നിന്റെ പ്രിയപ്പെട്ടവളായ 'ലീല' വല്ലാതെ വലയുന്നു. എന്നോട് നീ കരുണ കാണിക്കുക.

പ്രണയശിഖി. പ്രണയമാകുന്ന അഗ്നി - ബിംബലക്ഷകം പ്രണയ ത്തിന്റെ മൂർധന്യാവസ്ഥ എന്ന ഒറ്റ തലത്തെ അടയാളപ്പെടുത്തുന്നു.

അതേ സമയം,

പ്രേമാഗ്നിയിൽ തന്റെ ആത്മാവ് വെന്തുനീറുന്നു എന്ന ലീലയുടെ വിലാപത്തിൽ വൈകാരികതയുടെ ആധിക്യമാണുള്ളത്.

കോപാഗ്നി എന്നു പറയുമ്പോൾ കത്തിജ്ജ്വലിക്കുന്ന കോപമാകു ന്നതുപോലെ പ്രേമാഗ്നി കത്തിജ്ജ്വലിക്കുന്ന പ്രേമമാണ്.

കോപം കത്തിജ്ജ്വലിക്കുമ്പോൾ അത് അവനവനെത്തന്നെ ഉന്മാദത്തിന്റെ അപകടകരമായ അവസ്ഥയിലെത്തിക്കും. കത്തി ജ്വലിക്കുന്ന പ്രണയവും ഉൻമാദാവസ്ഥയെ പ്രാപിക്കും.

ഇപ്രകാരം ലക്ഷകതലത്തിലേക്കുള്ള ചായ്‌വ്ഈ ബിംബലക്ഷക ത്തിനുണ്ടെന്ന് കാണാം. ലക്ഷ്യലക്ഷകമനുസരിച്ചാണെങ്കിൽ ഇത്ത രമൊരവസ്ഥ പതനത്തെയാണ് രേഖപ്പെടുത്തുന്നതെന്നു പറയാം.

ലീലാകാവ്യത്തിലെ ഉപാദാനലക്ഷണ

ലീലാകാവ്യത്തിൽ ഉപാദാനലക്ഷണകളും ആശാൻ പ്രയോഗിച്ചിട്ടുണ്ട്.

ഉദാ:

പെരുവഴി തുണചേർന്നു പോകുവോ-
രൊരുവകയാളുകൾ വൈശ്യവൃത്തികൾ (1.6)

വൈശ്യവൃത്തികൾ- കച്ചവടക്കാർ. തൊഴിൽകൊണ്ട് ആളെ സൂചിപ്പിക്കുന്നു.

പല ജനത, പലേ നിബന്ധനം
പലനഗരം പലവേഷഭാഷകൾ (1.15)

പലതരത്തിലുള്ള വേഷങ്ങളോടും ഭാഷകളോടും കൂടിയ ആളുകൾ ജീവിതത്തിന്റെ വ്യത്യസ്ത സാംസ്കാരികതലങ്ങളെയാണ് പല വേഷഭാഷകൾ എന്നതുകൊണ്ട് അടയാളപ്പെടുത്തുന്നത്.

അംശംകൊണ്ട് സാകല്യം എന്ന ഉപദാനലക്ഷണാധർമ്മമാണ് ഇവിടെ അനുവർത്തിച്ചിരിക്കുന്നത്.

●

ലീല: അറിവും ചിന്തയും

ഭാഷ ആർജിക്കാനുള്ള മനുഷ്യമനസ്സിന്റെ കഴിവ് ധൈഷണികവൃത്തിയാണ്. ചിന്തയും ഭാഷ പോലെ ഒരു മാനസികവൃത്തിയാണ്. ഭാഷയും ചിന്തയും തമ്മിലുള്ള ബന്ധത്തെക്കുറിച്ച് ഭാഷാശാസ്ത്രജ്ഞർക്കിടയിൽ വ്യത്യസ്ത അഭിപ്രായങ്ങൾ നിലവിലുണ്ട്. അവയിൽ പ്രധാനപ്പെട്ട ഒന്നാണ് സപീർ-വോർഫ് ഹൈപ്പോതിസീസ്. അമേരിക്കൻ ഭാഷാശാസ്ത്രജ്ഞനും നരവംശശാസ്ത്രജ്ഞനമായ എഡ്വേർഡ് സപീറും അദ്ദേഹത്തിന്റെ ശിഷ്യനായ ബഞ്ചമിൻ ലീവോർഫും ചേർന്ന് അവതരിപ്പിച്ച ഭാഷ-ചിന്ത പരികൽപനയാണ് സപീർ-വോർഫ് ഹൈപ്പോതിസീസ് എന്ന പേരിൽ പ്രസിദ്ധമായത്.

ഈ പരികൽപനപ്രകാരം, ഭാഷയാണ് ചിന്തയെ നിർണയിക്കുന്നത്. ഭാഷയുടെ ഘടനാവൈവിധ്യങ്ങൾക്ക് പരിമിതിയില്ല. സപീർ-വോർഫ് പരികൽപനയുടെ ഏറ്റവും പ്രധാനപ്പെട്ട ആവിഷ്കാരം താഴെ പറയുന്നവയാണ്.

I) ഒരു ഭാഷകസമൂഹത്തിന്റെ പ്രകാശനമാധ്യമമായ ഭാഷയിലൂടെയാണ് ചിന്ത പ്രകാശിക്കപ്പെടുന്നത്. ഭാഷയിലെ തരംതിരിവുകളും സവിഷേതകളുമനുസരിച്ചാണ് മനുഷ്യന്റെ എല്ലാ അനുഭവങ്ങളും നിർണയിക്കപ്പെടുന്നത്.

II) ഒരു ഭാഷാവ്യവസ്ഥയിലടങ്ങിയ തരംതിരിവുകളും സവിശേഷതകളുമെല്ലാം ആ വ്യവസ്ഥയനുസരിച്ച് അതുല്യവും മറ്റു വ്യവസ്ഥകളുമായി അളക്കാനാവാത്തതുമാണ്. (Lyons, 2011: 304-305)

ഈ പരികൽപനപ്രകാരം ചിന്ത ഭാഷയെ ആശ്രയിച്ച മാത്രം നടക്കുന്ന ഒരു പ്രക്രിയയാകുന്നു. ചിന്തയുടെ ഘടന, ഭാഷാഘടനയാണെന്ന് ഇവർ വിശ്വസിച്ചു. എന്നാൽ പിൽക്കാല മന:ശാസ്ത്രജ്ഞരും ഭാഷാശാസ്ത്രജ്ഞരും തത്ത്വചിന്തകരുമെല്ലാം ഇത് നിഷേധിച്ചു. ഓർമ, സംവേദനം, ചിന്ത എന്നിവയിൽ ഭാഷ ചെലുത്തുന്ന സ്വാധീനം ഒരു സൂചന എന്ന നിലക്കു മാത്രമാണെന്ന് അവർ സ്ഥാപിച്ചു. ചിന്തയുടെ തരംതിരിവുകളും രീതിയും ഭാഷ നിർണയിക്കുമെന്നതുതന്നെ ഈ പരികൽപനയുടെ പരിമിതിയാണ്.

ചിന്ത ഭാഷയിലൂടെ നടക്കുന്നു എന്ന 'ഭാഷ-ചിന്ത പരികൽപന'യെ ധൈഷണിക ഭാഷാശാസ്ത്രം തള്ളിക്കളഞ്ഞു. ധൈഷണികവൃത്തികളിൽപ്പെട്ട ഇന്ദ്രിയസംവേദനം, ഓർമ, ശ്രദ്ധ, പൂർവ്വധാരണ എന്നിവപോലുള്ള ഒരു ധൈഷണിക പ്രവർത്തനമാണ് ചിന്ത എന്ന് ധൈഷണിക ഭാഷാശാസ്ത്രജ്ഞർ സ്ഥാപിച്ചു. ഭാഷയ്ക്കു മുമ്പേ ചിന്ത സംഭവിക്കുന്നുവെന്നും ഭാഷയല്ല ചിന്തയെ നിർണയിക്കുന്നതെന്നും ധൈഷണികഭാഷാശാസ്ത്രജ്ഞർ വിശ്വസിക്കുന്നു.

ചിന്തയും ലക്ഷകങ്ങളും

ഒരു വ്യക്തി തനിക്ക് ചുറ്റുമുള്ള കാര്യങ്ങളെ മനസ്സിലാക്കിയെടുക്കുന്ന പ്രക്രിയയാണ് സങ്കൽപനം (ഗിരീഷ്, 2012:19). ചിന്തയുടെയും പ്രവൃത്തിയുടെയും ആധാരം സങ്കൽപനമാണ്. ഈ സങ്കൽപനവ്യവസ്ഥയുടെ അടിസ്ഥാനപ്രകൃതം ലക്ഷകാത്മകമാണ്. ചിന്തയെ ഭരിക്കുന്ന സങ്കൽപനങ്ങൾ ബൗദ്ധികകാര്യങ്ങൾ മാത്രമല്ല; അവയാണ് നിത്യവ്യവഹാരങ്ങളിലെ ഏറ്റവും സാധാരണമായ സൂക്ഷ്മാംശങ്ങളെപോലും നിയന്ത്രിക്കുന്നത്. നാം എന്തു മനസ്സിലാക്കുന്നുവെന്നതിനെയും ഈ ലോകത്ത് എങ്ങനെ പുലരുന്നുവെന്നതിനേയും മറ്റുള്ളവരുമായി എങ്ങനെ ബന്ധപ്പെടുന്നുവെന്നതിനേയും ഘടനാപരമായി നിർമ്മിക്കുന്നത് നമ്മുടെ സങ്കൽപനങ്ങളാണ് (ലക്കോഫ്, 2003:3).

ചിന്ത വിനിമയം ചെയ്യപ്പെടുന്നത് ലക്ഷകങ്ങളിലൂടെയാണ്. ഈ ലക്ഷകങ്ങളുടെ ആവിഷ്കാരമാണ് ഭാഷയിലൂടെ നടക്കുന്നത്. 'ഒരു വ്യക്തിയുടെ സങ്കൽപനവ്യവസ്ഥയിൽ ലക്ഷകങ്ങൾ ഉള്ളതിനാലാണ് ലക്ഷകത്തിന് ഭാഷാപരമായ ആവിഷ്കാരമായിത്തീരാൻ സാധിക്കുന്നത്' (ലക്കോഫ്, 2003:6).

ഉദാ: എരിതീയ്ക്കിന്ധനമാകുന്ന കാട് എന്നത് ലക്ഷകത്തിലൂടെയാണ് ഭാഷയിൽ അവതരിപ്പിക്കുന്നത്. 'തീ' എന്നുകേൾക്കുമ്പോൾ തീയുമായി ബന്ധപ്പെട്ട് നമുക്കുണ്ടായിട്ടുള്ള എല്ലാ അറിവുകളും പശ്ചാത്തലമായി വരുന്ന ഒരു ചട്ടക്കൂടിനകത്താണ് 'തീ'യുടെ അർഥം

മനസ്സിലാക്കുന്നത്. തീയുമായി ബന്ധപ്പെട്ട ദൃശ്യാത്മകചിന്തയാണ് ഇവിടെ നടക്കുന്നത്. 'ദൃശ്യങ്ങൾകൊണ്ട് ചിന്തിക്കുന്നതിന്റെ ഫലമായ ആശയത്തെ ഭാഷയിൽ പകർത്താൻ ശ്രമിക്കുമ്പോൾ സാഹിത്യത്തിൽ രൂപകങ്ങൾ ജനിക്കുന്നു' എന്ന ശ്രീജ(1991:25)ന്റെ നിരീക്ഷണം ഇവിടെ പ്രസക്തമാണ്. 'അനുഭൂതിയുടെ ചിത്രങ്ങൾ ബോധതലത്തിലുണ്ടാകുന്നു. ഇവയ്ക്ക് പിന്നീട് ഭാഷാപരിവർത്തനം സംഭവിക്കുന്നു. ഈ വാങ്മയസൃഷ്ടിയും ഭാഷാസൃഷ്ടിയും രൂപകക്രിയ യാണ്. വ്യാപകമായ അർഥത്തിൽ ഭാഷാവ്യവഹാരം രൂപകാത്മക മാണ്; കവിതയിലെ രൂപകം ഇന്ദ്രിയാനുഭവങ്ങളുടെ സമഗ്രതയാൽ ധന്യത നൽകുന്നു' എന്ന വിനയചന്ദ്ര(1986:223)ന്റെ കണ്ടെത്തലും ശ്രദ്ധേയമാണ്. ബോധതലത്തിലും അബോധതലത്തിലുമുള്ള നമ്മുടെ മാനസികവ്യാപാരങ്ങളിൽ ലക്ഷകാത്മക ചിന്തകൾ സാധാരണവും സർവവ്യാപിയുമാണെന്ന് ലക്കോഫും (2003: 244) പറയുന്നുണ്ട്.

ചിന്തയുടെ ഭിന്നതലങ്ങൾ

വൈകാരികസംഘർഷത്തെ ദ്യോതിപ്പിക്കാൻ ചിന്തിക്കുക എന്ന പ്രയോഗം മലയാളത്തിലുണ്ട്. ഭാഷാബാഹ്യമാണ് ചിന്ത എന്ന ലക്കോവിയൻ നിരീക്ഷണമല്ല, കേരളീയ സാഹചര്യത്തിൽ 'ചിന്ത' എന്ന സങ്കൽപനത്തിനുള്ള അർഥമാണ് ഇതുകൊണ്ടുദ്ദേശിക്കുന്നത്. അപ്പോൾ ചിന്ത വികാരവുമാകും. ചിന്തയുടെ വൈകാരികത എന്ന അർഥം എല്ലാ ഭാഷകളിലും ഉണ്ടാവണമെന്നില്ല. സംസ്കാരമനുസരിച്ച് മാറ്റം വരാം. മലയാളത്തിൽ ചിന്ത വികാരാത്മകവും വിചാരാത്മക വുമാണ്.

വികാരാത്മകം

ഉദാ:-

**ചിന്താവശനാവുക*

**ചിന്തയിൽ മുഴുകുക*

**ചിന്തിച്ച ചിന്തിച്ച് ഒരു പരുവത്തിലാവുക*

വിചാരാത്മകം

**ചിന്തിച്ച് പ്രവർത്തിക്കുക*

**ചിന്തിച്ച് നോക്കുക*

**ചിന്തിച്ച് ഉത്തരം പറയുക*

ചിലപ്പോൾ ചിന്തയുടെ ഒരേ ഭാവം തന്നെ വികാരാത്മകമായും

വിചാരാത്മകമായും വരാം. മുകളിൽ കൊടുത്ത 'ചിന്തയിൽ മുഴുകുക' എന്നത് അത്തരത്തിലുള്ളതാണ്. ഇവിടെ സന്ദർഭം നോക്കിയാണ് ഏതാണെന്ന് തിട്ടപ്പെടുത്തുക.

ദൈനംദിന ജീവിതത്തിൽ, വ്യവഹാരഭാഷയിലും കാവ്യഭാഷയിലും ചിന്ത വിചാരത്തിന്റെയും വികാരത്തിന്റെയും പദവി കൈവരിക്കുന്നതുകാണാം.

വ്യവഹാരഭാഷ

I) നന്നായി ചിന്തിച്ചു വേണം മുന്നോട്ടുപോകാൻ - വിചാരാത്മകം

II) ഇത്രയൊക്കെ ചിന്തിക്കാൻ മാത്രം എന്തുണ്ടായി? - വികാരാത്മകം.

കാവ്യഭാഷ

I) പണ്ടു പിതാമഹർ കാട്ടിൻനടുവിൽ
ചിന്തകളുരസിട്ടമക്കാലം
വന്നു പിറന്നിതു ചെന്നിണമോലും
വാളുകണക്കൊരു തീനാളം

വൈലോപ്പിള്ളി (പന്തങ്ങൾ)

ഇവിടെ ചിന്ത വിചാരാത്മകമാണ്. ചിന്തകളുരസുന്നത് ധൈഷണികവൃത്തിയാണ്.അതേസമയം ലക്ഷകാത്മകവുമാണ്. ഇതിന്റെ സ്രോതസ്ഥലം കല്ലുകളുടെ ഉരസലാണ്. ലക്ഷ്യതലത്തിലാണ് ധൈഷണികതയുടെ ധർമ്മമുള്ളത്.

II) ശിഷ്യൻ പ്രവർത്തിച്ചതു വീരധർമം
സുതാംഗവൈകല്യമൊരുഗ്രശല്യം
സർവ്വജ്ഞനെന്നാലുമതിങ്കൽ ന്യായം
തോന്നാഞ്ഞുചിന്താവശനായ് മഹേശൻ

വള്ളത്തോൾ (ശിഷ്യനും മകനും)

ഈ വരികളിലെ ചിന്ത വികാരാത്മകമാണ്. ശിവന്റെ ശിഷ്യനായ പരശുരാമന്റെ പ്രവൃത്തി (ഗണപതിയുടെ കൊമ്പ് വെട്ടിയത്) വീരോചിതവും മകനായ ഗണപതിയ്ക്കുണ്ടായ അംഗവൈകല്യം വേദനയുളവാക്കുന്നതുമാണ്. എല്ലാമറിയുന്നവനായ ശിവന് അതിൽ ന്യായം തോന്നാഞ്ഞതുകൊണ്ട് അദ്ദേഹം ചിന്താവശനായി. ഇവിടെ ചിന്ത ദുഃഖം, വേദന തുടങ്ങിയ വികാരങ്ങളെയാണ് സങ്കൽപനം ചെയ്യുന്നത്.

കവിതയും ചിന്തയും

ലക്ഷകങ്ങളും ചിന്തയും പരസ്പരാശ്രിതങ്ങളാണ്. ചിന്ത വിനിമയം ചെയ്യപ്പെടുന്നത് ലക്ഷകങ്ങളിലൂടെയാണ്. കവിയുടെ ചിന്ത ലക്ഷകങ്ങളിലൂടെ മൂർത്തരൂപത്തിലേക്ക് മാറ്റിയെടുക്കുകയും പിന്നീടത് ഭാഷയിലൂടെ ആവിഷ്കരിക്കുകയും ചെയ്യുന്ന പ്രക്രിയയാണ് കാവ്യരചനയിൽ നടക്കുന്നത്.

'കവിതയുടെ ലോകം മൂർത്തമായ അനുഭൂതികളുടെയും വികാരങ്ങളുടെയും ഭാവനയുടെയും ലോകമാണെങ്കിൽ, ചിന്തയുടെ ലോകം യുക്തിയുടെയും അമൂർത്തമായ ആശയങ്ങളുടെയും ലോകമാണ്. അതിനാൽ ഉത്തമസാഹിത്യവിമർശനത്തിന്റെ രീതികളെ സംബന്ധിച്ചിടത്തോളം കവിതയേയും ചിന്തയേയും കൂട്ടിക്കുഴക്കുന്നതോ, കൂട്ടിമുട്ടിക്കുന്നതോ പോലും ശരിയായ നടപടിയാവില്ല' (രാജീവൻ, 2009: 469-470). എന്ന നിരീക്ഷണവുമായി ഒത്തുപോകാത്തതാണ് മേൽപറഞ്ഞ കവിതയും ചിന്തയും തമ്മിലുള്ള ബന്ധം.

ലീലയിലെ സങ്കൽപനസ്വഭാവം

ലീലാകാവ്യം രചിക്കുന്ന സന്ദർഭത്തിൽ ആശാൻ കവിയെന്നനിലയ്ക്കും വ്യക്തിയെന്ന നിലയ്ക്കും ആശയങ്ങളെ എപ്രകാരമാണ് സങ്കൽപനം ചെയ്തതെന്ന പരിശോധിക്കുകയാണ് ഇവിടെ ചെയ്യുന്നത്. ഒപ്പം ചിന്തയും ലക്ഷകങ്ങളും പരസ്പരാശ്രിതമാണെന്ന പരികൽപനയുടെ സാധുത അന്വേഷിക്കുകയും ചെയ്യുന്നു.

പ്രണയമെന്ന വൈകാരികഭാവത്തിന് ഊന്നൽ നൽകിക്കൊണ്ട് മനുഷ്യജീവിതത്തിന്റെ നശ്വരതയെ ആഖ്യാനം ചെയ്യുന്ന കാവ്യമാണ് ലീല. ലീലാകാവ്യത്തിൽ വികാരവിചാരങ്ങളെ ആവിഷ്കരിക്കുന്ന പ്രമേയങ്ങളെ ആശാന്റെ പ്രണയസങ്കൽപം, വിധിബോധം അഥവാ ദുരന്താവബോധം, സ്ത്രീപക്ഷസമീപനം, മാധവിയുടെ ഭാഷ, പക്ഷി എന്ന ബിംബലക്ഷകം, ആശാന്റെ മാനവികത, കാവ്യവ്യവഹാരമെന്ന ധൈഷണികപ്രതിഭാസം എന്നിങ്ങനെ വർഗീകരിച്ചാണ് പരിശോധിക്കുന്നത്.

ആശാന്റെ പ്രണയസങ്കൽപം

മനുഷ്യജീവിതത്തിന്റെ വ്യർത്ഥതയോടൊപ്പം പ്രണയത്തിന്റെ അഭൗമസൗന്ദര്യവും ചിത്രീകരിക്കുന്ന കാവ്യമാണ് ലീല. അനുരാഗത്തിന്റെ അസാധാരണത്വമാണ് ഈ കാവ്യത്തെ അനന്യമാക്കി നിർത്തുന്ന ഒരു ഘടകം. ആശാന്റെ സങ്കൽപനങ്ങളിൽ പ്രണയം എന്ന വൈകാരികഭാവം ലക്ഷകാത്മകമായി പരിണമിക്കുന്നതെങ്ങനെയെന്ന് ചില ഉദാഹരണങ്ങളിലൂടെ വ്യക്തമാക്കാം.

പഴകിയ തരുവല്ലി മാറ്റിടാം
പുഴയൊഴുകുംവഴി വേറെയാക്കിടാം
കഴിയുമവ-മനസ്വിമാർമന-
സ്സൊഴിവതശക്യമൊരാളിലുന്നിയാൽ (1.24)

കവിയുടെ ചിന്ത ലക്ഷകാത്മകമായി ഭാഷയിലൂടെ വിനിമയം ചെയ്യപ്പെട്ടുകയാണിവിടെ. ഒരു ചിന്താരേഖയിലൂടെ അത് പരിശോധിക്കാം.

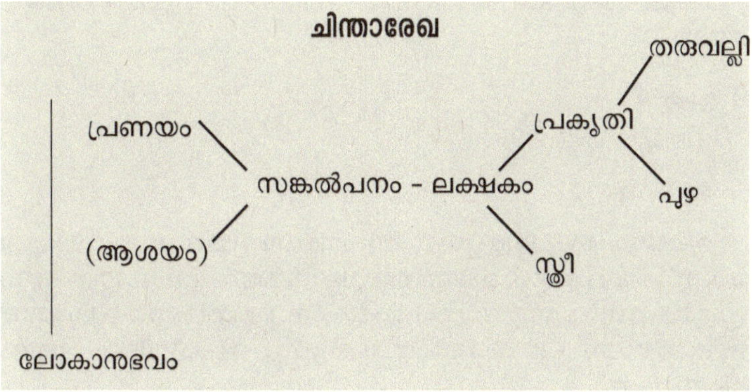

ഈ ചിന്താരേഖപ്രകാരം പ്രണയമെന്ന ആശയത്തെ കവി സങ്കൽപനംചെയ്തതെങ്ങനെയെന്ന് താഴെ കൊടുക്കുന്നു.

ലോകാനുഭവം-ജീവിതത്തിൽനിന്നും ബാഹ്യലോകത്തുനിന്നുമുള്ള ഇന്ദ്രിയാനുഭവങ്ങളുടെ സംവേദനങ്ങളിലൂടെയാണ് ലോകാനുഭവം സാധ്യമാകുന്നത്. 'ഇന്ദ്രിയാനുഭവങ്ങളെ ചില ജ്ഞാനാത്മകപ്രക്രിയകൾക്ക് വിധേയമാക്കുമ്പോഴാണ് സംവേദനം നടക്കുന്നത്. വസ്തുവിനെകാണൽ ഇന്ദ്രിയാനുഭവവും തിരിച്ചറിയൽ സംവേദനവുമാണ് (മുഹമ്മദലി, 2012:44). കാഴ്ച, കേൾവി, ശ്രദ്ധ തുടങ്ങിയ ധൈഷണികവൃത്തികളിലൂടെയാണ് സംവേദനം നടക്കുന്നത്. ലോകാനുഭവങ്ങളുടെ അടിസ്ഥാനത്തിലോ പശ്ചാത്തലത്തിലോ ആണ് ആശയരൂപീകരണം നടത്തുന്നത്.

പ്രണയം- പ്രണയമെന്ന വൈകാരികഭാവത്തെയാണ് കവിക്ക് ആവിഷ്കരിക്കേണ്ടത്. ഈ ഭാവത്തെ ആശയമെന്ന മട്ടിലാണ് കാവ്യരചനയിൽ കവികാണുന്നത്.

സങ്കൽപനം- വ്യക്തി തനിക്ക് ചുറ്റുമുള്ള ലോകത്തെ മനസ്സിലാക്കുന്ന പ്രക്രിയയാണ് സങ്കൽപനം. കാണുകയും കേൾക്കുകയും

അറിയുകയും അനുഭവിക്കുകയുമൊക്കെ ചെയ്യുന്ന അറിവുകളാണ് ഇതിനാധാരം. എല്ലാതരം അറിവുകളും സങ്കൽപനങ്ങളായാണ് മനസ്സിൽ സൂക്ഷിക്കപ്പെടുന്നത്.

ലക്ഷകം- കവിയുടെ ചിന്ത പ്രണയമെന്ന സങ്കൽപനത്തെ ലക്ഷകങ്ങളിലൂടെ മൂർത്തരൂപത്തിലേക്ക് മാറ്റിയെടുക്കുന്നു. പിന്നീടത് ഭാഷയിലൂടെ ആവിഷ്കരിക്കുന്നു.

ലക്ഷകങ്ങളുടെ ഭാഷാവിഷ്കാരം അഥവാ ലക്ഷ്യതലം താഴെപറയുന്നു.

I) പ്രകൃതി

പഴകിയ തരുവല്ലി

ഒഴുകുന്ന പുഴ

വൃക്ഷത്തിൽ പറ്റിച്ചേർന്ന് വളർന്നുകയറിയ അവസ്ഥയിലുള്ളതാണ് കാലപ്പഴക്കം ചെന്ന തരുവല്ലി. അത് പറിച്ചുമാറ്റുക എന്ന പ്രക്രിയ ദുഷ്കരമാണ്. സ്വന്തം മാർഗം സ്വയംനിർണയിച്ചുകൊണ്ട് ഒഴുകുന്നതാണ് പുഴ. അതിന്റെ ഗതിമാറ്റി ഒഴുക്കിവിടലും ദുഷ്കരം തന്നെയാണ്.

II) സ്ത്രീ

മനസ്വി എന്ന പദം സ്ത്രീയെയും പുരുഷനെയും കുറിക്കുന്നു. മനസ്സുള്ളവളോ, മനസ്സുള്ളവനോ ആണെന്നു താൽപര്യം. ഇവിടെ നായികയായ ലീലയെ ഉദ്ദേശിച്ചുള്ള പദമായതിനാൽ സ്ത്രീയെ സൂചിപ്പിക്കുന്നു.

ഈ സങ്കൽപന പ്രക്രിയയിലൂടെ കവി ഒരു ആശയത്തെ ആവിഷ്കരിച്ച രീതി എങ്ങനെയെന്നാണ് വ്യക്തമാക്കിയത്. ഇനി അവിടെ ചിന്തയും ലക്ഷകവും എങ്ങനെ ബന്ധപ്പെട്ടുകിടക്കുന്നുവെന്ന് നോക്കാം.

പ്രണയമെന്ന ആശയത്തെക്കുറിച്ചുള്ള ചിന്തയ്ക്ക് മൂർത്ത രൂപം നൽകിയ ലക്ഷകങ്ങളാണ് തരുവല്ലിയും പുഴയും. ഈ ലക്ഷകങ്ങളുടെ സ്വഭാവം,

പഴകിയ തരുവല്ലി- പറ്റിപ്പിടിച്ച് വേരോടിച്ച് ഉറച്ചുപോയ അവസ്ഥയിലുള്ളത്.

പുഴ- സ്വന്തം ഇച്ഛയ്ക്കനുസരിച്ച് സ്വതന്ത്രമായൊഴുകുന്നത്.

വേരുറച്ചുപോയതോ സ്ഥിരമായിപോയതോ ആയ പ്രകൃതിവിശേഷങ്ങളെ മാറ്റിതീർക്കാനായാലും മനസ്വിമാരുടെ മനസ്സ് പ്രണയംമൂലം ഒരാളിൽ പതിഞ്ഞുപോയാൽ അത് മാറ്റിയെടുക്കുന്നത് അശക്യമാണ് എന്നാണ് കവി സ്ഥാപിക്കുന്നത്.

മനസ്വിയാണ് ലീല. ആശാൻ വ്യത്യസ്ത സന്ദർഭങ്ങളിലായി ലീലയെ വിശേഷിപ്പിക്കുന്നത് സ്ഥിരശീല, സതി (1.34), ഗുണവതി (1.68), സ്വാധ്വീമണി (3.23) എന്നൊക്കെയാണ്. കാവ്യത്തിന്റെ വളർച്ചാഘട്ടത്തിൽ എത്തിച്ചേരുമ്പോൾ സ്ഥിരചിത്തയായ ലീലയ്ക്ക് ചേർന്ന പര്യായപദങ്ങളാൽ അർഥബോധനം വരുത്തുകയാണ് കവി. ഇത്തരത്തിലുള്ള പ്രവർത്തനങ്ങളെല്ലാം ധൈഷണികമാണ്. എന്തു ചിന്തിക്കുന്നു എന്നതിനേക്കാൾ എങ്ങനെ ചിന്തിക്കുന്നുവെന്നതാണ് പ്രധാനം. അതുകൊണ്ട് 'മനസ്വി' എന്ന വിശേഷണത്തിന് അനുയോജ്യമായ രീതിയിലാണ് കവി അവളുടെ സ്ഥൈര്യത്തെ തുടർന്നും രേഖപ്പെടുത്തുന്നത്. വിവാഹിതയായി ഒരു കൊല്ലം കഴിഞ്ഞിട്ടും 'ഗുണവതിയവൾ നിന്നു നിഷ്ഠയിൽ' (1.36) എന്നും 'അവനധീനമെൻ സ്ഥിരമാം ചേതന' (2.42) എന്നും 'സ്ഥിരചേതനകൾക്കഹോ പരസ്പരമേലും സമവായവൈഭവം പരനിങ്ങറികില്ല' (2.66) എന്നുമുള്ള ലീലയുടെ, മദനനെ കാണണമെന്ന ദൃഢനിശ്ചയത്തെക്കുറിച്ച് അജയകുമാർ (1999:4-5) ഉദ്ധരിക്കുന്ന ഇക്കാര്യങ്ങൾ ലീലയെന്ന മനസ്വിയ്ക്കും യോജിക്കുന്നതാണ്. പഴകിയ തരുവല്ലിയെയും ഒഴുകുന്ന പുഴയെയും അപേക്ഷിച്ച് ദൃഢതയാർന്നതാണ് ലീലയുടെ പ്രണയമനസ്സ്.

പാരിസ്ഥിതികബോധവുമായി ബന്ധപ്പെടുത്തിയാണ് കവി പ്രണയസങ്കൽപനം നടത്തുന്നത്. തരുവല്ലി, പുഴ എന്നിവയെല്ലാം മനോഹരമായൊരു വികാരാവിഷ്കാരത്തിന് തീവ്രതകൂട്ടാനുള്ള വസ്തുക്കളായി മാറുകയാണിവിടെ. തികഞ്ഞ പ്രകൃത്യവബോധത്തിലൂന്നിയുള്ള ആശയസങ്കൽപനത്തിന് മറ്റൊരുദാഹരണമാണ് ലീലയുടെ ഭർതൃമരണത്തെക്കുറിച്ച് പറയുന്നത്.

കളരഘടിതി പറിച്ചുഖിന്നമാം
മുളയതു മുതിർന്നു പൊങ്ങുവാൻ (1.46)

കളപറിക്കുമ്പോൾ ധാന്യച്ചെടികളുടെ വേരുകൾക്ക് ഇളക്കംതട്ടി അൽപമൊന്നു വാടുമെങ്കിലും പെട്ടെന്നുതന്നെ ചെടി വേരുറപ്പിച്ച് പൂർവ്വാധികം ശക്തിയോടെ വളർന്നുയരും. അതുപോലെയാണ് ഭർത്താവെന്ന കള നീങ്ങിയപ്പോൾ ലീലയുടെ മനസ്സ് കരുത്താർജിച്ച് മദനോൻമുഖമായിത്തീർന്നത്. ലീലയുടെ മദനോൻമുഖമായ കുതിപ്പിനുള്ള കവിയുടെപിന്തുണയാണിത്.

കാർഷിക സംസ്കൃതിയുമായി ബന്ധപ്പെട്ട ചിന്തയാണ് ഇവിടെ ലക്ഷകാവസ്ഥ കൈവരിക്കുന്നത്. കള, മുള എന്നീ പാരിസ്ഥിതിക ബോധവും കാർഷികസംസ്കാരവും മനുഷ്യന്റെ വൈകാരികതയുടെ ഏറ്റവും ശ്രേഷ്ഠമായൊരു ഭാവത്തെ (പ്രണയത്തെ) ആവിഷ്കരിക്കാൻ ഉപയോഗിക്കുന്നതിലൂടെ മനുഷ്യനും പ്രകൃതിയുമായുള്ള ഏറ്റവും അടുത്തൊരു ബന്ധത്തെ കൂടിയാണ് കവി അടയാളപ്പെടുത്തുന്നത്. കവിയുടെ ചിന്ത മനുഷ്യജീവിതം പരിസ്ഥിതിയുമായി എത്രമാത്രം കെട്ടുപിണഞ്ഞു കിടക്കുന്നു എന്നു വ്യക്തമാക്കാൻ ശ്രമിച്ചതിന്റെ ഫലമാണ് കള, മുള എന്നീ ലക്ഷകങ്ങളിലൂടെ സാധിച്ചത്. ഇവിടെ ചിന്തയും ലക്ഷകങ്ങളും പരസ്പരാശ്രിതങ്ങളാണെന്നു വ്യക്തമാകുന്നു.

ക്ഷിതിയിലൊരു പുമാന്റെയെന്നിയേ
സതികൾ പരന്റെ ഗുണങ്ങൾ കാണുമോ? (1.34)

പതിവ്രതമാർ ഈ ഭൂമിയിൽ താനേറ്റവും ഇഷ്ടപ്പെടുന്നവന്റെയല്ലാതെ മറ്റൊരു പുരുഷന്റെ ഗുണങ്ങൾ കാണില്ല. മനസ്വിമാരുടെ മനസ്സിന്റെ സ്ഥിരനിശ്ചയത്തെത്തന്നെയാണ് ഈ വരികളിലൂടെ കവി സങ്കൽപനം ചെയ്യുന്നത്.

പാരമിഷ്ടജനരൂപമോരുവാൻ
നാരിമാർക്കു നയനം സുസൂക്ഷ്മമാം (45)

എന്ന് നളിനിയിൽ കവി പറയുന്നതും വളരെ സൂക്ഷമായി, ഇഷ്ടപ്പെട്ടവന്റെ രൂപവും ഗുണവും തിരിച്ചറിയുവാനുള്ള സ്ത്രീയുടെ കഴിവിനെക്കുറിച്ചാണ്. സ്ത്രീയുടെ കാഴ്ച പുരുഷന്റെ കാഴ്ചയിൽനിന്ന് വ്യത്യസ്തമാണ്. ആവശ്യമുള്ളത് മാത്രം കാണുക എന്ന ശ്രദ്ധയുമായി ബന്ധപ്പെട്ട കാഴ്ച ഇവിടെ ബുദ്ധിയുടെയും ഒപ്പം വൈകാരികമായ അടുപ്പത്തിന്റെയും ഫലമായാണ് സംഭവിക്കുന്നത്. അന്യന്റെ ഗുണങ്ങൾ കാണാതിരിക്കുകയും ഇഷ്ടരൂപം സൂക്ഷ്മമായി കാണുകയും ചെയ്യുന്ന പ്രക്രിയ ധൈഷണികമെന്നതിനെക്കാൾ വൈകാരികമാണ്. സ്ത്രൈണമനസ്സിന് പ്രത്യഭിജ്ഞാനം നൽകുവാൻ പ്രേമം, പുത്രവാത്സല്യം, കോപം, ശോകം, കരുണ മുതലായ വികാരങ്ങൾക്ക് അസാധാരണമായ കഴിവുണ്ടെന്ന് വില്യം ജെയിംസിനെ ഉദ്ധരിച്ചുകൊണ്ട് നിത്യചൈതന്യയതി(1988:93)പറയുന്നുണ്ട്. സ്ത്രീമനസ്സിന്റെ ഗതിവിഗതികളെക്കുറിച്ച് ആശാൻ വളരെ ആഴത്തിൽ ചിന്തിച്ചിരുന്നുവെന്ന് വ്യക്തമാക്കുന്ന ധാരാളം സന്ദർഭങ്ങൾ ആശാൻ കൃതികളിൽ കണ്ടെത്താനാകും.

ഏത് തരത്തിലുള്ള പ്രതിബന്ധമുണ്ടായാലും മൂല്യവത്തായ പ്രണയം നശിച്ചുപോവില്ലെന്നാണ് ആശാന്റെ വിശ്വാസം.

വിലസിട്ടു,മടിയേറ്റ വെള്ളിപോ-
ലുലയതിലൂതിയ പൊന്നുപോലെയും (1.74)

അടിയേൽക്കുമ്പോൾ തിളക്കം വർധിക്കുന്ന വെള്ളിപോലെയും ഉലയിൽ ഊതിയെടുത്ത പൊന്നുപോലെയും പ്രണയം തിളങ്ങിക്കൊണ്ടിരിക്കും. യഥാർഥപ്രണയത്തിന്റെ പരിശുദ്ധിയെയും ഏത് തടസ്സങ്ങളെയും മറികടക്കാനുള്ള ശക്തിയെയുമാണ് ആശാൻ ഇവിടെ വ്യക്തമാക്കുന്നത്. ഈ പ്രണയത്തിളക്കത്തിന് മനസ്വിമാരുടെ മനസ്സുമായി പാരസ്പര്യമുണ്ടെന്ന് പറയാം. അതുകൊണ്ട് ആണിനും പെണ്ണിനും പരസ്പരം പ്രണയമുണ്ടെങ്കിൽ അതിലും വലുതല്ല മറ്റൊരു വ്രതവും എന്ന് ആശാൻ അസന്ദിഗ്ധമായി പറയുകയും എന്തൊരു ധന്യനാണ് തന്റെ പ്രിയനെന്നും അവനെ പ്രണയൈകവൃത്തിയാൽ കബളിപ്പിച്ച നൃശംസ(2.39)യാണ് താനെന്നും ലീലയെക്കൊണ്ട് പറയിപ്പിക്കുകയും ചെയ്യു.

പ്രണയമെന്ന ആശയത്തെ ആവിഷ്കരിക്കാൻ ആശാൻ തന്റെ ലോകാനുഭവങ്ങളിൽ നിന്നു രൂപപ്പെട്ട വിവിധതരം ലക്ഷകങ്ങളെയാണ് ഉപയോഗിച്ചിരുന്നത്. ലീലാകാവ്യത്തിലെ ശ്ലോകങ്ങളിലേറെയും പ്രണയത്തിന്റെ ആന്തരികസത്ത ദ്യോതിപ്പിക്കുന്നവയാണ്.

ആശാന്റെ വിധിബോധം അഥവാ ദുരന്താവബോധം

ജീവിതത്തിൽ ദുരന്തങ്ങൾ ആവർത്തിക്കുമ്പോഴാണ് മനുഷ്യൻ വിധിയിൽ അഭയം തേടുന്നത് അല്ലെങ്കിൽ വിധിവിശ്വാസിയാകുന്നത്. അനുകൂല ജീവിതാവസ്ഥകളെ കുറിക്കാൻ വിധിപ്രയോഗം സാധാരണഗതിയിൽ നടത്താറില്ല എന്നത് ദുരന്തങ്ങളും വിധിയും തമ്മിലുള്ള ഐക്യത്തിന് അടിസ്ഥാനമാകുന്നു. ആസ്തികനായ ആശാന് ജീവിതത്തിന്റെ ക്ഷണികതയെക്കുറിച്ച് നല്ല ബോധ്യമുണ്ടായിരുന്നു. 'വളരെ ചെറുപ്പത്തിൽ ബാംഗ്ളൂരിൽ പഠിക്കാൻ പോയപ്പോൾ കുമാരു തന്റെ സുഹൃത്തിനയച്ച കത്തിൽ പറയുന്നത്, 'ആരൊക്കെയാണ് നമ്മുടെ മുമ്പിൽ കാത്തുനിൽക്കുന്നത് എന്ന് നിങ്ങൾ നോക്കുക. ജീർണിച്ച ശരീരവും തൊലിയുമാണ് നിങ്ങളെ പ്രതീക്ഷിച്ചുകൊണ്ട് അപ്പുറത്ത് കാത്തുനിൽക്കുന്നത്. അതിനപ്പുറത്ത് ചിരിച്ചുകൊണ്ടാണ് മറ്റൊരാൾനിൽക്കുന്നത്. അത് മരണമാണ് എന്നുകൂടിയാണ് ആശാൻ അർഥമാക്കുന്നത്'' (വിജയൻ, 2013:8). വളരെ ചെറുപ്രായത്തിൽതന്നെ ജീവിതത്തിന്റെ നശ്വരതക്കുറിച്ച് ചിന്തിക്കുകയും സംസാരിക്കുകയും ചെയ്തിരുന്ന ആശാനെന്ന് വ്യക്തമാക്കുന്നതാണ് മേൽപറഞ്ഞ കാര്യങ്ങൾ.

ആശാന്റെ വീണപൂവ്, നളിനി, ലീല, കരുണ എന്നീ

കാവ്യങ്ങളെല്ലാം അവസാനിക്കുന്നത് വീഴ്ചയിൽ അഥവാ പതനത്തിലാണ്. മരണത്തിലൂടെ പ്രണയം സാക്ഷാത്കരിച്ചവരാണ് നളിനിയും ലീലയും വാസവദത്തയും. ആശാന്റെ ലീലാകാവ്യത്തിൽ ദുരന്തം അല്ലെങ്കിൽ വിധി പ്രത്യക്ഷമായും പരോക്ഷമായുംഎങ്ങനെയെല്ലാമാണ് കാവ്യത്തിന്റെ അന്തർധാരയായി വർത്തിച്ചതെന്നും കവി എങ്ങനെയാണ് വിധിബോധത്തെ സങ്കൽപനം ചെയ്തതെന്നുമാണ് ഈ ഭാഗത്ത് പരിശോധിക്കുന്നത്.

കാമുകനിൽ നിന്ന് അകലേണ്ടിവന്നത്, ഭർത്താവിന്റെ മരണം, മാതാപിതാക്കളുടെ മരണം ഇത്രയും കാര്യങ്ങൾ ലീല നേരിട്ട് അനുഭവിക്കേണ്ടി വന്നതും ലീലാമദനന്മാരുടെ മരണം അനുവാചകർ നേരിട്ട് അറിഞ്ഞതുമാണ്. വിധി തല്ലി തകർത്ത ലീലയുടെ ജീവിതമാണ് കാവ്യത്തിന്റെ ഇതിവൃത്തമെന്ന് ധാരാളം വിമർശകർ നിരീക്ഷിച്ചിട്ടുണ്ട്.

കാവ്യാരംഭത്തിൽ മാധവിയുടെ 'പ്രണയപരവശേ', എന്ന സംബോധന ചെന്നു പതിക്കുന്നത് വിധി വാട്ടിയ കർണവീഥിയിൽ (1.2) ആണ്. വിധിവശാൽ വിവശയായവളാണ് ലീല. ഭർതൃമരണവും കാമുകവിയോഗവും ലീലയെ വിവശയാക്കിയെങ്കിലും കാമുകനെ കണ്ടുപിടിക്കാൻ നിയോഗിക്കപ്പെട്ട മാധവിയുടെ വാക്കുകൾ പിച്ചിമേൽ പുതുമഴത്തുള്ളി പതിച്ചപോലെയായിരുന്നു.

വിധിവാട്ടിയ കർണവീഥി എന്ന പ്രയോഗം സങ്കൽപനം ചെയ്യുന്നത് ലീലയുടെ മാതാപിതാക്കളുടെ മരണവൃത്താന്തവും ഭർതൃമരണം നിമിത്തം കേൾക്കേണ്ടിവന്ന അശുഭവാർത്തകളും കാമുകന്റെ വിയോഗവാർത്തയും കേട്ട് തളർന്നുപോയ ചെവികളെയാണ്. ശ്രവണത്തിലൂടെ അനുഭവിക്കേണ്ടിവന്ന ദുരന്തവാർത്തകൾ ലീലയെ തളർത്തിക്കളഞ്ഞു. ദുരന്തവാർത്തകളുടെ ബാഹുല്യം താങ്ങാനുള്ള വിസ്തൃതി (ശക്തി)യെ സൂചിപ്പിക്കാനാവാം 'കർണവീഥി' എന്ന് പ്രയോഗിച്ചിരിക്കുക എന്ന് വിചാരിക്കുന്നതാവും ഉചിതമെന്ന് കരുതാം.

അർഥപാലകൻ മകളെയുംകൂട്ടി യാത്രപോയപ്പോൾ ആ യാത്രയിൽ സംഭവിക്കാനിരിക്കുന്ന ഒരു കാര്യത്തെക്കുറിച്ചുള്ള മുന്നറിയിപ്പെന്നവണ്ണം കവി ലീലയുടെ ദുർവിധിയെക്കുറിച്ച് പറയുന്നു,

ശരി, ഹതവിധിയായ മേഘമാർ-
ന്നിരുള് പരന്നിത, ലോകയാത്രയിൽ,
മുറുകി വലിയ കോള്, കന്യയാം
ചെറുകളിവഞ്ചി കുടുങ്ങിയാടലിൽ (1.18)

ദുർവിധിയാകുന്ന കാർമേഘത്താൽ അവളുടെ ലോകയാത്ര

(ജീവിതയാത്ര) ഇരുട്ടു നിറഞ്ഞതായി തീർന്നു. ജീവിതത്തിലേക്ക് നീണ്ട ആ യാത്രയിലായിരുന്നു അവളുടെ വിവാഹം. ചില അനിവാര്യതകൾ വളരെ ആകസ്മികമായിട്ടായിരിക്കും ജീവിതത്തിൽ സംഭവിക്കുക എന്ന യാഥാർത്ഥ്യത്തെ രേഖപ്പെടുത്തുന്ന കവി വിധിയുടെ അലംഘനീയതയെക്കുറിച്ച് ഇപ്രകാരം പറയുന്നു.

കദനമതൊഴിയാതെ കഷ്ടമീ
മദനഗതാശയ മാഴ്കി- നിഷ്ഫലം
വിദയനിയതി, ദുസ്തരൗഘ,-യാ
നദിയെയെതിർത്തൊരു ജന്തു നീന്തുമോ? (1.27)

മദനനിൽ ചെന്നുപറ്റിയ ഹൃദയവുമായി ദുഃഖത്തോടെ ലീല കഴിഞ്ഞു. ദുർവിധിയാകുന്ന നദിയെ എതിർത്തു ഒരു ജന്തുവിന് നീന്താനാവുമോ?

ഹതവിധി, വിദയനിയതി ഇത്യാദി പ്രയോഗങ്ങൾ സൂചിപ്പിക്കുന്നത് ദുർവിധിയെയാണ്. മനുഷ്യന്റെ നിയന്ത്രണങ്ങൾക്കപ്പുറത്ത് നടക്കുന്ന ചിലതുണ്ടെന്ന സത്യത്തെക്കൂടി ഉൾക്കൊള്ളുന്ന വിധി വിശ്വാസമാണ് കവി ദുർവിധിയിലൂടെ സങ്കൽപനം ചെയ്യുന്നത്. വിധിവിഹിതം അനുഭവിക്കുകയല്ലാതെ ലംഘിക്കാൻ ആർക്കുമാവില്ല എന്ന ചിന്തയാണ് ഇതിനടിസ്ഥാനം.

കാമുകനിൽനിന്ന് തന്നെ വേർതിരിച്ച വിധി ഒട്ടും കാരുണ്യമില്ലാതെ മറ്റൊരു വൈഭവത്തെ കൂടി കാണിച്ചു; ലീലയുടെ ഭർത്താവിന്റെ മരണത്തിലേക്കുള്ള സൂചന.

ക്ഷണമകരുണമന്യവൈഭവം
ഗുണപരിണാമ പരീക്ഷകൻ വിധി (1.37)

കരുണയില്ലാത്തൊരു സാമർത്ഥ്യത്തെ ഗുണങ്ങളുടെ പരിണാമം പരിശോധിക്കുന്നവനായ വിധി അവളോട് കാണിച്ചു. ഗുണങ്ങളുടെ പരിണാമം പരിശോധിക്കുന്നവൻ എന്ന വിശേഷണത്തിൽ നിന്ന് ഇവിടെ വിധി ദൈവമാണെന്ന് വ്യക്തമാകുന്നു. ഗുണപരിണാമ പരീക്ഷകൻ ആയ വിധി തട്ടിയെടുത്തത് ഭർത്താവിന്റെ ജീവനായിരുന്നു. ലീലയെ സ്വതന്ത്രയാക്കിയ വിധിയെയാണ് കവി ഇതിലൂടെ രേഖപ്പെടുത്തുന്നത്.

ഏത് കനിയിലിരുന്നാണോ സ്വപ്നക്കനിയെ വിചാരിച്ചത്, ആ കനിയെ വീഴ്ത്തിയതും സ്വപ്നക്കനിയിലേക്ക് മനഃഖഗത്തിന് പറക്കാൻ സൗകര്യമൊരുക്കിയതും വിധി തന്നെ. വിധിയുടെ വൈഭവം വീണ്ടും പ്രകടമാവുന്നത് 'കളമത്തിനു പൊങ്ങി വളരാൻ കളപറിച്ചു കളഞ്ഞുകൊട്ടുക്കുന്ന കർഷക ഹസ്തത്തെപോലെയാണ് വിധി

പ്രവർത്തിച്ചത്' (ലീലാവതി,1986:14)എന്നതിലാണ്.

കളത്ഡടിതി പറിച്ചഖിന്നമാം
മുളയതുപോലെ മുതിർന്നു പൊങ്ങുവാൻ (1.46)

ലീലയെ സ്വതന്ത്രയാക്കുകയും അവളുടെ സ്വതന്ത്രയാത്രയ്ക്ക് വഴിയൊരുക്കുകയുമാണ് വിധി.

ഭർത്താവിന്റെ മരണശേഷം സ്വന്തം വീട്ടിൽ തിരിച്ചെത്തിയ ലീലയുടെ ചിന്ത, പലതരത്തിലുള്ള ഭാഗ്യത്തിൽ മുഴുകിക്കഴിഞ്ഞിരുന്ന താൻ ഇന്ന് ഭാഗ്യം കെട്ടവളായി തീർന്നിരിക്കുന്നുവെന്നാണ്. എല്ലാം വിധികൽപ്പിതമാണ്. സ്ത്രീയുടെ ബലമെന്നത് പാതിവ്രത്യശക്തിയാണ്. ആ വിശുദ്ധിക്കാണ് ഇന്ന് ഭംഗം വന്നിരിക്കുന്നത്.

പരമതിനിഹഭംഗമേകുവാൻ
കരുതിയൊരെൻ വിധിയെത്ര ഘോരനാം (1.54)

എല്ലാ സൗഭാഗ്യങ്ങളെയും കെടുത്തിക്കളയുന്ന വിധിയുടെ കാഠിന്യത്തെയാണ് കവി പരാമർശിക്കുന്നത്. എല്ലാ ഐശ്വര്യങ്ങളും ക്ഷണികമായ പ്രതിഭാസമാണെന്നു വിശ്വസിക്കുന്ന കവി, ജീവിതാവസ്ഥയിൽ വന്നുപെടുന്ന വിധിവൈപരീത്യങ്ങളെക്കുറിച്ച് ബോധവാനാണ്. ആ ബോധമുണർത്തിയ ചിന്തയാണ് വിധിയുടെ കാഠിന്യത്തെക്കുറിച്ച് പറയാൻ കവിയെ പ്രേരിപ്പിച്ചത്. എല്ലാം തികഞ്ഞ അവസ്ഥ ശുഭസൂചകമായി കാണരുതെന്ന് കവി മുന്നറിയിപ്പ് നൽകിയിട്ടുണ്ടല്ലോ.

മദനൻ നാടുവിട്ടുപോയ വിവരം മാധവി ലീലയെ ധരിപ്പിക്കുന്നത് ഇപ്രകാരമാണ്,

വളരെ ആഗ്രഹത്തോടെ നീ തിരഞ്ഞ നിധി ഇന്ന് ശൂന്യഭാണ്ഡമായിരിക്കുന്നു. അതുകൊണ്ട് ധൈര്യം സംഭരിക്കുക.

ധൃതിതടവുകയാർന്നിടാം ശുഭേ,
ച്യുതിയിഹ ചുണ്ടിലണഞ്ഞ പേയവും (1.67)

അചിരേണ നിന്റെ ആഗ്രഹം സാധിക്കും. ചുണ്ടോളമെത്തിയ പാനീയത്തിനും ച്യുതി സംഭവിക്കാറുണ്ടല്ലോ. ചുണ്ടിനും കപ്പിനുമിടയ്ക്ക് നഷ്ടപ്പെടുന്ന സൗഭാഗ്യമെന്നത്, നേടുമെന്നുറപ്പായ പലതും അവസാന നിമിഷം കൈവിട്ടുപോകുന്ന അവസ്ഥയാണ്. അത്തരമൊരവസ്ഥ മനുഷ്യജീവിതത്തിൽ വിരളവുമല്ല. ഭൗതികജീവിതത്തിൽ ദുരന്തം ഒരുതരത്തിലല്ലെങ്കിൽ മറ്റൊരുതരത്തിൽ വന്നുചേരുന്നത് ഒരു അനിവാര്യതയാണെന്നാണ് കവിയുടെ നിഗമനം. എന്നാൽ അതിനിടയ്ക്കും പ്രതീക്ഷയുടെ നേരിയൊരു കണം കവി

സൂക്ഷിക്കുന്നുണ്ട്. അതുകൊണ്ടാണ് ധൈര്യം സംഭരിക്കുക എന്ന് മാധവി ലീലയോട് പറയുന്നത്.

ചുണ്ടിലണഞ്ഞ പേയം എന്നതിലെ പേയ(പാനീയം)മാണ് ലക്ഷകമായി നിന്നുകൊണ്ട് സൗഭാഗ്യത്തെ അടയാളപ്പെടുത്തുന്നത്. പാനീയം വ്യത്യസ്തതരത്തിലുള്ളതുകൊണ്ട് സൗഭാഗ്യങ്ങളുടെ വ്യതിരിക്തതയെയാണ് അത് ധ്വനിപ്പിക്കുന്നത്.

'എല്ലാത്തരം ദുരന്തദർശനങ്ങൾക്കും പൊതുവായ ഒരു ലക്ഷണമുണ്ട്. അവയെല്ലാം മനുഷ്യനും അവന്റെ സാമൂഹ്യവും ആത്മീയവുമായ ലോകവും തമ്മിലുള്ള ബന്ധത്തിലെ അഗാധമായൊരു പ്രതിസന്ധിയെ പ്രകാശിപ്പിക്കുന്നു' എന്ന് ഗോൾഡ്മാനെ ഉദ്ധരിച്ചുകൊണ്ട് രാജകൃഷ്ണൻ (1991:29) ഇപ്രകാരം പറയുന്നു. 'കുമാരനാശാന്റെ ദുരന്താവബോധത്തിന്റെ അളവുകോലായി കവിമനസ്സിൽ അരങ്ങേറിയ ആത്മസംഘർഷത്തിന്റെ ആഴത്തെ, അല്ലെങ്കിൽ മൂല്യനിലവാരത്തെ കാണാം.'

മദനൻ ലീലയുടെ ബാഹുബന്ധം ഭേദിച്ച് ഓടിമറയുന്നത് വലിയൊരു ദുരന്തത്തിലേക്കാണ്.

സമയമതില്ലുയർന്ന ഘോരവാരി-
ഭ്രമമൊടകാലികവൃദ്ധിരേവയാർന്നു,
ഘുമഘുമരയഘോഷമേറ്റിയാരാൽ
യമപുരിതന്നിലടിച്ച ഭേരിപോലെ (3.70)

മദനൻ രേവയിലേക്ക് ചാടിയപ്പോഴുണ്ടായ സ്ഥിതിവിശേഷമാണിത്. ഭയങ്കരമായ ജലപ്രവാഹം രേവയിലുണ്ടായി. ഒഴുക്കിന്റെ ശബ്ദം അകലേയ്ക്ക് യമപുരിയിലടിച്ച പെരുമ്പറ പോലെ അനുഭവപ്പെട്ടു.

കേൾവി എന്ന ഇന്ദ്രിയസംവേദനത്തിലൂടെയാണ് ഈ ദുരന്തത്തെക്കുറിച്ചുള്ള അറിവ് വിനിമയം ചെയ്യപ്പെടുന്നത്. ദുരന്തത്തിന്റെ അഗാധപതനം നാദസാക്ഷ്യത്തിലൂടെ അടയാളപ്പെടുത്തുകയാണ് കവി. പതനത്തിന്റെ ആഴം എത്ര ശക്തവും ഭീകരവുമാണെന്ന് ധ്വനിപ്പിക്കാൻ 'യമപുരിതന്നിലടിച്ച ഭേരി' എന്ന പ്രയോഗത്തിലൂടെ സാധിച്ചിരിക്കുന്നു.ദുരന്തത്തിന്റെ ഭാവപ്പകർച്ച അതോടെ പ്രകൃതിയിലുമുണ്ടായി.

രവി ജലധിയിലാശു മുങ്ങി, രേവാ-
സവിധവനങ്ങളിൽനിന്നു രശ്മി നീങ്ങി;
പവനനുമഥവിട്ടു ചമ്പകത്തേ,
ഭുവനവുമപ്പൊഴുതപ്രസന്നമായി (3.71)

പ്രകൃതിയുടെ ഈ 'സൂക്ഷ്മസ്വഭാവവർണനന'യ്ക്ക് ദുരന്തത്തിന്റെ ഘനീഭൃതദുഃഖത്തെ സങ്കൽപനം ചെയ്യാൻ കഴിയുന്നുണ്ട്. ദുരന്തത്തിന്റെ ദൃശ്യസാക്ഷിയായി നിലകൊള്ളുകയാണിവിടെ പ്രകൃതി. ലീലാമദന സംഗമവേളയിൽ പെട്ടെന്ന് മദനൻ ലീലയിൽനിന്ന് വേർപിരിഞ്ഞ് കാടിനുള്ളിലേക്ക് മറഞ്ഞുപോയി. ഈ സമയത്തുള്ള ലീലയുടെ ചിന്ത

തിരിയെ മദനനെന്തിനോടി?യെന്താം
പരിണതി ഹാ!വിധിവാമ്യമെന്തു ചെയ്യു! (3.66)

ഇനി സംഭവിക്കാൻ പോകുന്നത് എന്തായിരിക്കാം എന്ന ഭയവും വിധി ഏതുതരത്തിലുള്ള കുടിലതയാണ് കാണിക്കാൻ പോകുന്നത് എന്ന ഭയവും ലീലയെ അലട്ടുന്നു. മനുഷ്യജീവിതത്തിന്റെ അനിശ്ചിതത്വത്തെ അടയാളപ്പെടുത്താൻ കവി വിധിയുടെ കുടിലതയെ പ്രയോജനപ്പെടുത്തുന്നു.

മദനനോടൊപ്പം രേവാനദിയിൽ ലീലയും അപ്രത്യക്ഷയായി പോകുന്നത് കണ്ടുനിന്ന മാധവിയുടെ വാക്കുകൾ

പ്രിയനെയനുഗമിച്ച ധന്യയായ് നീ
സ്വയമഥവാ- വിധിയിന്നു തൃപ്തനായി! (3.76)

പ്രിയനോടൊപ്പം പോകാൻ കഴിഞ്ഞ നീയിന്ന് സ്വയം ധന്യയായിരിക്കുന്നു, അഥവാ വിധിയിന്ന് തൃപ്തനായിരിക്കുന്നു.

വിധിയുടെ തൃപ്തിയിൽ ക്രൂരതയുടെ ലാഞ്ചനകൂടി ഉൾചേർന്നിരിക്കുന്നുവെന്നു കാണാം.

ലീലാമദനൻമാരുടെ ദേഹവിയോഗത്തിനുശേഷവും കാവ്യം അവസാനിക്കുന്നില്ല എന്നത് ശ്രദ്ധേയമാണ്. പിന്നീടുള്ള ഭാഗം പൂർണമായും മാധവിയിൽ നിക്ഷിപ്തമാണ്. വിധിയെക്കുറിച്ചും മനുഷ്യജീവിതത്തിന്റെ നശ്വരതയെക്കുറിച്ചുമെല്ലാം വിലപിച്ചു കരഞ്ഞുമയങ്ങിയ മാധവിയുടെ മുമ്പിൽ പ്രത്യക്ഷപ്പെട്ട മുഖസൗന്ദര്യം തികഞ്ഞ അതീവ സുന്ദരരായ സിക്താംഗർ പറയുന്നത്, അല്ലയോ തോഴീ, ദേഹം വെടിഞ്ഞു എന്നതുകൊണ്ട് ഈ ലോകത്തുനിന്ന് ഒന്നും മറയുന്നില്ല, ആത്മാവിന്റെ ദേഹബന്ധവും തീരുന്നില്ല. അതുകൊണ്ട് ദുഃഖം മതിയാക്കുക എന്നാണ്. ഇവിടെയും കാവ്യം അവസാനിക്കാതെ പുതിയൊരു സൂര്യോദയത്തിലേക്ക് നീളുന്നു. പിന്നീട് മാധവി ലൗകികസുഖം കൊതിക്കാതെ മറ്റുള്ളവർക്കായി ജീവിതം നയിച്ചു.

ദോഷസ്പർശമെഴാത്തതാം വ്രതമെടു
ത്തന്യാർത്ഥമായ്, ജീവിതം
തോഷം പൂണ്ടുനയിച്ചു, ലൗകികസുഖം
തുച്ഛം കൊതിച്ചീലവൾ (3.85)

എന്നു പറയുന്ന ആശാൻ,
അന്യജീവനുതകി സ്വജീവിതം
ധന്യമാക്കുമമലേ വിവേകികൾ (നളിനി, 1998:69)
എന്ന മന്ത്രം സാർഥകമാക്കുകയാണ് ചെയ്യുന്നത്.

ജീവിതത്തെക്കുറിച്ചുള്ള ദുരന്തബോധത്തോടൊപ്പം പ്രകാശമാനമായ ജീവിതത്തുടർച്ചകളെയും കവി പ്രതീക്ഷയോടെ നോക്കികാണുകയാണ്. അചഞ്ചലമായ ആത്മവിശ്വാസം പോലെത്തന്നെ ശുഭാപ്തിവിശ്വാസവും ആശാന്റെ ചിന്തയെ പ്രചോദിപ്പിച്ചിരുന്നു. ആ ചിന്തയുടെ ബഹി:സ്ഫുരണമാണ് കാവ്യാവസാനത്തിൽ മാധവിക്ക് നൽകിയ ജീവിതവും ജീവിതലക്ഷ്യവും വ്യക്തമാക്കുന്നത്.

ആശാനെ സംബന്ധിച്ചിടത്തോളം അനിശ്ചിതത്വം മാത്രം നിറഞ്ഞ ഒരു ലോകത്തിൽ, അജ്ഞാതമായ എന്തിനെയോ തിരഞ്ഞു നടക്കാൻ വിധിക്കപ്പെട്ട മനുഷ്യന്റെ അവസ്ഥയെച്ചൊല്ലിയുള്ള ദാർശനികമായ ഉത്കണ്ഠ തന്റെ മൊത്തം ലോകവീക്ഷണത്തെയും രൂപപ്പെടുത്തിയ ഒരനുഭവമായിരുന്നു എന്നു കാണാൻ വിഷമമില്ല എന്ന രാജകൃഷ്ണ (1990:25)ന്റെ നിരീക്ഷണം ആശാന്റെ വിധിബോധം അഥവാ ദുരന്താവബോധം കൂടി ഉൾക്കൊള്ളുന്നതാണ്.

ആശാന്റെ സ്ത്രീപക്ഷസമീപനം

സ്തോത്രകൃതികളെഴുതിയ ആശാനെന്നും വീണപൂവ് മുതൽ കരുണവരെ എഴുതിയ ആശാനെന്നും രണ്ടായി ആശാന്റെ കാവ്യജീവിതത്തെ വിഭജിക്കാം. സ്തോത്രകൃതികളെഴുതിയ ആശാനെക്കുറിച്ച് അയ്യപ്പൻ (1998:697) ഇപ്രകാരം പറയുന്നു. "ആശാൻ ആദ്ധ്യാത്മികബുദ്ധിയും അതോടൊപ്പം കവിതാകലയും സാധകം ചെയ്തുറപ്പിച്ച കൃതികളാണ് ഈ സ്തോത്രങ്ങൾ". സ്തോത്രകൃതികളിൽപ്പെട്ട 'കാമിനീഗർഹണ'-ത്തിൽ ആശാൻ സ്ത്രീകളെ അവതരിപ്പിക്കുന്നത് മോശമായ രീതിയിലാണ്. എന്നാൽ കാവ്യകലയുടെ രണ്ടാംഘട്ടത്തിൽ ആശാന്റെ സ്ത്രീകഥാപാത്രങ്ങൾ തികഞ്ഞ വ്യക്തിത്വമുള്ളവരാണ്. ഈ ഘട്ടമായപ്പോഴേക്കും ആശാന്റെ വ്യക്തിജീവിതത്തിൽ മാറ്റങ്ങൾ വന്നിരുന്നു. ഈ മാറ്റം അദ്ദേഹത്തിന്റെ ചിന്താരീതിയിലും മാറ്റങ്ങൾ സൃഷ്ടിച്ചു. ഇത് ലീലാകാവ്യത്തിലെ നായികയായ ലീലയുടെ ചിന്താഗതി ആവിഷ്കരിക്കുമ്പോൾ ആശാൻ സങ്കൽപനം ചെയ്തതെങ്ങനെയെന്നാണ് പരിശോധിക്കുന്നത്.

ലീലയുടെ മനസ്സിലും ചിന്തയിലും ഊന്നിനിന്നുകൊണ്ടാണ് ആശാൻ കാവ്യഗതി നിയന്ത്രിക്കുന്നത്. ലീലയുടെ പിതാവ് തന്റെ അവസ്ഥയ്ക്കനുസരിച്ച് പല വിചക്ഷണൻമാരെയും വീട്ടിൽ

വരുത്തിയാണ് മകൾക്ക് വിദ്യാഭ്യാസം നൽകിയത്. തൽഫലമായി അവൾ നിശിതകുശാഗ്രബുദ്ധിയുള്ളവളായാണ് വളർന്നത്. നിശിത കുശാഗ്രബുദ്ധി ധൈഷണികമായി വളരെ ഉന്നതിയിൽ നിൽക്കുന്ന താണ്. താൻ അവതരിപ്പിക്കുന്ന നായിക സൗന്ദര്യംകൊണ്ടുമാത്രമല്ല ബുദ്ധികൊണ്ടും ഉയർന്നു നിൽക്കുന്നവളാണെന്ന് പ്രഖ്യാപിക്കുക യാണ് കവി. അതായത് അനുവാചകന്റെ മനസ്സിൽ ലീലയുടെ വ്യക്തി ത്വത്തിന്റെ തിളക്കം രേഖപ്പെടുത്തുകയാണ് കവി. എന്നാൽ മകളുടെ ഈ ബുദ്ധിസാമർഥ്യത്തിന്റെ വെളിച്ചമോ മനസ്സിന്റെ ഇംഗിതമോ തിരിച്ചറിയാൻ കഴിയാതെ പോയവനായിരുന്നു അർഥപാലകൻ. മരുമക്കത്തായവും ബഹുഭാര്യാത്വവും പ്രചാരത്തിലുണ്ടായിരുന്ന കേരളത്തിന്റെ സാമൂഹ്യ-സാംസ്കാരിക മണ്ഡലത്തിൽനിൽക്കുന്ന ഒരച്ഛന് മകളുടെ മനസ്സറിയുന്നതിനെക്കാൾ പ്രധാനം സമുദായാചാ രംനോക്കി നേരത്തെ കാലത്തെ മകളെ അനുരൂപനായ ഒരാൾക്ക് കൈപിടിച്ചു കൊടുക്കുകയായിരുന്നു. താൻ ജീവിച്ച കാലഘട്ടത്തിലെ വ്യവസ്ഥിതിയിൽ പുരുഷന്റെ ജീവിതവീക്ഷണം എങ്ങനെയാണെ ന്ന ചിന്തയാണ് അർഥപാലകൻ എന്ന കഥാപാത്രത്തിലൂടെ കവി അടയാളപ്പെടുത്തുന്നത്.

സ്ത്രീയെ ബന്ധനസ്ഥയാക്കുന്ന പുരുഷാധീശത്വ വ്യവസ്ഥിതിയെ ഊട്ടിയുറപ്പിക്കുന്ന ഘടകങ്ങളെന്തൊക്കെയാണെന്ന് കവി സങ്കൽ പനം ചെയ്യുന്നത് ഇപ്രകാരമാണ്,

ഗുരുജനവചനം, കുലക്രമം
തരുണികൾ തന്നുടെയസ്വതന്ത്രത,
കരുതിയിവ മറച്ചു കാമിതം
കരുമന പൂണ്ടിവൾ കാട്ടിലൗകികം (1.25)

ഗുരുജനവചനം- ഗുരുകാരണവൻമാരുടെ വാക്കുകളുടെ അലംഘ നീയത.

കുലക്രമം- കുലത്തിൽ കാലാകാലമായി നിലനിൽക്കുന്ന കീഴ് വഴക്കം, കുലാചാരം, കുലമര്യാദ.

ഇവയ്ക്കു പുറമെ പെൺകുട്ടികൾക്ക് സമൂഹം വിധിച്ചിട്ടുള്ള അസ്വ ന്ത്രതയും. ഇങ്ങനെ മനുഷ്യനിർമിതങ്ങളായ വ്യവസ്ഥിതിയുടെ വൈകല്യങ്ങളും സ്ത്രീവിരുദ്ധതയും ചേർന്നുണ്ടായ ഒരു സാമൂഹ്യക്ര മത്തെയാണ് ആശാൻ രേഖപ്പെടുത്തുന്നത്. ലീല തന്റെ ഇഷ്ടത്തെ മറയ്ക്കുകയും ദുഃഖത്തോടെയാണെങ്കിലും ലോകമര്യാദയെ തെളി ച്ചപ്പെടുത്തുകയും ചെയ്തു. സമുദായാചാരം എത്രകർക്കശമാണെന്ന ആശയമാണ് കവി ഇവിടെ സങ്കൽപനം ചെയ്യുന്നത്.

മദനനിലൂന്നിയ മനസ്സ് പിൻവലിക്കാൻ കഴിയാതെയാണ് ലീല കുലമര്യാദ അനുസരിക്കുന്നത്. കവി ലോകത്തോടായി ഇപ്രകാരം പറയുന്നു.

യുവജനഹൃദയം സ്വതന്ത്രമാ-
ണവരുടെ കാമ്യപരിഗ്രഹേച്ഛയിൽ (1.21)

സ്വന്തം ആഗ്രഹങ്ങൾ സ്വീകരിക്കുന്നതിൽ യുവജനങ്ങൾക്ക് സ്വാതന്ത്ര്യമുണ്ടായിരിക്കണം. ഇവിടെ സമുദായത്തിന്റെ നിലപാടും തന്റെ കാഴ്ചപ്പാടും വിഭിന്നമാണെന്ന് കവി ഉറക്കെപറയുകയാണ്. ആ പറച്ചിൽ ശ്രോതാവ് ഉൾക്കൊള്ളണമെന്നൊരു ചിന്ത കവിക്കുണ്ടായിരിക്കണമെന്നുവേണം കരുതാൻ. തന്റെ കവിത ചുറ്റിലുമുള്ളവർക്കായി ഉറക്കെ ചൊല്ലിക്കൊടുക്കുന്ന ശീലം കവിക്കുണ്ടായിരുന്നു. 'ആരാവശ്യപ്പെട്ടാലും താൻ എഴുതിക്കൊണ്ടിരുന്ന കവിത സ്വയം രസിച്ചും ലയിച്ചും ആശാൻ ഉറക്കെ ചൊല്ലികേൾപ്പിക്കുമായിരുന്നു. കവിത കേൾക്കാൻ താൽപര്യം കാണിക്കുന്ന ആൾ വിശേഷജ്ഞാനിയോ പ്രമാണിയോ ആയിരിക്കണമെന്നൊന്നും ആശാന് നിർബന്ധമില്ലായിരുന്നു' (ബാലകൃഷ്ണൻ, 1970/2006:236). ആശാന്റെ വ്യക്തിസ്വഭാവത്തിലെ ഒരു ദൗർബല്യമായിട്ടാണ് പലരും ഇതിനെ ചൂണ്ടിക്കാണിച്ചതെങ്കിലും കവിത കേൾപ്പിക്കുക എന്നൊരു വ്യഥാശ്രമമല്ല അതിനു പിന്നിലുള്ളതെന്നു വേണം കരുതാൻ. താൻ ഉദ്ദേശിച്ച കാര്യം ശ്രോതാക്കൾക്ക് മനസ്സിലാവുകയും അവരത് സ്വീകരിക്കുകയാണെങ്കിൽ സ്വീകരിക്കുകയും ചെയ്യട്ടെ എന്നൊരു ദൗത്യനിർവ്വഹണവും കൂടിയാണത്. ഉക്തിയിലൂടെ പ്രക്ഷേപിക്കുന്ന ആശയം കേൾവി എന്ന പ്രക്രിയയിലൂടെ അറിവായി ശ്രോതാവിലെത്തുന്ന ധൈഷണികവൃത്തിയാണിവിടെ സംഭവിക്കുന്നത്.

ഭർതൃമരണത്തിനു ശേഷമാണ് ലീലയുടെ വ്യക്തിസത്ത ഊർജസ്വലമാകുന്നത്. അവളെ സംബന്ധിക്കുന്ന കെട്ടുപാടുകളെല്ലാം അതോടെ അവസാനിക്കുകയാണ്. 'ഗുണപരിണാമ പരീക്ഷകനായ വിധി' കാണിച്ച വൈഭവമെന്നാണ് കവിപറയുന്നത്.

വിധിയുടെ വിളയാട്ടം ചിലപ്പോൾ ഗുണത്തിനായും വരാം എന്നൊരു നിഗമനത്തിനും ഇത് കാരണമായിത്തീരുന്നു. അതുപോലെത്തന്നെ ഭർത്താവെന്ന കള നീങ്ങിയപ്പോൾ ലീലയുടെ മനസ്സ് കരുത്താർജിച്ച് മദനോത്സുകമായിത്തീർന്നത് പ്രണയസഫലീകരണത്തിനുള്ള വഴി തെളിഞ്ഞുകിട്ടി എന്നതുമാത്രമല്ല സ്ത്രീയുടെ സ്വയംനിർണയാവകാശത്തിലേക്കുള്ള വളർച്ച കൂടിയാണ്. അതുകൊണ്ടാണ് സദാചാരമൂല്യങ്ങളോട് കലഹിക്കുവാൻ ലീലയ്ക്ക് കഴിയുന്നത്.

അകതളിരെയറുപ്പഹന്ത!ധീ-
വികലതയേകി വലപ്പവെത്ര താൻ,
അകരുണമനവദ്യലോകരെ-
പ്പകയൊടുകൊൽവു പിശാചവൃത്തി നീ! (1.56)

സദാചാര്യമൂല്യത്തെ കവി പിശാചായി സങ്കൽപനം ചെയ്യുന്നു. വ്യവസ്ഥാനുകൂലമായ പ്രത്യയശാസ്ത്രമാണ് സദാചാര്യമൂല്യങ്ങളെ സംരക്ഷിക്കുന്നത്. അതിന്റെ അന്തസ്സത്ത മനുഷ്യവിരുദ്ധമാണോ പ്രത്യേകിച്ച് സ്ത്രീവിരുദ്ധമാണോ എന്നതിന് പ്രസക്തിയില്ല.

സദാചാര്യമൂല്യം എന്ന പിശാച് ചെയ്യുന്ന പ്രവൃത്തികൾ താഴെ പറയുന്നവയാണ്.

- മനസ്സിന്റെ വികാരങ്ങളെ ഹനിക്കുന്നു.
- ബുദ്ധിവൈകല്യം വരുത്തി മനസ്സിനെ വലയ്ക്കുന്നു.
- കാരുണ്യമില്ലാതെ പെരുമാറുന്നു.
- പക വെച്ച്കൊല്ലുന്നു.

കാലങ്ങളായി മനുഷ്യമനസ്സിൽ ആഴത്തിൽ പതിഞ്ഞുകിടക്കുന്ന തിന്മയുടെ പ്രതീകമായ പിശാച് എന്ന മിത്തിലേക്ക് മേൽപ്പറഞ്ഞ പ്രവൃത്തികളെയെല്ലാം ആരോപിക്കുന്നതിലൂടെ സദാചാരമൂല്യത്തിന്റെ പേരിലുള്ള തിക്താനുഭവങ്ങളുടെ തീവ്രതയാണ് ആശാൻ അടയാളപ്പെടുത്തുന്നത്.

ലീലയുടെ സദാചാരവിരുദ്ധത യാഥാസ്ഥിതികമനസ്സുകളെ പൊള്ളിക്കുമ്പോഴും ആശാൻ അവൾക്ക് നൽകുന്ന ഗുണവതി (1.1), സ്ഥിരശീല (1.68), സാധ്വിമണി (1.23) എന്നീ വിശേഷണങ്ങൾ 'സ്ത്രീവിശുദ്ധി' എന്ന പട്ടം അവൾക്ക് അണിയിച്ചുകൊടുക്കുക തന്നെയാണ്. ഈയവസ്ഥയെക്കുറിച്ച് ലീലാവതിയുടെ നിരീക്ഷണം താഴെകൊടുക്കുന്നു.

'ലീല വിവാഹിതയായി ഭർത്തൃഗൃഹത്തിൽ ഒരു കൊല്ലം വസിച്ചവളും അക്കാലമത്രയും കിനാവിൽ കാമുകനെ മാത്രം കാണത്തക്കവണ്ണം മനസ്സിൽ അയാളെ പ്രതിഷ്ഠിച്ചവളുമാണ്. അപ്പോൾ സാധ്വീത്വത്തിന്റെ നിയാമകഘടകമായി കവി എന്തിനെ കൽപിക്കുന്നു എന്നതിലാണ് അദ്ദേഹത്തിന്റെ കലാപം പ്രകടമാവുന്നത്. ശാരീരികബന്ധത്തിൽ ഏകനിഷ്ഠതയാണ് നിലവിലുള്ള ചാരിത്ര്യനിയാമകഘടകം. മനസ്സ് എവിടെയാണെന്ന് ലോകം അന്വേഷിക്കാറില്ല. മനസ്സിലാരാണുള്ളത്, അയാളോടുള്ള വിശ്വസ്തതയ്ക്ക്

മനസ്സിനിണങ്ങാത്ത ബന്ധങ്ങൾ കളങ്കമേൽപ്പിക്കുന്നില്ല എന്ന ഒരു ചിന്താഗതിയുടെ അന്തർധാര ലീലാകാവ്യത്തിലുണ്ട് (1999:117).

ലീലയുടെ ഇച്ഛാശക്തിയാണ് അതിശക്തമായ ഭാഷയിൽ മനസ്സിന്റെ വിശുദ്ധിയെക്കുറിച്ച് പറയിപ്പിച്ചത്.

ഉടലോർക്കുക ബാഹ്യമായതിൽ
തടവും ലോകമതീവബാഹ്യമാം
സ്ഫുടസൗഹൃദമാന്തരാത്മികം
വെടിയുന്നെങ്ങനെ തോഴി ദേഹികൾ (2.59)

ലോകമര്യാദകൾ ബാഹ്യമായ സ്ഥൂലശരീരത്തെ ആശ്രയിച്ചുള്ളതാണ്. പരിപക്വമായ സ്നേഹം അന്തരാത്മാവിൽ സ്ഥിതിചെയ്യുന്നു, അത് വെടിയുക അസാധ്യമാണ്.

ഇങ്ങനെ ഒരു ആശയം സങ്കൽപനംചെയ്തെടുത്ത ആശാന്റെ ചിന്ത പരിശുദ്ധവും ദിവ്യവുമായ ഒരു വികാരമാണ് സ്ത്രീപുരുഷപ്രേമമെന്ന ലളിതമായ പ്രസ്താവനയിലൂന്നിയുള്ളതല്ല മറിച്ച് നിലനിൽക്കുന്ന വ്യവസ്ഥിതിയുടെ നിരർഥകതയെ പൊളിച്ചെഴുതലാണ്. ഇത്തരമൊരു തന്റേടം കാണിച്ചുവെന്നതാണ് കാവ്യകലാരംഗത്ത് കവിചെയ്ത ഒരു ധീരത.

'ലീലയിൽ അവതരിപ്പിക്കപ്പെടുന്ന വിരൂപവും വിഭ്രമാത്മകവുമായ പുരുഷചിത്രം, സ്ഥിരചിത്തതയും ദൃഢതയുമാർന്ന പ്രണയസംവാദശക്തിയോടെ മുന്നേറുന്ന സ്ത്രീയേക്കാൾ വളരെ ദുർബലമാണ്'' എന്ന സുധീഷി (1999 :193)ന്റെ നിരീക്ഷണം സ്ത്രീയുടെ വ്യക്തിത്വത്തെ തെളിച്ചപ്പെടുത്തുന്നതാണ്.

ഉടലിൽ ബന്ധിതയായിക്കിടന്ന സ്ത്രീയെ ബന്ധനത്തിൽനിന്ന് മോചിപ്പിച്ച് അവൾക്ക് വ്യക്തിത്വം നൽകിയതാണ് പ്രധാനപ്പെട്ടൊരുകാര്യം. 'മൃൺമയമീഭംഗുരഭംഗിയാമുടൽ' (2.37) എന്ന ബോധത്തിലേക്ക് ലീലയെ ഉയർത്തി. അതുകൊണ്ടാണ് മദനന്റെ ഉള്ളിൽ തന്റെ വ്യക്തിസത്തയാണ് കുടികൊള്ളുന്നതെന്ന വിശ്വാസം ലീലപുലർത്തിയത്. ഉടലധിഷ്ഠിത ആണധികാര വ്യവസ്ഥയെയാണ് ഇവിടെ കവി തള്ളിക്കളഞ്ഞത്. നായകൻമാരെ അപേക്ഷിച്ച് നായികമാരിലേക്ക് ശ്രദ്ധ കേന്ദ്രീകരിക്കുകയും അവരെ ചിന്തകൊണ്ടും സ്വാതന്ത്ര്യബോധംകൊണ്ടും ഉന്നതാവസ്ഥയിൽ പ്രതിഷ്ഠിക്കുകയും ചെയ്ത ആശാൻ പുലർത്തുന്ന സ്ത്രീപക്ഷസമീപനം വേറിട്ടുനിൽക്കുന്നതാണ്. പ്രത്യേകിച്ച് താൻ ജീവിച്ച കാലഘട്ടത്തിൽ, സ്ത്രീയുടെ സ്വയം നിർണയാവകാശവും സ്വാതന്ത്ര്യവും പുരുഷനെ ബോധിപ്പിച്ചെടുക്കുന്ന ദൗത്യം നിറവേറ്റുകയാണ് ആശാൻ. താൻ ജീവിച്ച കാലത്തിന്

ഒപ്പം നടക്കാതെ അൽപമൊന്ന് തെന്നിമാറി നടന്ന കവി ലക്ഷ്യ ലക്ഷകങ്ങൾ ഉപയോഗിച്ചാണ് ചിന്തയിലും സമീപനത്തിലും വ്യതിരിക്തത പുലർത്തിയത്. ആ വ്യതിരിക്തതയാണ് പെണ്ണിന് കുശാഗ്രബുദ്ധിയുടെ സൂക്ഷ്മതയും വ്യക്തിത്വത്തിന്റെ തിളക്കവും നൽകിയത്. ആശാന്റെ ചിന്ത അത്തരത്തിൽത്തന്നെയാണ് ആശയങ്ങളെ സ്വീകരിച്ചതും.

മാധവിയുടെ ഭാഷ

ലീലാകാവ്യത്തിൽ, നായികാകഥാപാത്രമായ ലീലയുടെ തോഴിയാണ് മാധവി. കാവ്യം ആരംഭിക്കുന്നതും അവസാനിക്കുന്നതും തോഴിയുടെ സാന്നിധ്യത്തിലാണ്. കഥാഗതിയിൽ വളരെ പ്രധാനപ്പെട്ട ദൗത്യങ്ങളാണ് മാധവിക്ക് നിർവഹിക്കാനുണ്ടായിരുന്നത്. ആ ദൗത്യനിർവഹണത്തിനുവേണ്ടി നിയോഗിച്ച മാധവിയെ ആശാൻ അവതരിപ്പിക്കുന്നതെങ്ങനെയെന്ന് മാധവിയുടെ ഭാഷാസവിശേഷതകളെ മുൻ നിർത്തി പഠിക്കുകയാണണിവിടെ.

പുരുഷനും സ്ത്രീയും ഭാഷ ഉപയോഗിക്കുന്ന രീതി വ്യത്യസ്തമാണ്. പുരുഷ ശൈലി ശക്തവും വ്യക്തവുമാണെന്നും സ്ത്രൈണശൈലി അവ്യക്തവും ദുർബലവുമാണെന്നുമാണ് പൊതുവെയുള്ള വിശ്വാസം. പുരുഷന്റെ ഭാഷയാണ് മാനകഭാഷ. പഴയ സംസ്കൃതനാടകങ്ങളിൽ പുരുഷകഥാപാത്രങ്ങൾ സംസ്കൃതഭാഷ ഉപയോഗിക്കുമ്പോൾ സ്ത്രീകഥാപാത്രങ്ങൾ പ്രാകൃതമാണ് ഉപയോഗിച്ചിരുന്നതെന്ന് ഇവിടെ ഓർക്കാവുന്നതാണ്.

മാധവി ലീലയുടെ ചൊൽപ്പടിക്ക് നിൽക്കുന്ന ഒരു സാധുസ്ത്രീയല്ല. ആർജവമുള്ള മനസ്സിനുടമയാണ്. 'കൂട്ടുകാരിയുടെ പ്രേമത്തെ പ്രോത്സാഹിപ്പിക്കുന്ന നാടൻ ഗ്രാമീണപെൺകിടാവല്ല മാധവി. ജീവിതത്തിന്റെ വസന്തമുഖം മാത്രം കാണാൻ കഴിയുന്ന ഒരു പാവം പെണ്ണിന്റെ സ്വരമല്ല, ജീവിതത്തെപ്പറ്റി ആഴത്തിൽ മനസ്സിലാക്കിയ പക്വതവന്ന നിസ്സംഗയായ ഒരു സന്യാസിനിയുടെ ശബ്ദമാണ് മാധവിയിൽനിന്ന് പുറപ്പെടുന്നത്'' (പ്രസന്നരാജൻ, 2011:19). പ്രണയപരവശേ, എന്ന സംബോധനയോടെയാണ് കാവ്യം ആരംഭിക്കുന്നത്. പ്രണയത്താൽ പരവശയായി കിടക്കുന്ന ലീലയെ സംബോധന ചെയ്യുന്നതോടൊപ്പം അനുവാചകന്റെ ശ്രദ്ധയെ ആകർഷിക്കാൻകൂടി ഈ സംബോധനയിലൂടെ കഴിയുന്നു. 'പ്രണയപരവശേ, എന്ന ആദ്യസംബോധന തോഴിയുടെയാണ്. കാവ്യത്തിലേക്ക് മുഴുവൻ പരക്കുന്ന ഈ സംബോധനവഴി വായനക്കാർക്ക് സഖീപക്ഷത്തുനിന്നുള്ള കാഴ്ചയുടെ ഒരു കേന്ദ്രം ലഭിക്കുന്നു (പവിത്രൻ, 2002:158). അനുവാചകന്റെ ശ്രദ്ധയും കാഴ്ചയും ഒരുമിച്ച് കേന്ദ്രീകരിച്ചുകൊണ്ടാണ് കാവ്യത്തിന്റെ ഗതി.

രണ്ടാം സർഗത്തിലാണ് തോഴിയുടെ സാന്നിധ്യം സജീവമാകുന്നത്.

കാവ്യപ്രമേയത്തെ കൂടുതൽ ശക്തവും ഊർജസ്വലവുമാക്കുന്ന തരത്തിലാണ് മാധവിയുടെ ഭാഷാപ്രയോഗം. സ്ത്രീഭാഷണത്തിലെ 'ഉറപ്പില്ലായ്മ' മാധവിയുടെ ഭാഷണത്തിനില്ലെന്നു മാത്രമല്ല പലപ്പോഴും അത് തത്ത്വചിന്തയുടെയോ ലോകോക്തിയുടെയോ നിലവാരത്തിലെത്തുകയും ചെയ്യുന്നുണ്ട്.

പരിണാമി മനുഷ്യജീവിതം
സ്ഥിരമാം സ്നേഹമനാഥമൂഴിയിൽ (2.7)

നിറവേറുകയില്ലകാമിതം
കുറയും ഹാ! സഖി, ഭാഗ്യശാലികൾ (2.8)

സ്ഥിരമാത്മനിബന്ധനം സുഖം
പരതന്ത്രം സുഖമൊക്കെ ദുഃഖമാം (2.29)

അതിവത്സല ഞാൻ;- പരംസദാ
മധുരിക്കാസഖി, സത്യഭാഷിതം;
ബുധരപ്രിയസത്യമോതുകി,-
ല്ലതുകേൾ നീതി;യതോർക്ക സൗഹൃദം (2.51)

വസ്തുതകളെ ഭാഷാഭാവനകൊണ്ട് പെരുപ്പിച്ച് കാണിക്കുകയല്ല ഇവിടെ കവി ചെയ്യുന്നത്. മറിച്ച്, ആത്മീയജീവിതചര്യയിൽനിന്ന് ആർജിച്ചെടുത്ത ലോകബോധവും ഉള്ളിലെ കവിയും സന്യാസിയും തമ്മിൽ നടന്ന ഉരസലുകളും ജീവിതത്തിന്റെ അസ്ഥിരതയും ക്ഷണികതയും മനസ്സിലുണർത്തിയ ചിന്തകളും ചേർന്ന് സങ്കൽപനം ചെയ്തെടുത്ത ആശയങ്ങളാണ് ഇവ. പുരുഷൻമാരുടെ ഗഹനചിന്തകളെന്ന മട്ടിൽ അവതരിപ്പിക്കപ്പെടുന്ന ഇത്തരം ആശയങ്ങൾ ഒരു സ്ത്രീകഥാപാത്രത്തിലൂടെ പ്രത്യേകിച്ച് തോഴിയിലൂടെ അവതരിപ്പിച്ചുവെന്നതാണ് ആശാൻ പ്രകടിപ്പിച്ച ധീരത.

മാധവി പ്രായോഗികമതിയായി ചിന്തിക്കുന്ന സന്ദർഭങ്ങൾക്കുദാഹരണമാണ്

കൃശമാക്കൊല കേണു ജീവിതം (2.31)

അനപത്യമതാം കുലത്തിനും
മനമെത്താത്ത മഹാധനത്തിനും
കനിയും സ്വജനത്തിനും സഖീ-

യിനിയിങ്ങോർക്കണെ,മേകനാഥ നീ (2.33)

സന്താനങ്ങളില്ലാത്ത കുലത്തിനും അസംഖ്യമായ സമ്പത്തിനും ബന്ധുക്കളുടെ സ്നേഹത്തിനും ഒരേയൊരു അവകാശിയാണ് നീ എന്ന കാര്യം ഓർമവേണം. ജീവിതം നശിപ്പിക്കരുത്. മദനനെ പ്രതീക്ഷിച്ച് കഴിയുന്നത് ബുദ്ധിയല്ലെന്നും ജീവിതം ജീവിക്കാനുള്ള താണെന്നുമുള്ള സാമാന്യപ്രസ്താവനയാണ് മാധവി നടത്തുന്നത്. ദേശചര്യയുടെ വക്താവായി നിന്നുകൊണ്ട് മാധവി പറയുന്നത് ഇപ്രകാരമാണ്,

മുറ മുഗ്ധമതേ, മറന്നു നീ
പുറമേ സ്വൈരിണിപോൽ ചരിക്കയോ? (2.47)

ശബ്ദമുയർത്തിയുള്ള ശാസനയുടെ സ്വരം ഇതിലുണ്ട്. സാമ്പ്രദായികമായ സഖീസങ്കൽപത്തിൽനിന്ന് വ്യത്യസ്തയാണ് ആശാന്റെ മാധവി. മദനോത്സുകമായ യാത്രയിൽനിന്ന് ലീലയെ പിൻതിരിപ്പിക്കാനായി ശ്രമിക്കുന്ന മാധവി പറയുന്നത്,

അതിഭീകരമെങ്ങു വിന്ധ്യപ-
ദ്ധതി? നാമെങ്ങസഹായനാരിമാർ? (2.48)

വിന്ധ്യപർവ്വതത്തിലേക്കുള്ള യാത്ര അതിഭീകരമാണെന്നും നാമാണെങ്കിൽ ആരും തുണയില്ലാത്ത സ്ത്രീകളാണെന്നും പറയുന്നിടത്താണ് കവി സ്ത്രീയുടെ നിസ്സഹായതയെക്കുറിച്ച് സൂചിപ്പിക്കുന്നത്. എന്നാലത് ശാരീരികമായ പരിമിതിയാണെന്നും മനസ്സിന്റെ ബലക്ഷയമല്ലെന്നും കവിക്ക് ബോധ്യമുണ്ട്.

മാധവിക്ക് വ്യക്തിത്വമുള്ള ഭാഷ നൽകി മുഖ്യധാരയിലേക്ക് കൊണ്ടുവരികയാണ് ആശാൻ. ആശാന്റെ അപരസ്വത്വമാണ് മാധവി എന്ന് തോന്നിക്കുന്ന തരത്തിലാണ് കഥാപാത്രത്തിന്റെ ഭാഷയും ചിലപ്പോഴൊക്കെ വീക്ഷണവും എന്നു കാണാം.

ഉദാ:

അവിദിത! പരിണാമമൊക്കെയോർക്കിൽ,
ശിവ! ശിവ! സർവ്വമനാഥമീജഗത്തിൽ. (3.77)

ജീവിതത്തെക്കുറിച്ചുള്ള കവിയുടെ കാഴ്ചപ്പാടുതന്നെയാണിത്.

ലീലയുടെ പ്രണയയാത്രയ്ക്കൊപ്പം ഗുണദോഷവിചിന്തനം നടത്തിക്കൊണ്ട് ബുദ്ധിമതിയും വിവേകമതിയുമായ മാധവി എന്ന തോഴി ഒപ്പം നിന്നു. ദുഃഖിതയായ ലീലയുടെ ദുഃഖം പകുക്കുകയും സഹാനുഭൂതി കാണിക്കുകയും മാത്രം ചെയ്യുന്ന ഒരു സാധാരണ സഖിയല്ല മാധവി. ശുഭാശുഭങ്ങളെക്കുറിച്ച് ധാരണയുള്ളവളും അത്

യാതൊരു സങ്കോചവുമില്ലാതെ ലീലയെ ധരിപ്പിക്കാൻ ശ്രമിക്കു ന്നവളുമായ വ്യക്തിയാണ്. അത്തരമൊരു വ്യക്തിക്കനുഗുണമായ രീതിയിലാണ് ആശാൻ ആ കഥാപാത്രത്തിന് ഭാഷ നൽകിയത്. ലക്ഷ്യ ലക്ഷക പ്രകാരം ഉന്നതിയെയാണ് മാധവിയുടെ ഭാഷ അടയാ ളപ്പെടുത്തുന്നത്. തദ്വാര ലക്ഷ്യ ലക്ഷകത്തിന്റെ ഉന്നതാവസ്ഥയെ പ്രതിനിധീകരിക്കുന്ന കഥാപാത്രമാകുന്നു മാധവി.

പക്ഷി എന്ന ബിംബലക്ഷകം

ആകാശം നോക്കിപ്പറക്കുന്ന പക്ഷികൾ സ്വാതന്ത്ര്യത്തിന്റെയും കൂട്ടിലടക്കപ്പെട്ട പക്ഷികൾ പാരതന്ത്ര്യത്തിന്റെയും പ്രതീകങ്ങളാണ്. കേരളീയരെ സംബന്ധിച്ചിടത്തോളം സാഹിത്യസാംസ്കാരിക ജീവി തമണ്ഡലങ്ങളിൽ പക്ഷികൾക്ക് സവിശേഷമായ സ്ഥാനവുമുണ്ട്. ലീലാകാവ്യത്തിൽ ലീലയുടെ വ്യത്യസ്ത ജീവിതാനുഭവങ്ങളെ കവി സങ്കൽപനം ചെയ്യുന്നത് പക്ഷി എന്ന ബിംബലക്ഷകങ്ങളിലൂടെ യാണ്. ലഭിക്കാവുന്നവയിൽവെച്ച് ഏറ്റവും ശ്രേഷ്ഠമായതെല്ലാം -- സമ്പത്ത്, വിദ്യ, സൗന്ദര്യം, യൗവനം-ലഭിച്ച് അതിൽ മുഴുകി കഴിയുന്ന ലീലയെ 'അഭിമതവാപിയിൽ മുഗ്ധഹംസിപോൽ' (1.16) എന്നാണ് കവി വിശേഷിപ്പിക്കുന്നത്. അല്ലലും അലട്ടുമില്ലാത്ത അന്തസ്സാർന്നതും ചേതോഹരമായതുമായ ജീവിതാവസ്ഥയെയാണ് മുഗ്ധഹംസി എന്ന ലക്ഷകത്തിലൂടെ കവി സങ്കൽപനം ചെയ്യുന്നത്. വരാനിരിക്കുന്ന പതനത്തിന്റെ ആഘാതം കടുത്തതാകണമെങ്കിൽ അതിനുതക്ക രീതിയിലുള്ള പൂർവ്വജീവിതം ആവിഷ്കരിക്കേണ്ടതുണ്ട് എന്ന ചിന്തയാണ് മുഗ്ധഹംസി എന്ന ചാരുതയാർന്ന ലക്ഷകത്തി ലേക്ക് കവിയെ നയിച്ചിരിക്കുക.

കാമുകനെ പിരിഞ്ഞ് ഭർത്താവിനോട് ചേരാൻ നിയോഗിക്കപ്പെട്ട ലീലയുടെ ദുഃഖത്തെക്കുറിച്ച് പറയുന്നത്,

ഇണയെയകലെ വിട്ടുദൂരെ നിർ-
ഘൃണമിഹ വിറ്റ കപോതി ചൊൽകിലാം, (1.30)

വിരഹദുഃഖമെന്നത്, ഇണയെ തനിച്ചാക്കി യാതൊരു കരുണയു മില്ലാതെ ദൂരേയ്ക്കു വിൽക്കപ്പെട്ട മാടപ്രാവിന് പറയാൻ കഴിഞ്ഞേക്കും. ലീലയുടെ ഹൃദയഭേദകമായ വേദനയെക്കുറിച്ച് പറയാനാവുന്നത് അതേ വേദനയനുഭവിക്കുന്ന പെൺപ്രാവിനാണ്. ദുഃഖത്തിന്റെ തീവ്രത ഒരു മിണ്ടാപ്രാണിയിലൂടെ ആവിഷ്കരിക്കുമ്പോൾ ഒരുവേള കവി ചിന്തിച്ചിരിക്കുക ഭാഷയുടെ അപൂർണതയെക്കുറിച്ചായിരിക്കാം, അല്ലെങ്കിൽ പറഞ്ഞറിയിക്കാനാവാത്ത തീവ്രദുഃഖത്തെ ധ്വനിപ്പി ക്കാൻ കഴിയുക മൂകദുഃഖത്തിനായിരിക്കാം.

വിധവയായിത്തീർന്ന ലീലയുടെ മനോഗതിയെക്കുറിച്ച്,

പരമരിയകിനാവിലെപ്ഫലം
പറക, മന:ഖഗ, നീ ഭുജിക്കുമോ?

ഇവിടെ, മനസ്സ് തന്നെയാണ് പക്ഷി. മനസ്സാകുന്ന പക്ഷി സ്വപ്ന ഫലം ഭുജിക്കില്ല. ഏത് കനിയിലിരുന്നാണോ സ്വപ്നത്തിലെ കനിയെ ക്കുറിച്ച് വിചാരിച്ചുകൊണ്ടിരുന്നത്, ആ കനി വീണുപോയിരിക്കുന്നു. സ്വപ്നത്തിലെ കനി മദനനും വീണുപോയ കനി ഭർത്താവുമാണെന്നു വ്യക്തം.

ഇരിക്കുന്ന കനി വീണുപോവണമെന്നൊരു ചിന്ത ലീലയ്ക്കുള്ള തായി തോന്നുന്നില്ല. ശരീരം അവൾക്ക് അധീനമല്ലെങ്കിലും മനസ്സ് അവൾക്ക് അധീനമാണ്. ഭർത്താവിനെ ത്യജിക്കുകയോ അവഗണി ക്കുകയോ ചെയ്തുവെന്നൊരു ലാഞ്ചനപോലുമില്ലാതെയാണ് കവി ലീലയുടെ മനോഗതം അടയാളപ്പെടുത്തിയിരിക്കുന്നത്.

മദനനെത്തേടിയുള്ള യാത്രാമധ്യേ, പിൻമടങ്ങുന്നതാണ് നല്ലതെ ന്നും മുന്നോട്ടുള്ള പോക്ക് അപായവും മാനഹാനിയും വരുത്തുമെന്നു മുള്ള മാധവിയുടെ വാക്കുകൾ ലീലയെ വളരെയധികം വേദനിപ്പിച്ചു. ആ വേദനയെക്കുറിച്ചുള്ള കവിയുടെ ചിന്തയാണ് പക്ഷി എന്ന ലക്ഷകമായി ഭാഷയിലൂടെ അടയാളപ്പെടുത്തിയത്,

പര, മിമ്മൊഴി പീഡനൽകി,യ-
ക്കരുണാർഹയ്ക്കു, കുലായമെത്തുവാൻ
ചിറകാശു വിതിർത്തുയർന്നിടും
ചെറുപക്ഷിക്കു, ചുഴന്ന കാറ്റുപോൽ (2.54)

കൂടെത്തുവാൻ ചിറകുവിടർത്തി പറക്കുന്ന ചെറുപക്ഷിക്ക് ചുറ്റുമു ള്ള കാറ്റ് തടസ്സം സൃഷ്ടിക്കുന്നതുപോലെയായിരുന്നു മാധവിയുടെ വാക്കുകൾ. ഇവിടെ കൂട് മദനനും, ചെറുപക്ഷി ലീലയും കാറ്റ് മാധ വിയുമായി ഐക്യപ്പെട്ടിരിക്കുന്നു. കൂട് ലക്ഷ്യസ്ഥാനം അല്ലെങ്കിൽ പ്രതീക്ഷയാണ്. ലക്ഷ്യപ്രാപ്തി നേടണമെങ്കിൽ വകഞ്ഞു മാറ്റേണ്ടുന്ന തടസ്സങ്ങളെയാണ് വളരെ ലളിതമായി കവി ധ്വനിപ്പിച്ചിരിക്കുന്നത്.

പ്രിയന്റെ സവിധത്തിലെത്തിച്ചേരാൻ ചിറകില്ലാത്തതിൽ ഖേദി ക്കുന്നു ലീല.

വരുവേൻ പ്രിയ, കേണിടായ്ക, യെൻ-
കരൾ നിൻ കൈയിൽ, വപുസ്സമെത്തുവാൻ
പുറകേ ത്വരയാർന്ന പക്ഷിപോൽ
ചിറകില്ലാഞ്ഞതിലീർഷ്യവയ്പ്പുഞാൻ (2.64)

ഞാനിതാ വരുന്നു എന്റെ പ്രിയപ്പെട്ടവനേ, നീ കരയാതിരിക്കുക. എന്റെ കരൾ നിന്റെ കൈയിലാണ്, ശരീരവുമായെത്തുവാൻ ഞാൻ

തിട്ടക്കപ്പെട്ടുകയാണ്. ഒരു പക്ഷിയെ പോലെ പറന്നെത്തുവാൻ ചിറകില്ലാത്തതിൽ ഞാൻ ഖേദിക്കുന്നു.

പ്രിയന്റെ സവിധത്തിലെത്തിച്ചേരാനുള്ള ദൂരത്തെയും തിട്ടക്കത്തെയും ദ്യോതിപ്പിക്കാൻ ചിറകില്ല എന്നതിലെ ഈർഷ്യ എന്ന വികാരത്തിന് കഴിയുന്നു. ചിറക് സ്വാതന്ത്ര്യത്തെയും സ്വാതന്ത്ര്യം ഇഷ്ടപ്രണയത്തെയും വീണ്ടെടുക്കാൻ സഹായിക്കുമെന്ന വിശ്വാസമാണ് കവി ലീലയ്ക്ക് നൽകുന്നത്.

വനതടത്തിൽ മദനനെ അന്വേഷിച്ചലയുന്ന ലീലയെയും മാധവിയെയുംകുറിച്ച് ആശാൻ പറയുന്നത്,

പൃഥുമുകിലിലകന്ന കൂട്ടുതേടും
വിധുരവലാകകൾ പോലെയങ്ങുമിങ്ങും (3.1)

വിരഹവിവശരായ വെള്ളിൽപ്പക്ഷികൾ കൂട്ട് തേടി അങ്ങുമിങ്ങും അലയുന്നതുപോലെ അവർ അലഞ്ഞു.

ഇണപിരിഞ്ഞിരിക്കുന്ന വെള്ളിൽപ്പക്ഷിയുടെ വിരഹവേദനയാണ് മദനനെ പിരിഞ്ഞിരിക്കുന്ന ലീലയും അനുഭവിക്കുന്നത്. ലീലയുടെ മനസ്സിലെ കെട്ടടങ്ങാത്ത വികാരവായ്പിന്റെ ശക്തിയാണ് സൂചിപ്പിക്കുന്നത്. ഇതേ വൈകാരികാവസ്ഥ മദനനുമുണ്ടാകുമെന്ന് ധ്വനിപ്പിക്കുന്ന വരികളാണ്,

തിരിയെ പ്രിയയെത്തലോട്ടുവാൻ
കരയുന്നു സഖി, കോകനായകൻ! (2.67)

കോകപക്ഷികളുമായി താദാത്മ്യം പ്രാപിച്ചുകൊണ്ട് വിരഹവേദനയുടെ തീവ്രത ദ്യോതിപ്പിക്കുകയാണ് ഇവിടെ ചെയ്യുന്നത്.

കാലമാകുമ്പോൾ അച്ഛൻ പ്രണയത്തിന് അനുമതി തരുമെന്നു കരുതികാത്തിരുന്ന ലീലയ്ക്കുണ്ടായ അനുഭവത്തെക്കുറിച്ച് അവൾ പരിതപിക്കുന്നത് ഇപ്രകാരമാണ്,

ഗുരുജനഭയപഞ്ജരസ്ഥ കഷ്ടം!
പരനഥ പൈങ്കിളിപോലെ ദത്തയായേൻ (3.38)

ഗുരുജനങ്ങളോടുള്ള ഭയഭക്തിയാകുന്ന കൂട്ടിലടക്കപ്പെട്ട തന്നെ ഒരു കിളിയെപ്പോലെ അന്യന് നൽകുകയായിരുന്നു. കൂട്ടിലടക്കപ്പെട്ട പക്ഷി പാരതന്ത്ര്യത്തിന്റെ പ്രതീകമാണ്. പക്ഷിയെ സംബന്ധിച്ചിടത്തോളം അത് അങ്ങേയറ്റം ദുസ്സഹവുമാണ്. ഒരു പക്ഷിയായി സ്വയം പ്രതിഷ്ഠിക്കുന്ന ലീലയ്ക്ക് ഗുരുജനങ്ങളോടുള്ള ഭയഭക്തിയാകുന്ന കൂട് തല്ലിത്തകർത്ത് സ്വതന്ത്രയായിത്തീരുക സാധ്യമായിരുന്നില്ല, ദേശചര്യയുടെ ഭാഗമായ ഈയവസ്ഥയോട് ലൗകികം കാട്ടുകയേ

നിവൃത്തിയുണ്ടായിരുന്നുള്ളൂ. പൈങ്കിളി എന്ന സങ്കൽപനത്തിൽ കിളിയുടെ നിർമലതയും ദുർബലതയും പോലെ ലീലയുടെനിഷ്കള ങ്കതയും നിസ്സഹായതയും ആശാൻ ആരോപിച്ചിരിക്കുന്നു. കഷ്ടം! എന്ന വ്യാക്ഷേപകത്തിലൂടെ സ്വന്തം അവസ്ഥയുടെ ദയനീയതയും ലീലയെക്കൊണ്ട് കവിപറയിക്കുന്നു.മദനനനെകണ്ടുമുട്ടിയപ്പോൾ ലീല,

വിറയൊടുമിണമുമ്പു വിസ്പഷ്ടാശം
ചിറകു വിതിർത്ത കപോതിപോലണഞ്ഞാൾ (3.56)

ഒരു മാടപ്രാവിനെപോലെ അവനോടണഞ്ഞു. വളരെ ആശയോടെ കൈകൾ നീട്ടിക്കൊണ്ട് മദനനോടണഞ്ഞതിനെയാണ് ആശാൻ ചിറകുവിടർത്തിയ മാടപ്രാവ് എന്ന ലക്ഷകത്തിലൂടെ സങ്കൽപനം ചെയ്യുന്നത്. അവൾക്ക് അവനോടുള്ള അനുരാഗം മുഴുവൻ 'ചിറകുവി തിർത്ത കപോതി' എന്ന ആഖ്യാനത്തിൽ അടങ്ങിയിരിക്കുന്നു.

അൽപനേരത്തെ ആശ്ലേഷത്തിനുശേഷം മദനൻ വിട്ടകന്നത് മനസ്സിലാക്കിയ ലീല പറയുകയാണ്,

'പ്രിയഖഗ, കരമായ കൂടുഭാഗ്യ-
ക്ഷയമതിൽ വിട്ടു പറന്നുപോകിലാം നീ;
സ്വയമഹഹ! ദുരന്തരാഗപാശം
പ്രിയ വിടുകില്ലിവളെ'ന്നു പിൻതുടർന്നാൾ (3.64)

പ്രിയപ്പെട്ട പക്ഷീ, കൈവന്ന കൂട് ഭാഗ്യദോഷംകൊണ്ട് കൈവി ട്ടുപോകാം. അവസാനമില്ലാത്ത പ്രണയപാശംകൊണ്ട് ബന്ധിക്ക പ്പെട്ടവളായ ഞാൻ നിന്നെ വിടുകയില്ല എന്നു പറഞ്ഞവൾ അവനെ പിൻതുടർന്നു.

ഭാഗ്യംകൊണ്ട് കൈവന്ന ലക്ഷ്യപ്രാപ്തി ഭാഗ്യദോഷം കൊണ്ട് പെട്ടെന്നു തന്നെ ഇല്ലാതാവാം എന്ന് ലീല വിലപിച്ചെങ്കിലും ദുരന്ത ത്തിന്റെ അനുരാഗപാശത്താൽ ബന്ധിക്കപ്പെട്ടവളായി ലീല അവനെ പിൻതുടരുകതന്നെയാണ്. സാമൂഹികബന്ധങ്ങളെയും ആചാരങ്ങളെ യും ധിക്കരിച്ച് ഇറങ്ങിത്തിരിച്ച ലീല ഒരു പിൻമടക്കം ഇച്ഛിക്കുന്നില്ല.

പ്രിയപ്പെട്ട പക്ഷീ, എന്നാണ് ലീല മദനനെ സംബോധനചെയ്യു ന്നത്. പക്ഷിയുടെ ഹൃദയനൈർമല്യവും പരിപാവനതയും മദനനി ലേക്ക് ആരോപിക്കുകയാണിവിടെ.

മദനൻ രേവാനദിയിലേക്ക് ചാടിയതോടെ ആകെ ശൂന്യമായി ത്തീർന്ന അവസ്ഥയെ കുറിക്കുന്നത്,

അഥ മദനനകന്നു ശൂന്യമായ് തൽ-

പഥമറ്റു പക്ഷി വെടിഞ്ഞ ശാഖിപോലെ (3.72)

പക്ഷികൾ പറന്നുപോയാൽ മരക്കൊമ്പുകൾ ശൂന്യമാകുന്നതു പോലെയായിത്തീർന്നു തന്റെ വഴിയുമെന്ന് ലീല കരുതുന്നു. തികച്ചും അന്തസ്സാരശൂന്യമായ ഭാവിയെക്കുറിക്കുകയാണ് 'പക്ഷി വെടിഞ്ഞ ശാഖി' എന്ന കൽപനയിലൂടെ ചെയ്യുന്നത്.

ലീലയുടെ വിവിധ ഹൃദയവൃത്തികളെ അടയാളപ്പെടുത്താൻ ആശാൻ പ്രയോഗിച്ച ബിംബലക്ഷകം പക്ഷികളാണെന്നു കണ്ടു. താരതമ്യേന, സൗമ്യ പ്രകൃതികളോടുകൂടിയ പക്ഷികളെയാണ് തെരഞ്ഞെടുത്തിരിക്കുന്നത്. പക്ഷികളെ സൗഭാഗ്യത്തികവിന്റെയും ഹൃദയവേദനയുടെയും നിസ്സഹായതയുടെയും സ്വാതന്ത്ര്യത്തിന്റെയുമൊക്കെ അടയാളമായി സങ്കൽപനം ചെയ്തുകൊണ്ടാണ് കവി ബിംബലക്ഷക നിർമിതി നടത്തിയിരിക്കുന്നത്. സ്ത്രീമനസ്സിന്റെ ഭാവങ്ങൾ ഉൾക്കൊള്ളുന്ന തരത്തിൽ പക്ഷിലക്ഷകങ്ങൾ കാവ്യത്തിൽ നിറഞ്ഞു നിൽക്കുന്നു. ബന്ധനങ്ങൾ ഇഷ്ടപ്പെടാത്ത, തങ്ങൾക്ക് ഇഷ്ടപ്പെട്ട വഴിയിലൂടെ ഗമിക്കുന്ന സ്വാതന്ത്ര്യത്തിന്റെ പ്രതീകങ്ങളായ പക്ഷികളെത്തന്നെ ഇതിനായി തെരഞ്ഞെടുക്കുമ്പോഴുണ്ടാകുന്ന വികാരലോകത്തിന്റെ വ്യാപ്തി വളരെ വലുതാണ്.

പക്ഷിയുടെ വ്യത്യസ്തഭാവാവിഷ്കാരങ്ങളിലൂടെ മനുഷ്യാവസ്ഥകളെ ചിത്രീകരിക്കുന്നതിനാൽ ഈ ബിംബലക്ഷകം മനുഷ്യലക്ഷകമായി പരിണമിക്കുകയാണിവിടെ. എങ്ങും ചങ്ങലകളില്ലാത്ത മനുഷ്യന്റെ സ്വാതന്ത്ര്യത്തെ വിളംബരം ചെയ്യുന്നതിലൂടെ ആശാന്റെ ചിന്താലോകം അടിസ്ഥാനപരമായും മാനവികവാദത്തിലാണ് അടിയുറച്ചുനിൽക്കുന്നതെന്ന് കണ്ടെത്താനാകും

മാനവികത

മനുഷ്യന് കേന്ദ്രസ്ഥാനം നൽകിക്കൊണ്ടുള്ള ചിന്തയും പ്രവൃത്തിയും മാനവികതയിൽ അടിയുറച്ചതാണ്. സ്വയം നിർണയാവകാശമുള്ള വ്യക്തിയെക്കുറിച്ചുള്ള ചിന്തകളാണ് മനുഷ്യന് പ്രപഞ്ചത്തിലുള്ള സ്ഥാനം അടയാളപ്പെടുത്തിയത്. 'എല്ലാ മേഖലകളിലും മനുഷ്യനെ കേന്ദ്രസ്ഥാനത്ത് പരിഗണിച്ച് അവൻ അഭിമുഖീകരിക്കുന്ന പ്രശ്നങ്ങളെയും അനുഭവിക്കുന്ന പ്രയാസങ്ങളെയും സഹാനുഭൂതിയോടെ വീക്ഷിച്ച് യുക്തിസഹമായി വിശകലനം ചെയ്യുകയും പ്രതീക്ഷയോടെ ജീവിക്കാൻ ആത്മവിശ്വാസം നൽകുകയും ചെയ്യുന്ന ദർശനങ്ങളും തത്വശാസ്ത്രങ്ങളും സവിശേഷമായ ഒരു മൂല്യബോധത്തെമുന്നോട്ടു വെയ്ക്കുന്നു. മനുഷ്യനെ മനുഷ്യനാക്കിത്തീർക്കുന്ന ഘടകങ്ങളെ നിശ്ചയിച്ച് അവനെ മറ്റ് ജീവജാലങ്ങളിൽനിന്നും ഉയർന്നവനാക്കി

മാറ്റി, പ്രപഞ്ചത്തിന്റെ നിയന്താവും രക്ഷിതാവുമായി കൽപിച്ച്, പെരുമാറ്റരീതികൾ നിശ്ചയിക്കുന്നതിലൂടെ, ഈ ദർശനങ്ങൾ ആവിഷ്കരിച്ച ധാരണകളാണ് സാമാന്യാർഥത്തിൽ 'മാനവികത' എന്ന മൂല്യസങ്കൽപം' (ചിത്രഭാനു, 2009: 2). മധ്യകാലയൂറോപ്പിന്റെ മതമനസ്സിൽനിന്നു പുറത്തു കടക്കുന്ന അഥവാ പുറത്തു കടക്കാൻ സാധിച്ച കാലഘട്ടത്തിലാണ് മനുഷ്യൻ എന്ന പദത്തിന് ഒരു കാഴ്ചപ്പാടിന്റെ പിൻബലമുണ്ടാകുന്നത്. അതിനെത്തുടർന്നാണ് യുക്തിയിലും ശാസ്ത്രീയ സമീപനത്തിലും ഊന്നിയുള്ള ലോകവീക്ഷണവും ജീവിതസമീപനവും പുലർത്താനുള്ള ആധുനിക മനുഷ്യന്റെ ആഗ്രഹമായി മാനവികതാദർശനങ്ങൾ വികസിക്കുന്നത്. 'ലിംഗം, വംശം, വർഗം, പ്രദേശം എന്നിവയ്ക്ക് ഉപരിയായി മനുഷ്യൻ എവിടെയും സമാനനാണ്, ഒന്നാണ് എന്ന കാഴ്ചപ്പാടായിരുന്നു മാനവികതയുടെ അടിത്തറ' (സോമൻ, 1999:169).

ജനാധിപത്യബോധവും സമത്വസങ്കൽപവുമെല്ലാം മാനവികതാബോധത്തിന്റെ കാഴ്ചപ്പാടുകളാണ്, മനുഷ്യൻ നിർണയിക്കുകയും നിയന്ത്രിക്കുകയും ചെയ്യുന്ന ലോകക്രമത്തിന് സ്വീകാര്യത കൈവന്നു. മനുഷ്യൻ മാത്രമാണ് യാഥാർത്ഥ്യത്തി ന്റെ വിധാതാവും നിയന്താവുമെന്ന് ഡാക്കിൻ (1939:64)നിരീക്ഷിക്കുന്നുണ്ട്.

ആത്മീയ മാനവവാദം

യുക്തിയിലും ശാസ്ത്രസമീപനത്തിലും അധിഷ്ഠിതമായി വികസിച്ച മാനവികദർശനത്തിനു സമാന്തരമായിത്തന്നെ വളർന്നുവന്നതാണ് അത്മീയമാനവികദർശനം. വ്യക്തിസത്തയും പ്രപഞ്ചസത്തയും തമ്മിലുള്ള സാത്മീകരണത്തിലൂടെ ജീവിതത്തിന് അർഥം കണ്ടെത്തുന്നത് ഇതിന്റെ പ്രത്യേകതയാകുന്നു. 'ഒരുജാതി, ഒരുമതം, ഒരുദൈവം, മനുഷ്യന്'' എന്ന ശ്രീനാരായണ ഗുരുവിന്റെ ദർശനം ആത്മീയമായ മാനവികതാവാദമാണ്'' എന്ന് സോമൻ (1999:171) നിരീക്ഷിക്കുന്നു. 'മതമേതായാലും മനുഷ്യൻ നന്നായാൽ മതി' എന്നു പറഞ്ഞ ഗുരു മനുഷ്യന്റെ ആത്മവത്തയിലാണ് ഊന്നുന്നത്. ഇന്ത്യൻ നാടുവാഴിത്വത്തെ ന്യായീകരിച്ച പഴയ അദ്വൈതവാദികളിൽനിന്നും ശ്രീനാരായണ ഗുരുവിനെപ്പോലുള്ള സാമൂഹികപരിഷ്കർത്താക്കളുടെ അദ്വൈതത്തെ വ്യതിരിക്തമാക്കിയത്, ആത്മീയമായ മാനവദർശനമാണെന്നും ആശാന്റെ 'സ്നേഹത്തിൽനിന്നുദിക്കുന്നു ലോകം' എന്നാരംഭിക്കുന്ന പ്രസിദ്ധവരികൾ ആത്മീയമാനവവാദത്തിന്റെ മാനിഫെസ്റ്റോവാണെന്നും സോമൻ സ്ഥാപിക്കുന്നുണ്ട് (1999:172-173).

ആശാന്റെ മാനവികദർശനം

ആധുനികതയുടെ രൂപീകരണത്തിന് വഴിയൊരുക്കിയത് വ്യാവസായികമുതലാളിത്തമാണ്. യൂറോപ്പിലുണ്ടായ വ്യാവസായിക വിപ്ലവത്തിന്റെയും അത് രൂപപ്പെടുത്തിയ ആധുനികതയുടെയും അലയൊലികൾ കാവ്യരംഗത്ത് പ്രകടമായ മാറ്റങ്ങൾക്ക് വഴിതെളിച്ചു. കവിത്രയത്തിന്റെ കാലത്ത് മലയാളകവിതയിൽ രൂപം കൊണ്ട ആധുനികതയുടെ സ്വാധീനശക്തി സാമൂഹികജീവിതത്തിന്റെ പല തലങ്ങളിലായി സംഭവിച്ച വ്യാവസായികമുതലാളിത്തത്തിന്റെ കടന്നുവരവാണ്. സാമുദായികജീവിതത്തിന്റെ ഇമ്മട്ടിലുള്ള മാറ്റങ്ങൾ ആശാന്റെ കാവ്യങ്ങളിൽ ശക്തമായ തോതിൽ പ്രതിഫലിച്ചിരുന്നു. ആധുനികതയുടെ ഏറ്റവും പ്രകടമായ മുഖം സ്വതന്ത്രതാവാദമാണ്. മുതലാളിത്തം മനുഷ്യന്റെ സ്വതന്ത്രലോകത്തെ തുറന്നുവിട്ടു. അത് സാധ്യമായതാകട്ടെ, സാമുദായികജീവിതം നിലനിർത്തിയിരുന്ന വ്യവസ്ഥാപിതസങ്കൽപങ്ങളെ അട്ടിമറിച്ചുകൊണ്ടായിരുന്നു. ആശാന്റെ കാവ്യങ്ങളിൽ വ്യവസ്ഥാപിതമായ സാമൂഹികജീവിതമര്യാദകളെയും സങ്കൽപങ്ങളെയും എതിർക്കാനുള്ള പ്രവണത ശക്തമാണ്. ഈ പ്രവണതയ്ക്ക് ആധുനികമാനവികദർശനങ്ങളോട് ചാർച്ചയുണ്ട്. മനുഷ്യനെന്നാൽ എല്ലാ വ്യവസ്ഥാപിതധാരണകളെയും ഉല്ലംഘിക്കുന്ന സ്വതന്ത്രമനുഷ്യനാണെന്ന ആധുനികകാലത്തിന്റെ കാഴ്ചപ്പാട് തന്റെ കാവ്യവീക്ഷണത്തിന്റെ രൂപീകരണത്തിന് അടിസ്ഥാനമാക്കാൻ ആശാന് സാധിച്ചു. അദ്ദേഹത്തിന്റെ കാവ്യങ്ങളിൽ ഈ ദർശനം വ്യക്തമായ സ്വാധീനം ചെലുത്തി.

ആധുനികതാ ദർശനങ്ങളുടെ സ്വാധീനത്താൽ ഉരുവം കൊണ്ട മാനവികതയാണ് ആശാന്റെ കാവ്യങ്ങളിൽ തെളിഞ്ഞു നിൽക്കുന്നത്. കവിയെ സംബന്ധിച്ചിടത്തോളം 'കൃതികൾ മനുഷ്യകഥാനുഗായികളാ'ണ്. 'പ്രതിജനഭിന്നവിചിത്രമാർഗ'-ത്തിലുള്ള മനുഷ്യജീവിതത്തിന്റെ കഥകളാണ് അവ. അതായത്, ആത്യന്തികമായി മനുഷ്യന്റെ കഥ പറയുന്നവയാണ് തന്റെ കൃതികളെന്ന് വ്യക്തമാക്കുകയാണ് കവി. ഇത്തരമൊരു സമീപനം മനുഷ്യനെ പുനർനിർവചിക്കാനും നവീകരിക്കാനുമുള്ള പരിശ്രമത്തിന്റെ ഭാഗമാകുന്നു. ഈ പരിശ്രമത്തിലൂടെ മനുഷ്യനെ മുന്നോട്ടു നയിക്കാൻ കഴിയുകയും അത് മാനവികതാ മൂല്യത്തിന്റെ പ്രകാശനമായിത്തീരുകയും ചെയ്യുന്നു.

സ്ത്രീപുരുഷ ബന്ധചിത്രീകരണത്തിൽ ആശാൻ നിലവിലുണ്ടായിരുന്ന വ്യവസ്ഥാപിതധാരണകളെയെല്ലാം അട്ടിമറിച്ചു. സ്നേഹം, പ്രണയം മുതലായ മാനസികവ്യാപാരങ്ങളെയെല്ലാം അദ്ദേഹം സ്വാതന്ത്ര്യമെന്ന സങ്കൽപനവുമായി ഇണക്കിച്ചേർത്തു. സ്നേഹത്തിനും

പ്രണയത്തിനും പുതിയ മാനങ്ങൾ നൽകി. മലയാളകവിതയ്ക്ക് അതൊരു പുതിയ അനുഭവമായിരുന്നു.

'സ്നേഹത്തിൽ നിന്നുദിക്കുന്നു ലോകം
സ്നേഹത്താൽ വൃദ്ധി തേടുന്നു'
(ചണ്ഡാലഭിക്ഷുകി)

എന്നും

സ്നേഹമാണഖിലസാരമൂഴിയിൽ
സ്നേഹസാരമിഹസത്യമേകമാം
(നളിനി.136)

എന്നുമൊക്കെ അദ്ദേഹം മാനവസ്നേഹത്തിന്റെ മഹിമയെ, ആവശ്യകതയെ പാടിയുറപ്പിച്ചു. സ്നേഹത്തിലും സ്വാതന്ത്ര്യത്തിലും അധിഷ്ഠിതമായ കഥ ദൈവങ്ങളുടേതല്ലെന്നും മനുഷ്യന്റേതാണെന്നും മനുഷ്യനാണ് കേന്ദ്രസ്ഥാനത്ത് നിൽക്കുന്നതെന്നുമുള്ള നിലപാട് അദ്ദേഹം പുലർത്തി. ഒപ്പം മനുഷ്യനും അവന്റെ ചരിത്രവും അല്ലെങ്കിൽ മനുഷ്യനും അവന്റെ കഥയും എന്ന സാമാന്യബോധത്തിലും ആശാൻ മാറ്റം വരുത്തി. അവന്റെ സ്ഥാനത്ത് അവളെ പ്രതിഷ്ഠിച്ചു. നളിനി, ലീല, സീത തുടങ്ങിയവരൊക്കെ അങ്ങനെ കേന്ദ്രസ്ഥാനത്ത് നിലയുറപ്പിച്ചു. മാനവസ്വാതന്ത്ര്യം പുരുഷന്റെ സ്വാതന്ത്ര്യമെന്നതിൽക്കവിഞ്ഞ് സ്ത്രീയുടെ സ്വാതന്ത്ര്യംകൂടിയാണെന്ന് വ്യക്തമാക്കുന്നതാണ് ആശാന്റെ നായികമാർ. സ്വയംനിർണയാവകാശം നടപ്പാക്കാൻ കെൽപുള്ളവരാണവർ. ലോകവ്യവഹാരത്തിന്റെ കേന്ദ്രബിന്ദുവായി പുരുഷനെ അവരോധിക്കുന്ന ലോകത്തുനിന്നുകൊണ്ട് മനുഷ്യന്റെ കഥപറയുന്ന തന്റെ കാവ്യങ്ങളിലൂടെ സ്ത്രീയെ കേന്ദ്രസ്ഥാനത്തേക്ക് അദ്ദേഹം കൊണ്ടുവന്നു. ഇതിലൂടെ തന്റെ ചിന്താലോകം അടിസ്ഥാനപരമായും മാനവികതയിലാണ് അടിയുറച്ചുനിൽക്കുന്നതെന്നും ആ മാനവികലോകത്തിന്റെ പരമപ്രധാനസ്ഥാനത്ത് സ്ത്രീയെ പ്രതിഷ്ഠിക്കേണ്ടതുണ്ടെന്നും, അവളുടെ വ്യക്തിത്വത്തിനു കൂടുതൽ തിളക്കം നൽകേണ്ടതുണ്ടെന്നും ആശാൻ കരുതി. തന്റെ കാലഘട്ടത്തിലെ മറ്റുകവികളിൽനിന്ന് വ്യത്യസ്തനായി ആശാൻ നേടിയെടുത്ത മാനവികതയുടെ പുതിയ പരിപ്രേക്ഷ്യമാണതെന്നു പറയാം.

ലീലാകാവ്യത്തിലെ മാനവികത

മനുഷ്യനിൽ അന്തർലീനമായിരിക്കുന്ന ഗുണങ്ങളാൽ രൂപപ്പെടുന്ന വ്യക്തിത്വത്തെ മാനവികതയുടെ അടയാളമായി കരുതാവുന്നതാണ്. സദ്ഗുണസമ്പന്നയായാണ് ലീല വളർന്നത്. അതുവഴി രൂപപ്പെട്ടതാണ് അവളുടെ വ്യക്തിത്വം. അവിടെ സ്വന്തം ഇച്ഛാനിച്ഛകൾക്ക് പ്രാമുഖ്യം നൽകേണ്ടതുണ്ടെന്ന് കവിക്കറിയാം.

യുവജനഹൃദയം സ്വതന്ത്രമാ-
ണവരുടെ കാമ്യപരിഗ്രഹേച്ഛയിൽ (1.21)

എന്നാണ് കവിയുടെ മതം. ദേശചര്യയുടെ ഭാഗമായാണ് ലീലയ്ക്ക് അച്ഛൻ തീരുമാനിച്ച വിവാഹത്തിന് വഴങ്ങേണ്ടിവന്നതെന്നും എന്നാൽ തന്റെ നിലപാട് യുവജനങ്ങൾ അവരുടെ ആഗ്രഹമെന്താണോ അത് സ്വീകരിക്കുന്നതിൽ സ്വതന്ത്രരായിരിക്കണമെന്നാണെന്നും കവി വ്യക്തമാക്കുന്നു. എങ്ങും ചങ്ങലകളില്ലാത്ത മാനവസ്വാതന്ത്ര്യം പരിപൂർണ മാനവികതയിലേക്കാണ് വിരൽ ചൂണ്ടുന്നത്. ദേശചര്യവും പ്രണയവും തമ്മിലുള്ള ഏറ്റുമുട്ടലിൽ വിജയിക്കുന്നത് പ്രണയം തന്നെയാണ്. മദനനെത്തേടിയിറങ്ങി പാതിവഴിയിലെത്തിയപ്പോൾ മാധവി ലീലയെ തടയുന്നത് പരമ്പരാഗതമായി സമുദായം അനുവർത്തിച്ചുപോന്ന സദാചാരങ്ങളെ മുൻനിർത്തിയാണ്. ഇത് പഴയ മാനവികതാമൂല്യബോധമാണ്. എന്നാൽ അതിന് തുലോം വ്യത്യസ്തമായ വഴിയിലൂടെയാണ് ലീല നടക്കാനാഗ്രഹിച്ചത്. അവൾക്കതിന് ന്യായവുമുണ്ടായിരുന്നു.

അറിയും ജനനീതി സീമയെ-
ത്തിറമായ് കാക്കുമപൂർണരാഗികൾ (2.57)

അപൂർണമായ രാഗത്തോടുകൂടിയവരാണ് ലോകമര്യാദകൾ അറിയുന്നതും പാലിക്കുന്നതും. പൂർണമായ സ്നേഹമാകട്ടെ ലോകത്തിന്റെ സമ്മതിയെ ലക്ഷ്യമാക്കുകയല്ല, ലോകാചാരത്തെ വകവെയ്ക്കാതെ അതിന്റെ അതിർവരമ്പുകളെയെല്ലാം ലംഘിച്ചുകൊണ്ട് പരിപൂർണ പ്രണയമെന്ന ലക്ഷ്യത്തിലേക്ക് കുതിക്കുകയാണ് ചെയ്യുന്നത്. ഈ സ്നേഹസിദ്ധാന്തം പുതിയ കാലത്തിന്റേതാണ്. 'വ്യക്തിഗതങ്ങളായ ഇച്ഛാശക്തികളുടെയും സ്നേഹത്തിന്റെയും പൂരണത്തിനായി നിലവിലുള്ള ലോകനീതിയെ വെല്ലുവിളിക്കുന്ന കഥാപാത്രങ്ങൾ പുതിയ കർത്തൃത്വങ്ങളെ നിർമിച്ചെടുക്കുന്നുണ്ട്. അവയാകട്ടെ, മാനുഷികതയിൽ നിമഗ്നമാണുതാനും. അവരുടെ സ്നേഹത്തിന്റെ ഭാഷ പണ്ഡിതന്മാർ അറിഞ്ഞു എന്നു വരില്ല' (സോമൻ, 1999: 180-181). യുവജനത്തിന്റെ സ്വതന്ത്രമായ സാൻമാർഗിക ബോധമാണ് കവി ലീലയ്ക്ക് നൽകിയ സദാചാരബോധം. അതിന് നിലവിലുള്ള ലോകനീതിയെ അല്ലെങ്കിൽ ദേശചര്യയെ വെല്ലുവിളിക്കേണ്ടി വരുകയാണെങ്കിൽ അതുതന്നെ ചെയ്യേണ്ടി വരുമെന്നും അങ്ങനെ പുതിയ മാനുഷികസദാചാരം നിർമിക്കേണ്ടി വരുമെന്നും ചുരുക്കം. അത് വ്യവസ്ഥാപിതമായ പാണ്ഡിത്യബോധത്തിന് നിരക്കുന്നതാവണമെന്നില്ല.

സ്ഥിരചേതനകൾക്കഹോ, പര-
സ്പരമേലും സമവായവൈഭവം
പരനിങ്ങറികില്ല, പണ്ഡിതേ,
കരുതായ്‌കായതു മോഹമെന്നു നീ (2.66)

സ്ഥിരചിത്തർ തമ്മിൽ പുലർത്തുന്ന സ്നേഹബന്ധത്തിന്റെ മഹത്വം അവർക്കേ അറിയാനാവൂ; അന്യന് അറിയാനാവില്ല. അല്ലയോ പണ്ഡിതേ, ഇത് ബുദ്ധിഭ്രമമാണെന്ന് നീ കരുതരുത്; അചഞ്ചലമായ സത്യമാണത്.

പണ്ഡിതബുദ്ധിയ്ക്ക് അതീതമായി വർത്തിക്കുന്ന ആത്മാനുഭൂതിയാണത്. 'അതിമഹത്തും അത്യന്തനിഗൂഢവുമായ ഒരു പ്രണയബന്ധമാണ് ജീവാത്മപരമാത്മബന്ധം; അത് ആ ബന്ധത്തിൽപ്പെട്ട ആത്മാക്കൾക്കുമാത്രം അറിയാൻ കഴിയുന്ന പരമരഹസ്യമാണ്; ഇതരൻ, അവൻ പണ്ഡിതനായിരുന്നാലും, അതറിയാൻ ശക്തനല്ല; ലോകത്തിന്റെ ദൃഷ്ടിയിൽ ഇത് വെറും ഭ്രമമായി തോന്നാം.; ഈ ആത്മാനുഭൂതി ബുദ്ധ്യതീതമാണ്' (രാമകൃഷ്ണൻ, 1979:133).

ലീലയുടെ കാമുകപ്രേമത്തെ ആത്മീയമാനവികതയുടെ തലത്തിലൂടെകൊണ്ടുപോയി മാനവസ്നേഹമെന്ന അതിശക്തമായൊരു ചൈതന്യത്തിലേക്ക് കുടിയിരുത്തുകയാണ് ആശാൻ ചെയ്യുന്നത്. അതിനാൽ ആശാന്റെ ലീലാകാവ്യത്തിന്റെ കേന്ദ്രം മനുഷ്യ ലക്ഷകങ്ങളാണ്.

സ്വാതന്ത്ര്യത്തിന്റെ പ്രതീകമായ പക്ഷികളെ ലീലയുടെ വിവിധ ഹൃദയവൃത്തികളെ ആവിഷ്കരിക്കാൻ തെരഞ്ഞെടുത്ത കവിയുടെ സ്വാതന്ത്ര്യബോധം മാനവികതയുമായി ചേർന്നു നിൽക്കുന്നതാണ്.

സ്വാതന്ത്ര്യം തന്നെയമൃതം
സ്വാതന്ത്ര്യം തന്നെ ജീവിതം
പാരതന്ത്ര്യം മാനികൾക്കു
മൃതിയേക്കാൾ ഭയാനകം (ഒരു ഉദ്ബോധനം)

ഈവരികളിലടങ്ങിരിക്കുന്ന കുമാരനാശാന്റെ അത്യുൽകൃഷ്ടമായ മാനവികദർശനം

കാവ്യവ്യവഹാരമെന്ന ധൈഷണികപ്രതിഭാസം

ഒരു ആശയത്തെ വിനിമയം ചെയ്യാൻ അനേകം ആവിഷ്കാരങ്ങളിലൂടെ സാധ്യമാണ്. എന്നാൽ തനിക്കേറ്റവും ഉത്കൃഷ്ടമെന്നു തോന്നുന്ന ലക്ഷകങ്ങൾ തെരഞ്ഞെടുക്കുകയും അതിന് ഭാഷയിലൂടെ ആവിഷ്കാരം നൽകുകയും ചെയ്യുന്ന മാനസിക പ്രതിഭാസം ധൈഷണികമാണ്. കാലേക്കൂട്ടി മനുഷ്യമനസ്സിൽ രൂപംകൊണ്ട

സങ്കൽപനങ്ങൾ ഉചിതമായ സന്ദർഭങ്ങളിൽ പുതിയ അറിവുകളുമായി ചേർന്ന് പുതിയ സങ്കൽപന വ്യവസ്ഥകൾ തീർക്കുന്നു. 'പഴയതും പുതിയതുമായ ധാരണകളും ബൗദ്ധികവും വൈകാരികവും ഇന്ദ്രിയപരമായ കാര്യങ്ങളും ഭൗതികവും ഭാഷാപരവും സാമൂഹികവുമായ സന്ദർഭങ്ങളും ഉൾപ്പെട്ടതാണ് സങ്കൽപനപ്രക്രിയ. മുഖ്യമായ ധൈഷണികപ്രക്രിയയാണ് സങ്കൽപനം. മാനസികാനുഭവത്തിന്റെ സവിശേഷഘടകങ്ങളുടെ വികാസവും സംയോജനവും ഇതിൽ അന്തർഭവിച്ചിരിക്കുന്നു' (ഗിരീഷ്, 2012:100). കവി തെരഞ്ഞെടുക്കുന്ന വസ്തുക്കളും ആവിഷ്കരിക്കാനുദ്ദേശിക്കുന്ന ആശയവും തമ്മിലുള്ള ചേർച്ചയെക്കുറിച്ചുള്ള ചിന്തയാണ് ഭാഷയിലൂടെ സംഭവിക്കുന്നത്. കവിയുടെ വ്യക്തിത്വവും കവിത്വവും ഈ ചിന്താപ്രക്രിയയിൽ ഭാഗഭാക്കാവുന്നുണ്ട്. ആശാന്റെ വ്യക്തിത്വത്തിന്റെ ഒരു സവിശേഷത പരിപൂർണതയോടുള്ള ആഭിമുഖ്യമാണ്. പൂർണതയ്ക്കുവേണ്ടി കഠിനപ്രയത്നം ചെയ്യാൻ തയ്യാറാവുന്ന പ്രകൃതമായിരുന്നു അദ്ദേഹത്തിന്റേത്. എന്തും ഏതും വളരെ ചിന്തിച്ചുമാത്രം ചെയ്യുന്ന ആശാനെക്കുറിച്ച് എം.എൻ.വിജയൻ(2013) താഴെ പറയുംപ്രകാരം നിരീക്ഷിക്കുന്നു' 'എന്തുകാര്യത്തിലും വളരെ ആലോചിക്കുകയും ആലോചിച്ചതിനുശേഷം പറയുകയും ചെയ്യുന്നതുകൊണ്ട് താൻ പറയുന്ന കാര്യങ്ങൾ ശരിയാണ് എന്നു വിശ്വസിക്കുക മാത്രമല്ല, അത് തിരുത്തപ്പെടാൻ കഴിയില്ല എന്ന് വിചാരിക്കുക കൂടി ചെയ്തിരുന്ന ഒരാളായിരുന്നു ആശാൻ'. കവിയുടെ അചഞ്ചലമായ ആത്മവിശ്വാസമാണ് ഇത് കാണിക്കുന്നത്. ഉന്നതമായ ധൈഷണികക്ഷമത പുലർത്തിയിരുന്ന ആശാൻ എന്നുവേണം കരുതാൻ. 'ആശാൻ ആശയഗംഭീരൻ' എന്ന നിഗമനത്തിലേക്ക് നിരൂപകരെ എത്തിച്ചത് ഈ ആത്മവിശ്വാസത്തിന്റെയും ധൈഷണികക്ഷമതയുടെയും ഫലമായുണ്ടായ ചിന്തകൾ കാവ്യരൂപം പ്രാപിച്ചതിനാലാണെന്നു പറയാം. ആശാന്റെ വ്യക്തിത്വത്തെ സംബന്ധിച്ച് വളരെ പ്രസക്തമെന്നു കരുതാവുന്നവയാണ്, അദ്ദേഹത്തിന്റെ അന്യാദൃശമായ കാര്യസ്ഥതയും അസാധാരണമായ ആത്മനിയന്ത്രണവുമെന്ന്'ആശാന്റെ ഡയറികളിലൂടെ' എന്ന പുസ്തകത്തിന്റെ അവതാരികയിൽ ജി.കുമാരപ്പിള്ള (1988) പറയുന്നുണ്ട്. ഈ കാര്യപ്രാപ്തിയുടെ കൈയടക്കം ആശാന്റെ കാവ്യവ്യക്തിത്വത്തെയും തുണച്ചിട്ടുണ്ടെന്ന് സാക്ഷ്യപ്പെടുത്തുന്നവയാണ് അദ്ദേഹത്തിന്റെ കൃതികൾ. 'വികാരജനകമായ ആഖ്യാനത്തിനും വർണ്ണനകൾക്കും ലീലയുടെ ഒന്നാംഭാഗത്തിൽ വേണ്ടുവോളം സാധ്യതകളുണ്ടായിട്ടും ആ സാധ്യതകളെ കവി ഉപയോഗപ്പെടുത്തിയില്ലെന്നും അത് രണ്ടും മൂന്നും ഭാഗങ്ങളിലേക്കു വികസിക്കുന്ന കാവ്യഭംഗിക്ക് ഒരടിത്തറയായാണ് കാണേണ്ടത് എന്നുമുള്ള എം.കെ സാനു(2003:55)വിന്റെ

നിരീക്ഷണം പ്രസക്തമാണ്.

ആശാന്റെ വ്യക്തിത്വവുമായി ബന്ധപ്പെട്ടുള്ള മറ്റൊരു ശ്രദ്ധേയ മായ നിരീക്ഷണം എം.എം ബഷീറിന്റേതാണ്.' പൊതുവെ വടിവും വ്യക്തതയും ഭംഗിയുമുള്ള കൈപ്പടയാണ് ആശാന്റേതെന്നും ഒരു വ്യക്തിയുടെ ചിന്തയെ അയാളുടെ കൈകൊണ്ടു നിയന്ത്രിക്കാവുന്ന ഒരുപകരണത്തിന്റെ നിശ്ചിത ചലനത്താൽ രേഖപ്പെടുത്തുന്നതാണ് കൈയക്ഷരമെന്നും ജോൺ ലീ എഫ് ഡംപിടനെ ഉദ്ധരിച്ച് ബഷീർ പറയുന്നു. ചിന്ത വ്യക്തിത്വത്തിന്റെ പ്രകാശനമാകയാൽ ചിന്തയുടെ മാധ്യമമായ കൈയെഴുത്തിൽ വ്യക്തിത്വസ്വഭാവം അഭിവ്യക്തമാകുന്നു വെന്നും ബഷീർ (2005:80) നിരീക്ഷിക്കുന്നു. ഇതു പ്രകാരം പ്രകാശമാ നമായ വ്യക്തിത്വത്തിനും ചിന്തയ്ക്കും ഉടമയാണ് ആശാനെന്ന് വരുന്നു. എന്തും വളരെ കരുതലോടെ ചെയ്യുന്നതിന്റെ സൂക്ഷ്മത അദ്ദേഹം കൈയെഴുത്തിലും പാലിച്ചിരുന്നതിനാൽ എന്തെഴുതണം എന്ന കാര്യത്തിലും അങ്ങേയറ്റം സൂക്ഷ്മതയും ശ്രദ്ധയും കവി പുലർത്തി യിരുന്നുവെന്ന് വിശ്വസിക്കാം. ഈ സൂക്ഷ്മതയും ശ്രദ്ധയും ധൈഷ ണികക്ഷമതയുമായി ബന്ധപ്പെട്ടുകിടക്കുന്നതാണ്. 'ഒറ്റപ്പദംപോലും മാറ്റാനാവാത്തവിധം കാവ്യം ശക്തവും സാന്ദ്രവുമാക്കിത്തീർക്കാൻ അദ്ദേഹം കഠിനമായി പരിശ്രമിച്ചു. അതിനുവേണ്ടി അദ്ദേഹം ഹസ്ത ലിഖിതങ്ങളിൽ നിരന്തരം വെട്ടിത്തിരുത്തുകൾ വരുത്തി (ബഷീർ, 2005:80). പൂർണതയ്ക്കുവേണ്ടി കഠിനപ്രയത്നം ചെയ്യുന്ന ആശാന്റെ ചിത്രം ഇതിലൂടെ ലഭിക്കുന്നു.

ആശാനെ സംബന്ധിച്ച് പ്രധാനമെന്ന് അദ്ദേഹത്തിന്റെ മകനായ പ്രഭാകരൻ കരുതുന്ന കാര്യങ്ങൾ ഇവയാണ്.

I) ഡോ. പൽപുമായുള്ള അടുപ്പം

II) ആശാന്റെ നിരന്തരയാത്ര

III) രമ്യഭൂഭാഗഭംഗികൾ കാണുമ്പോഴുള്ള ആഹ്ലാദം

IV) ശ്രീനാരായണഗുരുവുമായുള്ള ബന്ധം (പ്രഭാകരൻ, 1988:5)

വ്യക്തിയെന്ന നിലയിലും കവിയെന്ന നിലയിലുമുള്ള ആശാന്റെ അന്യാദൃശ്യമായ കഴിവുകൾക്ക് ചാലകശക്തിയാകാൻ മേൽപ്പറഞ്ഞ കാര്യങ്ങൾക്ക് കഴിഞ്ഞുവെന്നത് തർക്കമറ്റ സംഗതിയാണ്. എസ്. എൻ.ഡി.പി. യോഗം ജനറൽ സെക്രട്ടറി, നിയമസഭാംഗം, കവി,പ ത്രാധിപർ, പുസ്തകപ്രസാധകൻ, ഗൃഹനാഥൻ, കർഷകൻ, വ്യവസായി എന്നീ നിലകളിലെല്ലാം അദ്ദേഹം പ്രവർത്തിച്ചു. അസാധാരണമായ നേതൃപാടവവും കാര്യക്ഷമതയുമുള്ള ഒരാൾക്ക് മാത്രമേ ഒരേസമയം

അനേകം കർമരംഗങ്ങളിൽ ശോഭിക്കാനാവുകയുള്ളൂ.

സർഗാത്മകതയുടെ അടയാളമായ മൗലികമായ ചിന്തയായിരുന്നു ആശാന്റെ ഏറ്റവും വലിയ സവിശേഷത. ആ ചിന്തയും അദ്ദേഹം സങ്കൽപനം ചെയ്ത ലക്ഷ്യങ്ങളും പരസ്പരാശ്രിതങ്ങളുമായിരുന്നു. ഈശ്വരനെ തന്റെ ചിന്തയ്ക്കുള്ളിൽ കുടിയിരുത്തിയ കവിയാണ് ആശാൻ. പ്രകൃതിപ്രതിഭാസങ്ങളുമായി കെട്ടു പിണഞ്ഞു കിടക്കുന്നതുകൂടിയാണ് അദ്ദേഹത്തിന്റെ ദേവസങ്കൽപം. ചന്തമേറിയ പൂവിലും വർണമനോഹരമായ ശലഭത്തിലും അർക്കരശ്മിയിലും മറ്റും വിളങ്ങുന്ന ഈശനെ കവി ചിന്തയാകുന്ന മണിമന്ദിരത്തിലാണ് പ്രതിഷ്ഠിച്ചിരിക്കുന്നത്.

ചിന്തയാം മണിമന്ദിരത്തിൽ വിളങ്ങു-
മീശനെ വാഴ്ത്തുവിൻ

(സങ്കീർത്തനം 1998 :464)

എന്നാണ് കവി പറയുന്നത്. വേഡ്സ്വർത്ത് പറയുന്ന'സമുന്നതചിന്തയിലെ ആനന്ദം' നമുക്ക് അനുഭൂതമാകുന്നത് ആശാന്റെ കൃതികൾ വായിക്കുമ്പോഴാണെന്ന് കൃഷ്ണപിള്ള (1990:183) നിരീക്ഷിച്ചിട്ടുണ്ട്. കാവ്യത്തിന്റെ പ്രമേയം എന്നു കരുതുന്ന ഒരു കഥയോ മറ്റോ വിസ്തരിക്കുന്നതല്ല കാവ്യരചന. ശബ്ദാർഥങ്ങൾ ചേർത്ത് പുതുമയുള്ളതോ തീക്ഷ്ണതയുള്ളതോ ആയ വികാരമോ ഭാവമോ ധ്വനിപ്പിക്കാനുള്ള കഴിവാണത്. അനുഭവങ്ങളെ ഇന്ദ്രിയഗോചരമാക്കിത്തീർക്കുന്ന ചിന്തകളിലൂടെ ജീവസ്സുറ്റൊരു പ്രപഞ്ചസൃഷ്ടി നടത്തിയ പ്രതിഭാശാലിയായ കവിയാണ് കുമാരനാശാൻ.

●

ചിന്തയെന്ന ലീല
ലീലയെന്ന ചിന്ത

ജോർജ് ലക്കോഫിന്റെ ലക്ഷകസിദ്ധാന്തത്തെ അടിസ്ഥാനമാക്കി കുമാരനാശാന്റെ 'ലീല'യിലെ സങ്കൽപനലക്ഷകങ്ങളെക്കുറിച്ചുള്ള ഈ പഠനത്തിൽനിന്ന് ഉരുത്തിരിഞ്ഞ നിഗമനങ്ങൾ താഴെ ക്രോഡീകരിക്കുന്നു:

കുമാരനാശാന്റെ ലീലാകാവ്യത്തിൽ ലക്ഷ്യലക്ഷകം, വികാരലക്ഷകം, മനുഷ്യലക്ഷകം, ഹരിതലക്ഷകം, ലോഹലക്ഷകം, ആവർത്തിതപദരൂപലക്ഷകം, വ്യാക്ഷേപകലക്ഷകം എന്നിങ്ങനെ ഏഴുതരം ലക്ഷകങ്ങളുണ്ട്.

ലീലാകാവ്യത്തിലെ വൈകാരികാവസ്ഥകളുടെ ഉച്ചനീചത്വവും സങ്കീർണതയുമാണ് വികാരലക്ഷകത്തിലൂടെ ആവിഷ്കരിക്കുന്നത്. സ്ഥലകാലദൂരസങ്കൽപനങ്ങളെ ആവിഷ്കരിക്കുന്ന ലക്ഷ്യലക്ഷകവുമായി വികാരലക്ഷകം അടുപ്പം പുലർത്തുന്നുണ്ട്. അതേസമയം, മനോവ്യാപാരങ്ങളുമായി ബന്ധപ്പെട്ടുകിടക്കുന്ന ലക്ഷ്യലക്ഷകങ്ങളും കാവ്യത്തിൽ വ്യത്യസ്തപദവികളിൽ പ്രത്യക്ഷപ്പെടുകയും ചെയ്യുന്നു. സ്രോതസ്സ്ഥലത്തിൽ മനുഷ്യനോ അവന്റെ ചെയ്തികളോ വരുന്ന മനുഷ്യലക്ഷകങ്ങളും സ്രോതസ്സ്ഥലത്തിൽ പ്രകൃതിയും ലക്ഷ്യതലത്തിൽ മനുഷ്യനും വരുന്ന ഹരിതലക്ഷകങ്ങളും ലീലയിലുണ്ട്.

'പ്രണയപരവശേ' എന്ന സംബോധനയോടുകൂടിയ കാവ്യാരംഭത്തിന് ശേഷമുള്ള ആദ്യപദം 'ശുഭം' എന്നാണല്ലോ. നയനഗോചരമായ അറിവ് ശ്രവ്യജ്ഞാനമായി പരിവർത്തനപ്പെടുത്തി അവതരിപ്പിക്കുന്ന രീതിയാണിത്. ശുഭം എന്നവാക്ക് വസ്തുവും അറിവ്

പശ്ചാത്തലവുമായ വസ്തുപശ്ചാത്തലബന്ധം എന്ന ആശയത്തെക്കൂടി ആശാന്റെ ഈ വരി ഉൾക്കൊള്ളുന്നുണ്ട്.

രണ്ടാം സർഗത്തിലെ 'മിഴിചാച്ചമ്പൊട്ടുനോക്കിതോഴിയെ' എന്നത് വൈകാരിക പ്രാധാന്യമുള്ളൊരു നോട്ടമാണ്. ഇന്ദ്രിയസംവേദനത്തിന്റെ കാര്യത്തിൽ വ്യത്യസ്ത വികാരങ്ങളെ ആവിഷ്കരിക്കാൻ കഴിയുന്ന ശക്തമായൊരു സംവേദനസ്രോതസ്സാണ് കണ്ണ്. ഇന്ദ്രിയസംവേദനം ധൈഷണികവൃത്തിയാണ്. ഇവിടെ കണ്ണുകൾ വികാരങ്ങൾക്കുവേണ്ടിയുള്ള വാഹകരാകുന്നു.

ആവർത്തിതപദരൂപങ്ങളും കാവ്യത്തിൽ ലക്ഷകാവസ്ഥ കൈവരിക്കുന്നുണ്ട്. ഭാഷ സങ്കൽപനങ്ങളെ ആവിഷ്കരിക്കാനുള്ള മാധ്യമമായതിനാൽ ആവർത്തിച്ചുള്ള പദപ്രയോഗങ്ങളുടെ ആവിഷ്കാരത്തിലൂടെ സങ്കൽപനങ്ങളെ ലക്ഷകവത്കരിക്കാൻ കഴിയുന്നു.

വ്യത്യസ്ത വ്യാകരണസംവർഗങ്ങൾ ആവർത്തിച്ചുണ്ടാക്കുന്ന ലക്ഷകങ്ങളിലൂടെ അർത്ഥതീവ്രത വർധിപ്പിക്കാനുള്ള ശ്രമം ആശാൻ ലീലാകാവ്യത്തിലൂടെ നടത്തിയിട്ടുണ്ട്. നാമം, ക്രിയ, വിശേഷണം, വ്യാക്ഷേപകശബ്ദങ്ങൾ എന്നിവയെല്ലാം ആവർത്തിച്ച് ലക്ഷകവത്കരണം നടത്തി ലീലയിലെ വ്യത്യസ്തവികാരങ്ങളെ ആശാൻ പ്രോജ്ജ്വലിപ്പിക്കുന്നു.

വൈകാരികാവസ്ഥകളുടെ വ്യത്യസ്തതോതുകളെ അടയാളപ്പെടുത്താൻ വ്യാകരണരൂപങ്ങളിലൊന്നായ വ്യാക്ഷേപകത്തിന് കഴിയുന്നുണ്ട്. വ്യാക്ഷേപകങ്ങളെ ലക്ഷകങ്ങളായി ഉപയോഗിക്കുന്ന വ്യാക്ഷേപകലക്ഷകങ്ങൾ ലീലാകാവ്യത്തിന്റെ സങ്കൽപനഘടനയെ ദീപ്തമാക്കുന്നു. ശോകം, വേദന, ആഹ്ലാദം, ദുഃഖം തുടങ്ങിയ വികാരങ്ങളുടെ ആധ്മാനം നിർണയിക്കുകയാണ് വ്യാക്ഷേപകങ്ങളുടെ ധർമം. നിനച്ചിരിക്കാതെ സംഭവിക്കുന്നതോ കൈവരിക്കുന്നതോ ആയ കാര്യങ്ങളാണ് മിക്കപ്പോഴും മനുഷ്യന് വൈകാരികമായ ആധ്മാനഭേദങ്ങൾ ഉണ്ടാക്കുന്നത്. അതിനാൽ നിത്യജീവിതത്തിലും അത്തരമൊരു അവസ്ഥയോടുള്ള ഭാഷാപ്രതികരണമെന്ന നിലയ്ക്ക് 'അയ്യോ!', 'കഷ്ടം!', 'ഹാ!' എന്നൊക്കെയുള്ള വ്യാക്ഷേപകലക്ഷകങ്ങൾക്ക് പ്രാധാന്യമുണ്ട്. വ്യാക്ഷേപകങ്ങൾക്കൊണ്ട് വികാരങ്ങളെ ശക്തമായി ആവിഷ്കരിക്കാമെന്ന് തിരിച്ചറിഞ്ഞ കവിയാണ് കുമാരനാശാൻ. വൈകാരികതീവ്രത എന്ന ആർത്ഥികബോധമാണ് ലാക്ഷണികമായി വ്യാക്ഷേപകങ്ങൾകൊണ്ടു വരുന്നത്. ഹാ!, അഹഹ!, അഹോ!, ബത!, ഹന്ത! കഷ്ടം!, എന്നിവയാണ് ആശാൻ ലീലാകാവ്യത്തിൽ പ്രയോഗിച്ചിരിക്കുന്ന വ്യാക്ഷേപകങ്ങൾ. വ്യത്യസ്തവികാരങ്ങളെ

സങ്കൽപനം ചെയ്യാൻ ഇവയ്ക്ക് കഴിയുന്നുണ്ട്.

ലീലാകാവ്യത്തിൽ അൻപത്തിരണ്ട് ശ്ലോകങ്ങളിൽ ആശാൻ വ്യാക്ഷേപകങ്ങൾ പ്രയോഗിച്ചിട്ടുണ്ട്. അവയിൽ ഏറ്റവും കൂടുതൽ പ്രയോഗിച്ചത് 'അഹോ!' എന്ന വ്യാക്ഷേപകമാണ്. ഓരോ വ്യാക്ഷേപകവും ദ്യോതിപ്പിക്കുന്ന വൈകാരികാവസ്ഥകൾ താഴെപറയുന്നവയാണ്.

ഹാ! - ദുഃഖം, നിസ്സഹായത, സംഘർഷം, സങ്കടം, വേദന, കുറ്റബോധം, ദൈന്യത, ആത്മബോധം, അത്ഭുതം, ആനന്ദം, ഉൻമേഷം, അനിശ്ചിതത്വം.

അഹോ! - ദുഃഖം, നിരർത്ഥകത, നിശ്ചയദാർഢ്യം, ആശങ്ക, അതിശയം, സങ്കടം, വേദന.

അഹഹ! - വിസ്മയം, ആദരവ്, ദുഃഖം, വിലാപം, ഉന്മേഷം, ആഹ്ലാദം

ബത! കഷ്ടം, ദൈന്യത.

ഹന്ത! - കഷ്ടം, ക്രൂരത, നിസ്സഹായത.

കഷ്ടം! - ദുഃഖം, അസ്വതന്ത്രത, നിസ്സഹായത.

വ്യാക്ഷേപകങ്ങൾ ഏതെങ്കിലും ഒറ്റവികാരത്തെയല്ല സങ്കൽപനം ചെയ്യുന്നത്. കാവ്യസന്ദർഭത്തിനനുഗുണമായ രീതിയിൽ വ്യത്യസ്തവികാരങ്ങളെ ധ്വനിപ്പിക്കാൻ കഴിയും. എങ്കിലും അനുകൂലവികാരങ്ങളെക്കാൾ ദുഃഖം, വേദന, ദൈന്യത തുടങ്ങി മനുഷ്യഹൃദയത്തെ മഥിക്കുന്ന വികാരങ്ങളെയാണ് ഇവ കൂടുതലും അടയാളപ്പെടുത്തുന്നത്. ഉയർച്ച / താഴ്ച്ച എന്നിങ്ങനെയുള്ള സങ്കൽപനങ്ങളെ ആവിഷ്കരിക്കുന്ന ലക്ഷ്യലക്ഷകങ്ങളാണ് വ്യാക്ഷേപകങ്ങൾ. ഉയർച്ചയേക്കാൾ താഴ്ചയെ കാണിക്കാനാണ് ലക്ഷ്യലക്ഷകങ്ങൾ ലീലയിൽ കൂടുതലായും പ്രയോഗിച്ചിരിക്കുന്നത്.

വ്യവസ്ഥാപിതാർത്ഥത്തിലുള്ള രൂപകാലങ്കാരങ്ങളായ ബിംബലക്ഷകങ്ങൾ ലീലാകാവ്യത്തിൽ കാണുന്നുണ്ട്. ഭാഷയിൽ ഉറച്ചുപോയ ലക്ഷകങ്ങളാണിവ. ബിംബലക്ഷകം ഭാഷാപരവും സങ്കൽപനലക്ഷകം സങ്കൽപനപരവുമാണ്. പ്രണയമെന്ന ആശയത്തെ ആവിഷ്കരിക്കാൻ ആശാൻ തന്റെ ലോകാനുഭവങ്ങളിൽനിന്ന് രൂപപ്പെട്ട ലക്ഷകങ്ങളെയാണ് ഉപയോഗിച്ചിരിക്കുന്നത്. ലീലാകാവ്യത്തിലെ ശ്ലോകങ്ങളിലേറെയും പ്രണയത്തിന്റെ ആന്തരികസത്ത ദ്യോതിപ്പിക്കുന്നവയാണ്.

ചിന്തയെ പ്രത്യക്ഷീകരിക്കുന്ന സങ്കൽപനഘടകമായ ഉപാദാന ലക്ഷണകളുടെ സാധ്യതയും ലീലകാവ്യത്തിൽ ആശാൻ പ്രയോജനപ്പെടുത്തിയിട്ടുണ്ട്.

നായകന്മാരെ അപേക്ഷിച്ച് നായികമാരിലേക്ക് ശ്രദ്ധ കേന്ദ്രീകരിക്കുകയും അവരെ ചിന്തകൊണ്ടും സ്വാതന്ത്ര്യബോധംകൊണ്ടും ഉന്നതാവസ്ഥയിൽ പ്രതിഷ്ഠിക്കുകയും ചെയ്ത ആശാൻ പുലർത്തുന്ന സ്ത്രീപക്ഷ സമീപനം വളരെ വ്യത്യസ്തമാണ്. പെണ്ണിന്റെ ബുദ്ധിക്ക് കുശാഗ്രസൂക്ഷ്മതയും വ്യക്തിത്വത്തിന് തിളക്കവും നൽകാനായി ലക്ഷ്യലക്ഷകങ്ങൾ ഉപയോഗിച്ചുകൊണ്ട് കവി ചിന്തയിലും സമീപനത്തിലും വ്യതിരിക്തത പുലർത്തുന്നു.

ലീലയുടെ പ്രണയയാത്രയ്ക്കൊപ്പം ഗുണദോഷവിചിന്തനം നടത്തിക്കൊണ്ട് ബുദ്ധിമതിയും വിവേകമതിയുമായ മാധവി എന്ന തോഴി ഒപ്പം നിന്നു. ശുഭാശുഭങ്ങളെക്കുറിച്ച് ധാരണയുള്ള മാധവി അത് യാതൊരു സങ്കോചവുമില്ലാതെ ലീലയെ ധരിപ്പിക്കാൻ ശ്രമിക്കുന്നുണ്ട്. വ്യക്തിത്വമുള്ള ഭാഷയാണ് ആശാൻ മാധവിക്ക് നൽകിയിരിക്കുന്നത്. ലക്ഷ്യലക്ഷകപ്രകാരം ഉന്നതിയെയാണ് മാധവിയുടെ ഭാഷ അടയാളപ്പെടുത്തുന്നത്. അങ്ങനെ ലക്ഷ്യലക്ഷകത്തിന്റെ ഉന്നതാവസ്ഥയെ പ്രതിനിധീകരിക്കുന്ന കഥാപാത്രമാവുന്നു മാധവി.

ലീലയുടെ വിവിധ ഹൃദയവൃത്തികളെ അടയാളപ്പെടുത്താൻ ആശാൻ പക്ഷി എന്ന ബിംബലക്ഷകത്തെ ഉപയോഗിക്കുന്നുണ്ട്. പക്ഷികളെ സൗഭാഗ്യത്തികവിന്റെയും ഹൃദയ വേദനയുടെയും നിസ്സഹായതയുടെയും സ്വാതന്ത്ര്യത്തിന്റെയുമൊക്കെ അടയാളമായി സങ്കൽപനം ചെയ്തുകൊണ്ടാണ് കവി ബിംബലക്ഷകനിർമിതി നടത്തിയിരിക്കുന്നത്. പക്ഷിയുടെ വ്യത്യസ്ത ഭാവാവിഷ്കാരങ്ങളിലൂടെ മനുഷ്യാവസ്ഥകളെ ചിത്രീകരിക്കുന്നതിനാൽ ഈ ബിംബ ലക്ഷകം മനുഷ്യലക്ഷകമായി പരിണമിക്കുന്നു.

മനുഷ്യന്റെ കഥപറയുന്ന കാവ്യങ്ങളിലൂടെ തന്റെ ചിന്താലോകം അടിസ്ഥാനപരമായും മാനവികതയിലാണ് അടിയുറച്ച നിൽക്കുന്നതെന്നും ആ മാനവികലോകത്തിന്റെ കേന്ദ്രസ്ഥാനത്ത് സ്ത്രീയെ പ്രതിഷ്ഠിക്കേണ്ടതുണ്ടെന്നും അവളുടെ വ്യക്തിത്വത്തിന് കൂടുതൽ തിളക്കം നൽകേണ്ടതുണ്ടെന്നും ആശാൻ കരുതി. തന്റെ കാലഘട്ടത്തിലെ മറ്റു കവികളിൽനിന്ന് വ്യത്യസ്തനായി ആശാൻ നേടിയെടുത്ത മാനവികതയുടെ പുതിയ പരിപ്രേക്ഷ്യമാണതെന്ന് ലീലാകാവ്യത്തിലെ വ്യത്യസ്ത ലക്ഷകങ്ങൾ വിശിഷ്യ വികാരലക്ഷകങ്ങളും ലക്ഷ്യ ലക്ഷകങ്ങളും തെളിയിക്കുന്നു.

യുവജനത്തിന്റെ സ്വതന്ത്രമായ സാൻമാർഗികബോധമാണ് കവി ലീലയ്ക്ക് നൽകിയ സദാചാരബോധം. അത് വ്യവസ്ഥാപിതമായ പാണ്ഡിത്യബോധത്തിന് നിരക്കുന്നതാവണമെന്നില്ല. സ്ഥിരചിത്തർ തമ്മിൽ പുലർത്തുന്ന സ്നേഹബന്ധത്തിന്റെ മഹത്വം അവർക്കേ അറിയാനാവൂ, പണ്ഡിതബുദ്ധിക്ക് അതീതമായി വർത്തിക്കുന്ന ആത്മാനുഭൂതിയാണത്. ലീലയിലെ ലക്ഷ്യലക്ഷകങ്ങൾ ഇക്കാര്യം വ്യക്തമാക്കുന്നു.

ലീലയുടെ കാമുകപ്രേമത്തെ ആത്മീയ മാനവികതയുടെ തലത്തിലൂടെ കൊണ്ടുപോയി മാനവസ്നേഹമെന്ന ചൈതന്യത്തിലേക്ക് കുടിയിരുത്തുകയാണ് ആശാൻ. അതിനാൽ ആശാന്റെ ലീലാകാവ്യത്തിന്റെ കേന്ദ്രം മനുഷ്യലക്ഷകങ്ങളാണ്. മനുഷ്യൻ എന്ന സങ്കൽപനത്തിൽ സ്ത്രീയുമുണ്ടെന്നതാണ് ഈ ലക്ഷകങ്ങളുടെ സവിശേഷത

അചഞ്ചലമായ ആത്മവിശ്വാസവും ഉന്നതമായ ധൈഷണികക്ഷമതയുംപുലർത്തിയ കവിയാണ് കുമാരനാശാൻ. സർഗാത്മകതയുടെ അടയാളമായ മൗലികമായ ചിന്തയായിരുന്നു ആശാന്റെ ഏറ്റവും വലിയ സവിശേഷത. ആ ചിന്തയും അദ്ദേഹം സങ്കൽപനം ചെയ്ത ലക്ഷകങ്ങളും പരസ്പരാശ്രിതങ്ങളുമായിരുന്നു.

●

ഗ്രന്ഥസൂചി

അജയകുമാർ, എൻ. 1999 'സ്ഥിരവും ചരവും'
സൂര്യതേജസ്സ്
ആശാൻ കവിതാപഠനങ്ങൾ
(പ്രസാ: ഇ.കെ. പുരുഷോത്തമൻ)
ചെന്നൈ: ആശാൻ മെമ്മൊറിയൽ അസോസിയേഷൻ

അയ്യപ്പൻ, കെ. 1998 'സ്തോത്രകൃതികൾ' (അവതാരിക)
ആശാന്റെ പദ്യകൃതികൾ
കോട്ടയം : ഡി.സി. ബുക്സ്

ആന്റണി, സി.എൽ. 1989 **കേരളപാണിനീയഭാഷ്യം**
കോട്ടയം : ഡി.സി.ബുക്സ്

കുട്ടികൃഷ്ണമാരാര്, 1980 'ആശാന്റെ ലീല'
കല ജീവിതം തന്നെ
കോട്ടയം : നാഷനൽ ബുക്ക് സ്റ്റാൾ

കുമാരനാശാൻ, എൻ. 1998 **ആശാന്റെ പദ്യകൃതികൾ**
കോട്ടയം: ഡി.സി ബുക്സ്

കുമാരപിള്ള, ജി. 1988 'അവതാരിക' **ആശാന്റെ ഡയറികളിലൂടെ**
തോന്നയ്ക്കൽ: ശാരദാ ബുക്ക് ഡിപ്പോ,

കൃഷ്ണപിള്ള, കുറ്റിപ്പുഴ. 1990 'ആശാൻ ദാർശനികകവി'
കുറ്റിപ്പുഴയുടെ പ്രബന്ധങ്ങൾ 1
തൃശ്ശൂർ : കേരള സാഹിത്യ അക്കാദമി.

കൃഷ്ണപിള്ള, എൻ. 1992 'ആശാൻ കവിതയ്ക്കൊരാമുഖം'
തിരഞ്ഞെടുത്ത പ്രബന്ധങ്ങൾ
കോട്ടയം : നാഷനൽ ബുക്ക്സ്റ്റാൾ

ഗിരീഷ്, പി.എം. 2012 **അറിവും ഭാഷയും വൈഷണിക ഭാഷാശാസ്ത്രം : ആമുഖം**
തിരുവനന്തപുരം : കേരളഭാഷാഇൻസ്റ്റിറ്റ്യൂട്ട്

ഗിരീഷ്, പി.എം. 2012 **മലയാളം: സ്വത്വവും വിനിമയവും**
ശുകപുരം: വള്ളത്തോൾ വിദ്യാപീഠം

ചന്ദ്രിക,കെ.കെ. 2004 **ബിംബകൽപന കുമാരനാശാന്റെയും വള്ളത്തോളിന്റെയും കവിതകളിൽ**
തിരുവനന്തപുരം:
സിസൊബുക്സ്

ജോർജ്, കെ.എം. 1991 **'ആശാൻ കവിതയിലെ ആംഗലസ്വാധീനത'**
അന്വേഷണങ്ങൾ പഠനങ്ങൾ
കോട്ടയം : ഡി.സി. ബുക്സ്

ജോസഫ്, മുണ്ടശ്ശേരി. 1981 **'ആശാൻ വിപ്ലവത്തിന്റെ ശുക്രനക്ഷത്രം'**
കോട്ടയം : കറന്റ് ബുക്സ്.

പവിത്രൻ, പി. 2002 **ആശാൻ കവിത ആധുനികാനന്തര പാഠങ്ങൾ**
തിരുവനന്തപുരം:
സാംസ്കാരിക
പ്രസിദ്ധീകരണ വകപ്പ്.

പ്രഭാകരൻ, കെ. 1988 **ആശാന്റെ ഡയറികളിലൂടെ**
തോന്നയ്ക്കൽ : ശാരദാ
ബുക്ക് ഡിപ്പോ

പ്രഭാകരവാരിയർ, കെ.എം. 2009 **കവിതയും ഭാഷയും**
ശുകപുരം:വള്ളത്തോൾ വിദ്യാപീഠം

പ്രഭാകരവാരിയർ, കെ.എം. 2001 **മലയാള വ്യാകരണസമീക്ഷ**
ശുകപുരം:വള്ളത്തോൾ വിദ്യാപീഠം

പ്രസന്നരാജൻ, 2011 **ലീലാകാവ്യം വീണ്ടും പരിശോ**

ധിക്കുമ്പോൾ
തിരുവനന്തപുരം :
കേരളഭാഷാ ഇൻസ്റ്റിറ്റ്യൂട്ട്.

ബഷീർ, എം.എം. 2005 **ആശാന്റെ രചനാശിൽപം**
കോഴിക്കോട്:
മാരാർ സാഹിത്യ പ്രകാശം.

ബാലകൃഷ്ണൻ, പി.കെ. 2009 **കാവ്യകല കുമാരനാശാനിലൂടെ**
കോട്ടയം : ഡി.സി ബുക്സ്.

ഭാസ്കരൻ,ടി. 1978 **ഭാരതീയകാവ്യശാസ്ത്രം**
തിരുവനന്തപുരം :
കേരളഭാഷാഇൻസ്റ്റിറ്റ്യൂട്ട്.

നമ്പൂതിരി, അജിതൻ. 2012 **എന്തിന് ഇത്രയും കോപം**
കോട്ടയം: മനോരമ ബുക്ക്സ്.

നമ്പൂതിരിപ്പാട്,ഇ.എം.എസ്.1995 **ആശാനും മലയാളസാഹിത്യവും**
തിരുവനന്തപുരം :
ചിന്തപബ്ലിഷേഴ്സ്.

നാരായണമേനോൻ, വള്ളത്തോൾ **ശിഷ്യനും മകനും**

നിത്യചൈതന്യയതി, 1988 **നളിനി എന്ന കാവ്യശിൽപം**
കോട്ടയം : ഡി.സി ബുക്സ്.

മീരാക്കുട്ടി,പി. 1987 **ആശാൻ കേരളകാളിദാസൻ**
കോഴിക്കോട് : പൂർണാ പബ്ലിക്കേഷൻസ്.

മുഹമ്മദലി, എൻ.എം. 2012 **ജ്ഞാനാത്മകമനഃശാസ്ത്രം**
മനുഷ്യമനസ്സിന്റെ നിർമാണവഴികളിലൂടെ ഒരു സഞ്ചാരം
കോട്ടയം : ഡി.സി ബുക്സ്

രാജകൃഷ്ണൻ, വി. 1990 **ആളൊഴിഞ്ഞ അരങ്ങ്**
കോട്ടയം:നാഷനൽ ബുക്ക്സ്റ്റാൾ

രാജരാജവർമ, എ.ആർ. 1982 **കേരളപാണിനീയം**

കോട്ടയം:നാഷനൽ ബുക്ക്സ്റ്റാൾ

രാജരാജവർമ, എ.ആർ. 1997 **ഭാഷാഭൂഷണം**
കോഴിക്കോട് : പൂർണ
പബ്ലിക്കേഷൻസ്

രാജീവൻ, ബി. 2009 **വാക്കുകളും വസ്തുക്കളും**
കോട്ടയം : ഡി.സി ബുക്ക്സ്

രാമകൃഷ്ണൻ, കരിമ്പുഴ. 1979 **ആശാന്റെ ലീല**
കോഴിക്കോട് :
കരിമ്പുഴ രാമൻസ്മാരക
പ്രസിദ്ധീകരണശാല

ലീലാവതി, എം. 1991 'കുമാരനാശാൻ -
ദിവ്യകോകിലം'
**മലയാളകവിതാ
സാഹിത്യ ചരിത്രം**
തൃശ്ശൂർ:കേരള സാഹിത്യഅക്കാദമി.

ലീലാവതി, എം. 1999 'ആശാന്റെ കാവ്യങ്ങളിലെ
സ്ത്രീപക്ഷവാദം'
സൂര്യതേജസ്സ് ആശാൻ കവിതാപഠനങ്ങൾ
(പ്രസാ.)ഇ.കെ. പുരുഷോത്തമൻ
ചെന്നൈ : ആശാൻ
മെമ്മോറിയൽ അസോസിയേഷൻ

ലീലാവതി, എം. 1986 'മലയാളകവിതയുടെ
ശൗരീശിഖരം'
(അവതാരിക) **ലീല**
കോട്ടയം: നാഷണൽ ബുക്ക് സ്റ്റാൾ

വിജയൻ, എം.എൻ. 1992 'ആശാന്റെ തത്വചിന്ത'
**എം.എൻ.വിജയൻ,
പ്രബന്ധങ്ങൾ,
പ്രഭാഷണങ്ങൾ,
സ്മൃതിചിത്രങ്ങൾ,
സംഭാഷണങ്ങൾ**
കോഴിക്കോട് :
ബോധി പബ്ലിഷിംഗ് ഹൗസ്.

വിനയചന്ദ്രൻ, ഡി. 1986 'രൂപകം കവിതയിലും കഥയിലും'

കാവ്യഭാഷയിലെ പ്രശ്നങ്ങൾ
തിരുവനന്തപുരം:
കേരളഭാഷാ ഇൻസ്റ്റിറ്റ്യൂട്ട്

ശങ്കരൻ, തായാട്ട്. 1973 **ആശാൻ നവോത്ഥാനത്തിന്റെ കവി.**
കോട്ടയം:നാഷനൽ ബുക്ക്സ്റ്റാൾ

ശേഷഗിരിപ്രഭു, 1983 **വ്യാകരണമിത്രം**
തൃശൂർ:കേരള സാഹിത്യ അക്കാദമി

ശ്രീജൻ, വി.സി. 1991 **ചിന്തയിലെ രൂപകങ്ങൾ**
കണ്ണൂർ : സമീക്ഷ

ശ്രീധരമേനോൻ,വൈലോപ്പിള്ളി. 1984 'പന്തങ്ങൾ'
വൈലോപ്പിള്ളിക്കവിതകൾ
കോട്ടയം : നാഷനൽ ബുക്ക്സ്റ്റാൾ

ഷിഫ, എസ്. 2010 'വ്യാക്ഷേപകം'
സമകാലികമലയാള വ്യാകരണം
മൈസൂർ : സെൻട്രൽ ഇൻസ്റ്റിറ്റ്യൂട്ട് ഓഫ് ഇന്ത്യൻ ലാംഗ്വേജസ്

സാനു, എം.കെ. 2004 'അനുരാഗം സ്വാതന്ത്ര്യപ്രഖ്യാപനം' (**ലീല**)
അശാന്തിയിൽനിന്ന് ശാന്തിയിലേക്ക്
ആശാൻകവിതാപഠനത്തിന് ഒരു മുഖവുര
കോട്ടയം : കറന്റ് ബുക്സ്

സുകുമാർ, അഴീക്കോട്. 1984 **ആശാന്റെ സീതാകാവ്യം**
കോട്ടയം:നാഷനൽ ബുക്ക്സ്റ്റാൾ

സുധീഷ്, എസ്. 1999 'ആശാൻ കവിത സ്ത്രീപുരുഷ സമവാക്യങ്ങളിലെ കലാപം'
വിമോചനത്തിന്റെ വാക്കും മനസ്സും
കൊല്ലം : ഗയ ബുക്സ്

സോമൻ, പി. 1999 'ആശാൻ കവിതയിലെ മാനവികത' **സൂര്യതേജസ്സ് ആശാൻ കവിതാപഠനങ്ങൾ** (പ്രസാ : ഇ.കെ. പുരുഷോത്തമൻ) ചെന്നൈ : ആശാൻ മെമ്മോറിയൽ അസോസിയേഷൻ

വിശ്വവിജ്ഞാനകോശം, 1988, പു.3.116 കോട്ടയം:നാഷണൽ ബുക്ക് സ്റ്റാൾ

ചിത്രഭാനു സി.പി. 2009 മാനവികതയും മലയാള കഥാസാഹിത്യവും

(കാരൂർ, ലളിതാംബിക എന്നിവരുടെ കഥകളെക്കുറിച്ച് സൂക്ഷ്മസന്ദർഭത്തിലുള്ള പഠനം)
അപ്രകാശിത പിഎച്ച്.ഡി. പ്രബന്ധം മലയാള കേരളപഠനവിഭാഗം കാലിക്കറ്റ് യൂണിവേഴ്സിറ്റി

ആനുകാലിക പ്രസിദ്ധീകരണങ്ങൾ

ഗിരീഷ്, പി.എം. 2009 'മലയാളത്തിലെ സംപ്രത്യയ വർഗീകരണം ഒരു ധൈഷണിക ഭാഷാശാസ്ത്ര സമീപനം' വിജ്ഞാനകൈരളി

ഗിരീഷ്, പി.എം. 2013 'വീണ പൂവിലെ ലക്ഷകങ്ങൾ' വിവേകോദയം

ബിനീഷ്, എം.കെ. 2014 'ലീലയുടെ ഉടൽ' ചന്ദ്രിക ആഴ്ചപ്പതിപ്പ് 5 ഏപ്രിൽ

വിജയൻ, എം. എൻ. 2013 'അടഞ്ഞവാതിലിനപ്പുറത്തെ കുമാരനാശാൻ' മാതൃഭൂമി ആഴ്ചപ്പതിപ്പ് ഏപ്രിൽ 28 മെയ് 4

ശങ്കരൻ, കെ.പി. 2008 'ചില 'ലീലാ'-വിചാരങ്ങൾ'

അക്ഷയം ത്രൈമാസിക
ജൂലായ്

Craft, William & cruse, David Alan, 2004 — Cognitive linguistics Cambridge Universtiy Press.

Dakin, A.H. 1939 — Man is the measure U.K: U.K University press.

Lakoff, George, 1987 — Women, Fire and dangerous things : What categories reveal about the mind Chicago : Universtiy of chicago press.

Lakoff,George & Mark Johnson, 2003 — Metaphors We live by Chicago : Universtiy of Chicago press.

Langacker, Ronald 2004 Form, meaning and behaviour in cognitive and Communicative Approaches to Linguistic Analysis

Ellen contini- Morava.

Lyons, John. 2011 — Language and Linguistics an Introducation. Cambridge: Cambridge Universtiy Press.

Rosch, Elanor, and B.B. Liyod (Eds) 1978 — Cognition and categorization Hillsdale, N.J.Lawerence Erlbaum Associates.

Talmy, 1983 — How language structures space in Spatial orientation : Theory, Research and Application Pick 8 Aeredolo (Eds) Newyork : Plenum press.

●

സാങ്കേതിക പദസൂചി

അംശ- സാകല്യവ്യവസ്ഥ	Part - Whole System
അടിസ്ഥാനതലം	Base
അവബോധം	Perception
ആവർത്തിതപ്രയോഗം	Reduplication
ഉത്തമധൈഷണികമാതൃക	Idealized cognitive model
ഉപാദാനലക്ഷണ	Metonymy
കാവ്യഭാഷ	Poetic language
ജ്ഞാനപരം	Epistemic
ദൃശ്യമണ്ഡലം	Visual field
ധൈഷണിക ഭാഷാശാസ്ത്രം	Cognitive linguistics
ധൈഷണിക മനഃശാസ്ത്രം	Cognitive psychology
പരികൽപന	Hypothesis
പാത്രലക്ഷകം	Container metaphor
പാത്രവ്യവസ്ഥ	Container system
ബിംബലക്ഷകം	Image metaphor
ഭാഷാജ്ഞാനം	Linguistic competence
ഭാഷാപ്രയോഗം	Linguistic performance
ഭൗതികാടിസ്ഥാനം	Physical basis
നിരൂഢപാത്രലക്ഷകങ്ങൾ	Conventionalized Container metaphors

മാനവികത	Humanism
മൂല്യം	Value
ലക്ഷകം	Metaphor
ലക്ഷകസിദ്ധാന്തം	Metaphor theory
ലക്ഷ്യതലം	Target domain
ലക്ഷ്യലക്ഷകങ്ങൾ	Orientational metaphors
ലാവണ്യശാസ്ത്രം	Aesthetics
വർഗീകരണം	Categorization
വസ്തുപശ്ചാത്തലബന്ധം	Figure ground organization
വികാരലക്ഷകങ്ങൾ	Emotional metaphors
വൈയക്തികവത്കരണം	Personification
വ്യവസ്ഥാപിതം	Arbitrariness
വ്യവഹാരം	Discourse
സങ്കൽപനം	Concept
സങ്കൽപനലക്ഷകങ്ങൾ	Conceptual metaphors
സങ്കൽപന വ്യവസ്ഥ	Conceptual system
സത്താപരം	Ontological
സത്താപരമായ വിനിമയങ്ങൾ	Ontological correspondences
സ്രോതസ്ഥലം	Source domain
ഹരിതലക്ഷകം	Green metaphor

www.ingramcontent.com/pod-product-compliance
Lightning Source LLC
LaVergne TN
LVHW100812051026
849519LV00006B/2047
9789387398009